सकाळ
कायदा
सर्वसामान्यांसाठी

सर्वसामान्यांसाठी
कामगार कायदे

संजय सुखटणकर

सकाळ प्रकाशन

सकाळ प्रकाशन

सर्वसामान्यांसाठी कामगार कायदे

प्रथमावृत्ती : डिसेंबर २०१७

अक्षरजुळणी आणि मांडणी
अश्विनी महाजन

मुखपृष्ठ
मधुमिता शिंदे

प्रकाशक
सकाळ पेपर्स प्रा. लि.
५९५, बुधवार पेठ, पुणे ४११ ००२

ISBN : 978-93-86204-82-0

अधिक माहितीकरिता : ०२०-२४४० ५६७८ / ८८८८८ ४९०५०
sakalprakashan@esakal.com

माझे कुलदैवत श्री शांतादुर्गा
संतश्रेष्ठ श्री ज्ञानेश्वर महाराज
माझे आजोबा
कै. काशीनाथपंत सुखटणकर
आणि
कै. दादासाहेब साखवळकर, ताम्रपट विजेते ज्येष्ठ स्वातंत्र्यसैनिक
(मु.पो. एकसळ, ता. कोरेगाव, जिल्हा सातारा)
तसेच
आईपेक्षा जास्त प्रेमळ माझी आत्या
कै. श्रीमती वत्सला काशीनाथ सुखटणकर (माई)
यांच्या स्मृतीला अभिवादन व अर्पण

मनोगत

ईश्वराच्या कृपेने मी देशातील प्रमुख कंपन्यांमध्ये ३३ वर्षे व्यवस्थापकीय पदावर काम केले. यातील बहुतेक वर्षे मी 'युनियन मॅनेजमेंट संबंध' या क्षेत्रात विविध जबाबदाऱ्या सांभाळल्या. त्यामुळे कामगार आणि युनियनचे नेते यांच्याशी माझा सतत जवळचा संबंध आला. पूर्वीच्या काळी हे क्षेत्र आजच्यासारखे सरळ नव्हे, तर खूप गुंतागुंतीचे होते. बऱ्याच वेळा कामगार-कायद्याचे प्रश्न उभे राहायचे. तेव्हा माझ्या ध्यानात आले, की कंपनी अधिकाऱ्यांना कायदा माहीत असतो, त्यांच्याकडे वकील, पैसा, वेळ असतो. कामगार व कामगार नेते त्याबाबतीत अनभिज्ञ असतात. कामगारांना चुकीचे मार्गदर्शन, त्यांची पिळवणूक होऊ शकते.

कामगारांना कामगार-कायदे, त्यातील महत्त्वाची तत्त्वे समजावीत, त्यांचा गैरफायदा घेता येऊ नये यासाठी दैनिक *सकाळ*मध्ये १९९२पासून माझी कामगार-कायद्यावरील साप्ताहिक लेखमाला सुरू झाली, ती दहा वर्षे चालली. त्यानंतर मी महाराष्ट्रातल्या इतरही महत्त्वाच्या दैनिकांमध्ये आणि नियतकालिकांमध्ये लेखन केले; अजूनही करत आहे.

या लेखांचे पुस्तकरूपाने प्रकाशन व्हावे, अशी इच्छा अनेक वाचकांनी व्यक्त केली होती, माझ्या कुटुंबीयांनीही प्रोत्साहन दिले, म्हणून मी हे पुस्तक लिहायला घेतले. कामगार कायद्यातील ज्या तरतुदींचा दैनंदिन जीवनात नेहमी संबंध येतो, त्या तरतुदी आणि सर्वोच्च न्यायालय, विविध उच्च न्यायालये यांनी त्यांचा लावलेला अन्वयार्थ या पुस्तकात समाविष्ट आहे. कायद्यातील अनेक कलमे प्रत्यक्ष वापरात येतातच असे नाही; अशा कलमांचा या पुस्तकात समावेश नाही. आजपर्यंत ज्या दुरुस्त्या कायद्यांत करण्यात आल्या आहेत, त्यांचा या पुस्तकात समावेश करण्यात आला आहे.

माझ्या आयुष्याला ज्यांनी आकार दिला ते दैनिक *तरुण भारत*, पुणे, मोहनराव गवंडी, बापूराव भिशीकर, वसंतराव गीत, दत्तोपंत पत्की, माझे पत्रकार मित्र अनिल टाकळकर व किशोर कुलकर्णी, माझे कुटुंबीय– विशेषतः माझा मोठा भाऊ राजू, पत्नी सौ. श्वेता, सिद्धार्थ व सौ. प्राची यांचा मी आभारी आहे.

कामगार क्षेत्रातील कार्यकर्त्यांना हे पुस्तक उपयोगी पडेल, अशी मला आशा आहे.

– संजय सुखटणकर

अनुक्रमणिका

इंडस्ट्रियल डिस्प्युट्स ॲक्ट, १९४७
(औद्योगिक विवाद कायदा, १९४७)

कामगार-कायद्यातील हा सर्वात महत्त्वाचा कायदा समजला जातो. संप, टाळेबंदी, ले-ऑफ, नोकरकपात, व्यवसाय बंद करणे, वेतनकरार वगैरेची या कायद्यात तरतूद करण्यात आली आहे. इंडस्ट्री (औद्योगिक संस्था, उद्योग) कामगार, औद्योगिक विवाद यांच्या व्याख्या यामध्ये करण्यात आल्या असून विवाद मिटवण्याचे मार्गही सुचवण्यात आले आहेत.

आता आपण या कायद्यातील प्रमुख तरतुदी पाहू :

काही व्याख्या

कलम २ (ब) : कामगार न्यायालय, औद्योगिक न्यायालय, राष्ट्रीय औद्योगिक न्यायालय किंवा मध्यस्थ यांनी दिलेल्या निकालाला 'निवाडा (ॲवॉर्ड)' म्हणतात.

कलम २ (कक) : बंद (क्लोझर) म्हणजे एखादी संस्था किंवा तिचा एखादा विभाग कायमचा बंद होणे.

कलम २ (जे) : उद्योग किंवा औद्योगिक संस्था (इंडस्ट्री) म्हणजे कर्मचाऱ्यांच्या मदतीने चालवण्यात येणारा धंदा, व्यापार, संस्था, उत्पादनप्रक्रिया.

उद्योग या व्याख्येमध्ये पुढील गोष्टींचा प्रामुख्याने समावेश आहे :

१. मालक आणि कर्मचारी यांचे परस्पर सहकार्य
२. योजनाबद्ध कामकाज
३. लोकांच्या गरजा किंवा इच्छा पूर्ण करण्यासाठी वस्तू किंवा सेवा यांचे उत्पादन / पुरवठा करणे (आध्यात्मिक स्वरूपाच्या नव्हेत.)
४. नफ्याचा उद्देश असेल किंवा नसेल
५. भांडवली गुंतवणूक असेल किंवा नसेल

न्यायालयीन निष्कर्ष

१. 'सुलभ' ही सामाजिक सेवा करणारी संस्था आहे. ती तळागाळांतील व्यक्तींना स्वयंसेवक या नात्याने

तात्पुरते काम देते. त्यांच्यात मालक आणि सेवक असे नाते नाही. संस्था त्यांच्यावर देखरेख व नियंत्रण ठेवत नाही. ती विनाफायदा समाजसेवी संस्था आहे, ती 'औद्योगिक संस्था' नाही. *गुजरात उच्च न्यायालय, सुलभ सेवा संस्था, सीएलआर ऑक्टोबर २०१५*

२. महाराष्ट्र सरकारची 'एकत्रित बाल विकास योजना' ही औद्योगिक संस्था आहे, अंगणवाडी सेविका आणि अंगणवाडी मदतनीस हे कामगार आहेत आणि त्यांची विनाचौकशी बडतर्फी करता येणार नाही. *मुंबई उच्च न्यायालय, अहमदनगर जि.प., सीएलआर जुलै २०१५*

३. विद्यार्थी आणि माहिती मार्गदर्शन केंद्राचे काम संघटित आणि व्यापारी स्वरूपाचे असल्यास, हे केंद्र औद्योगिक संस्था ठरते. *कर्नाटक उच्च न्यायालय, सीएलआर ऑगस्ट २०१५*

४. गवत कापून त्याची विक्री करणारा वनखात्याचा विभाग 'उद्योग' ठरतो. *गुजरात उच्च न्यायालय, वनखाते, सीएलआर मार्च २०१४*

५. समाजकल्याणासाठी नफा मिळवणारी कल्याणकारी संस्था 'उद्योग' असते. कर्मचाऱ्यांची नियुक्ती करून अत्यल्प दरात उत्पादने वा सेवा देणारी, पण नफ्याचा विचार न करणारी कल्याणकारी संस्थाही 'उद्योग' ठरते. इस्पितळ ही औद्योगिक संस्थाच आहे. बिनपगारी स्वयंसेवकांकडून मानवतावादी कामे करणारी कल्याणकारी संस्था मात्र औद्योगिक संस्था नव्हे. *मुंबई उच्च न्यायालय, इन्स्टिट्यूट ऑफ फिजिकल मेडिसिन, सीएलआर ऑक्टोबर २०१४*

६. राजघाट समाधी सेवा समिती ही 'औद्योगिक संस्था' नाही. *दिल्ली उच्च न्यायालय, सीएलआर एप्रिल २०१२*

७. ग्रामपंचायत हा उद्योग आहे. *आंध्र प्रदेश उच्च न्यायालय, मनकोंदुरु ग्रामपंचायत, सीएलआर ऑक्टोबर २०११*

८. अनाथाश्रम हा 'उद्योग' नव्हे. *गुजरात उच्च न्यायालय, सीएलआर नोव्हेंबर २०११*

९. चासकमान प्रकल्प हा उद्योग आहे. *मुंबई उच्च न्यायालय, सीएलआर जुलै २०१०*

कलम २ (क) : औद्योगिक विवाद : 'मालक आणि मालक' किंवा 'मालक आणि कामगार' किंवा 'कामगार आणि कामगार' यांच्यामध्ये नोकरी, सेवाशर्ती किंवा नोकरीच्या ठिकाणी असलेली परिस्थिती वा सवलती याबाबत असलेले मतभेद वा विवाद याला 'औद्योगिक विवाद' म्हणतात. (सामान्यतः मालक आणि मालक यांच्यातील विवाद पाहायला मिळत नाहीत. कामगार आणि कामगार यांच्यातील विवाद हे सामान्यतः कोणत्या युनियनला प्रतिनिधित्व मिळावे यासंबंधी असतात. बहुसंख्य विवाद हे मालक व कर्मचारी यांच्यातीलच असतात.)

कलम २ (ककक) : ले-ऑफ : ले-ऑफ म्हणजे कर्मचाऱ्याला काम देण्यास व्यवस्थापनाचा नकार किंवा असमर्थता. ज्या काही कारणांमुळे हा नकार किंवा असमर्थता येते, ती अशी : कोळसा, वीज किंवा कच्चा माल याची टंचाई, तयार माल (स्टॉक) खूप साठणे, महत्त्वाची मशीन्स बंद पडणे, नैसर्गिक संकट किंवा नियमभंग केल्याने खंडित झालेला वीजपुरवठा.

कर्मचाऱ्याला नेहमीप्रमाणे कामावर हजर राहावे लागेल. त्यानंतर दोन तासात त्याला जर काम दिले नाही

तर त्याला ले-ऑफ दिला आहे, असे समजले जाते. त्याला अर्ध्या वेळेनंतर बोलावले आणि काम दिले नाही, तर व्यवस्थापनाला त्याला अर्ध्या दिवसाचा पगार द्यावा लागेल, कारण हा अर्धा दिवस ले-ऑफ दिलेला नाही, असे समजले जाते. (प्रत्यक्षात असे होत नाही. कंपनी आधीच नोटीस देऊन कामगारांना ले-ऑफची सूचना देते आणि कामगार कामावर येतच नाहीत.)

कलम २ (ल) : टाळेबंदी (लॉकआउट) : व्यवसाय तात्पुरता बंद ठेवणे किंवा काम निलंबित ठेवणे किंवा कर्मचाऱ्यांना काम देण्यास व्यवस्थापनाने नकार देणे याला टाळेबंदी म्हणतात. लॉकआउटमध्ये काम हे तात्पुरते बंद ठेवले जाते; तर क्लोझरमध्ये व्यवसाय कायमचा बंद केला जातो.

(कर्मचाऱ्यांच्या आंदोलनाला उत्तर म्हणून व्यवस्थापन टाळेबंदी पुकारते. कायद्याने टाळेबंदीसाठी १४ दिवसांची नोटीस द्यावी लागते. पण, कर्मचाऱ्यांना अशी नोटीस दिली तर त्या १४ दिवसांत कर्मचारी हिंसा आणि नासधूस करतील या भीतीमधून व्यवस्थापन टाळेबंदी जाहीर करून तडकाफडकी व त्वरित अमलात आणते. या १४ दिवसांच्या कालावधीला काम निलंबित ठेवणे– सस्पेन्शन ऑफ वर्क– असे म्हणतात. नोटीस १४ दिवसांपेक्षा जितक्या कमी कालावधीची असेल– सामान्यत: सर्व १४ दिवस– त्या कालावधीचा पगार व्यवस्थापनाला कर्मचाऱ्यांना द्यावा लागतो, मग टाळेबंदी कायदेशीर व न्याय्य असो वा नसो!)

कलम २ (ओओ) : नोकरकपात (रिट्रेंचमेंट) : शिस्तभंगाचे कारण सोडून अन्य कोणत्याही कारणासाठी व्यवस्थापनाने केलेली कर्मचाऱ्याची बडतर्फी नोकरकपात ठरते. नोकरकपातीमध्ये पुढील गोष्टींचा समावेश होत नाही :

१. कर्मचाऱ्याची स्वेच्छानिवृत्ती
२. कर्मचाऱ्याची निवृत्ती
३. सततच्या आजारपणाने करण्यात आलेली कर्मचाऱ्याची सेवासमाप्ती
४. ठरावीक मुदतीचा नियुक्ती करार संपल्यानंतर तो पुढे चालू न ठेवल्याने झालेली कर्मचाऱ्याची सेवासमाप्ती किंवा अशा करारांतील तरतुदींनुसार करण्यात आलेली कर्मचाऱ्याची सेवासमाप्ती.

कलम २ (पी) : करार (सेटलमेंट) : व्यवस्थापन आणि कामगार (युनियन) यांच्यामध्ये समेट अधिकाऱ्याशिवाय परस्परांमध्ये झालेले मतैक्य आणि करार. या कराराच्या प्रती समेट अधिकाऱ्याला पाठवणे आवश्यक असते.

(मान्यताप्राप्त युनियनशी झालेला करार सध्या हजेरीपटावर असलेले कामगार आणि नंतरच्या काळात भरती होणारे कामगार, या सर्वांवर बंधनकारक असतो, मग ते मान्यताप्राप्त युनियनचे सदस्य असोत वा नसोत... समेटामध्ये झालेला करारही असाच सर्वांवर बंधनकारक असतो. पण, जे करार मान्यताप्राप्त युनियनबरोबर नसतात, समेटामध्ये नसतात, ते फक्त वैयक्तिक हमीपत्र देऊन करार स्वीकारणाऱ्या कामगारांनाच लागू होतात, अशा करारांना २(पी) सेटलमेंट म्हणतात.)

कलम २ (क्यू) : संप : कर्मचाऱ्यांच्या एका गटाने किंवा कर्मचाऱ्यांनी एकत्र येऊन सहमतीने काम करण्यास नकार देणे.

कलम २ (रर) : पगार : नियुक्तिपत्रानुसार काम केल्यावर कर्मचाऱ्याला मिळणारी रक्कम. त्यामध्ये महागाई

भत्ता व अन्य भत्ते, प्रवास सवलत, घर, वीज, पाणी, वैद्यकीय वा अन्य कोणतीही सवलत, तसेच सवलतीने दिलेले धान्य वा अन्य गोष्टी यांचा समावेश आहे.

पगारामध्ये बोनस, ग्रॅच्युएटी, पीएफ, पेन्शन वगैरेची वर्गणी यांचा समावेश होत नाही.

(व्यवस्थापनानेच काम नाकारले तर 'ना काम ना दाम' हे तत्त्व लावता येत नाही.)

कलम २ (एस) : कामगार : कंपनीने पगारावर नेमलेली आणि शारीरिक, अकुशल, निमकुशल, कुशल, तांत्रिक, कारकुनी वा पर्यवेक्षकीय स्वरूपाचे काम करणारी व्यक्ती. पर्यवेक्षकीय कर्मचाऱ्याचा पगार मात्र दरमहा १५ हजार रुपयांपेक्षा कमी असणे आवश्यक आहे.

औद्योगिक विवादामध्ये सहभागी असलेल्या बडतर्फ वा नोकरकपात झालेल्या व्यक्तीलाही कायद्यानुसार कामगार मानण्यात येते.

(एखाद्या व्यक्तीला ऑफिसर म्हटले, तसा हुद्दा दिला की तो ऑफिसर झाला, कामगार नाही असा बऱ्याच जणांचा गैरसमज आहे. पण जी व्यक्ती इतरांच्या कामावर देखरेख आणि नियंत्रण ठेवते, मार्गदर्शन करते, त्यांच्या कामाचे मूल्यमापन करते, बढती वगैरेंसाठी शिफारस करते, रजा संमत करते, शिस्तभंगाच्या कारवाईची शिफारस करते, गेटपासेसवर सही करते, ती व्यक्ती खरी 'ऑफिसर' असते. कामाच्या स्वरूपावर व्यक्ती ऑफिसर आहे की नाही ते ठरते, हुद्द्यावर नव्हे!)

न्यायालयीन निष्कर्ष

१. कंपनीची प्रतिष्ठा वाढवण्यासाठी नोकरीस ठेवलेले ख्यातनाम खेळाडू कर्मचारी ठरत नाहीत. *पंजाब उच्च न्यायालय, जेसीटी, सीएलआर ऑगस्ट २०१३*

२. अंगणवाडी मदतनीस 'कामगार' नाहीत. *गुजरात उच्च न्यायालय, पतडी पंचायत समिती, सीएलआर नोव्हेंबर २०११*

३. कर्मचाऱ्याचे काम व्यवस्थापनप्रक्रियेशी संबंधित असेल, तर तो अधिकारी ठरेल. मग त्याच्या हाताखाली कोणी नसले तरी चालेल. काळानुसार व्याख्या बदलणे आवश्यक आहे. *मुंबई उच्च न्यायालय, वंदना जोशी, सीएलआर डिसेंबर २०१०*

४. ज्या कर्मचाऱ्याच्या हाताखाली लोक काम करतात, तो त्यांच्या गोपनीय अहवालांवर सह्या करतो, बिले आणि व्हाउचर्स संमत करतो, कर्मचाऱ्यांच्या बढतीमध्ये त्याचा हात आहे, तो कर्मचारी 'कामगार' ठरत नाही. *गुजरात उच्च न्यायालय, राजेश गांधी, सीएलआर ऑक्टोबर २०१५*

५. पर्यवेक्षकीय स्वरूपाचे काम आणि कायद्यात नमूद केल्यापेक्षा जास्त पगार, असा कर्मचारी 'कामगार' नव्हे! *गुजरात उच्च न्यायालय, इंडियन बँक, सीएलआर डिसेंबर २०१५*

६. ग्रामपंचायत कर्मचाऱ्यांचे मालक सरपंच नव्हे, तर ग्रामपंचायत आहे. *सर्वोच्च न्यायालय, नवा नरोदा पंचायत, सीएलआर ऑगस्ट २०१५*

७. आयुर्विमा महामंडळातील डेव्हलपमेंट ऑफिसर हे 'कामगार' नाहीत. *सर्वोच्च न्यायालय, आयुर्विमा महामंडळ, सीएलआर सप्टेंबर २०१५*

८. शाळा ही औद्योगिक संस्था आहे, पण शिक्षक हा कामगार नाही. *राजस्थान उच्च न्यायालय, सीताराणी,*

सीएलआर सप्टेंबर २०१५

९. नियुक्तिपत्र नाही, पगाराची व्हाउचर्स नाहीत, काही काळ बँकेच्या खात्यात दरमहा काही रक्कम जमा झाली म्हणजे 'मालक-सेवक' असे नाते निर्माण होत नाही व व्यक्ती कामगार ठरत नाही. *केरळ उच्च न्यायालय, स्टेट बँक, सीएलआर ऑगस्ट २०१४.*

१०. स्वेच्छानिवृत्तीचे सर्व पैसे मिळेपर्यंत कर्मचाऱ्यांचे कंपनीबरोबर मालक आणि सेवक हे नाते कायम राहील. *ओरिसा उच्च न्यायालय, तिलाचल रिफ्रॅक्टरीज, सीएलआर जून २०१४.*

११. अंगणवाडी सेविका या कामगार आहेत. *मुंबई उच्च न्यायालय, बुलढाणा जि.प.; सीएलआर, फेब्रुवारी २०११*

१२. आपण कर्मचारी आहोत असा दावा जर कर्मचारी करत असेल तर ते सिद्ध करण्याची जबाबदारी त्याची आहे, 'तो कर्मचारी नाही' हे सिद्ध करण्याची जबाबदारी व्यवस्थापनाची नाही. जो होकारार्थी आहे, जबाबदारी त्याची! *मुंबई उच्च न्यायालय, तिरुबाई माहुले, सीएलआर जून २०१४*

१३. कर्मचाऱ्यावरील नियंत्रण हा आता मालक-सेवक नात्यांतील प्रमुख मुद्दा नाही. देखरेख आणि नियंत्रण कमी-जास्त असू शकेल, ते योग्य तेवढे आहे ना, हे महत्त्वाचे! व्यवस्थापन कर्मचाऱ्याला कामासंबंधी किती सूचना करू शकते, व्यवस्थापनाला त्याच्या कामासंबंधी किती अधिकार आहेत, हे महत्त्वाचे. त्यादृष्टीने पिग्मी ठेवी जमा करणाऱ्या व्यक्ती संस्थेच्या कर्मचारी ठरतात, मग ते थोडा वेळ अन्य संस्थेसाठी काम करत असतील तरी चालेल. *मुंबई उच्च न्यायालय, पाचोरा पीपल्स बँक, सीएलआर ऑगस्ट २०१४*

१४. कुरियरवर व्यवस्थापनाचे देखरेख, नियंत्रण नाही, त्यांना कामाच्या सूचना नाहीत, कायमस्वरूपी काम नाही, पगार नाही, निवृत्तीचे वय नाही. कुरियर कंपनीचे कर्मचारी नाहीत. *कर्नाटक उच्च न्यायालय, एसीसी, सीएलआर जुलै २०१३*

१५. नोकरी आणि व्यावसायिकता यामध्ये फरक असतो. नोकरी ठरावीक कामासाठी पगार देते, व्यावसायिक बनण्यासाठी दीर्घ प्रशिक्षण, खोल विशेष ज्ञान यांची गरज असते. डॉक्टर हे व्यावसायिक व त्यांचा व्यवसाय बौद्धिक आणि उदात्त असतो. शिवाय नर्स, कंपाउंडर यांच्या कामावर देखरेख ठेवण्याचे त्यांचे पर्यवेक्षकीय काम असते, त्यामुळे डॉक्टर हे 'कामगार' ठरत नाहीत. *सर्वोच्च न्यायालय, कामगार विमा डॉक्टर संघटना, सीएलआर जानेवारी २०१४*

१६. संशोधनाचे काम करणारा किंवा शास्त्रज्ञ हा कामगार ठरत नाही. नवनिर्मितीचे काम करणाऱ्या उच्चशिक्षित व्यक्तीला कामगार संबोधणे चूक ठरेल. *दिल्ली उच्च न्यायालय, दिव्यश पंडित, सीएलआर मे २०१२*

१७. तीन महिन्यांचा नोटीस-पगार देऊन कर्मचाऱ्याला नोकरीतून काढणे बेकायदा आहे. *उत्तराखंड उच्च न्यायालय, कुमार विकास निगम, सीएलआर ऑक्टोबर २०१२*

कलम २ ए : वैयक्तिक विवाद : एखाद्या कर्मचाऱ्याला व्यवस्थापनाने बडतर्फ केल्यास अथवा त्याची नोकरकपात केल्यास त्यासंबंधीचा विवाद हा औद्योगिक विवाद ठरतो. या वैयक्तिक विवादामध्ये युनियन वा अन्य कर्मचारी सहभागी नसले तरी चालू शकते.

समेट अधिकाऱ्याकडे समेटासाठी अर्ज केल्यानंतर ४५ दिवसांनी कर्मचारी कामगार न्यायालयाकडेही थेट दाद मागू शकतो. पण, हा अर्ज सेवासमाप्तीनंतर तीन वर्षांत करणे आवश्यक आहे.

(औद्योगिक विवाद कायद्यानुसार कर्मचाऱ्याला बडतर्फीविरुद्ध प्रथम समेट अधिकारी आणि नंतर कामगार न्यायालय, असा मार्ग धरायला लागतो. महाराष्ट्र युनियन मान्यता कायद्यानुसार - एमआरटीयू कायदा - कर्मचारी बडतर्फीविरुद्ध थेट न्यायालयाकडे दाद मागू शकतो.)

(डिस्चार्ज आणि डिस्मिसल हे दोन्ही शब्द आपल्याला कायद्यात पाहायला मिळतात. खरे म्हणजे दोन्हीचा अर्थ बडतर्फी; मात्र, डिस्चार्ज साधारणत: सततची गैरहजेरीसारख्या कमी गंभीर स्वरूपाच्या गैरवर्तनासाठी दिला जातो. तिथे एक महिन्याची नोटीस / पगार द्यावा लागतो; तर डिस्मिसल ही गंभीर गैरवर्तनासाठी विनानोटीस त्वरित केलेली बडतर्फी असते.)

(बडतर्फीपूर्वीच्या १२ महिन्यांत २४० दिवस काम केले नसेल; पण त्यापूर्वीच्या काळात जरी केले असले तरी त्याची सेवा अखंडित धरली जाते.)

न्यायालयीन निष्कर्ष

विविध अधिकाऱ्यांनी एकाच संस्थेत विविध शाखांमध्ये नोकरी केली आणि ती वेगवेगळ्या अधिकाऱ्यांच्या हाताखाली केली तर ती सलग सेवा ठरत नाही. *राजस्थान उच्च न्यायालय, बँक ऑफ बडोदा, सीएलआर जानेवारी २०११*

भाग २ : प्रशासकीय यंत्रणा

कलम ३ : वर्क्स कमिटी : ज्या संस्थेत शंभरपेक्षा जास्त कामगार असतील, त्या संस्थेला सरकार 'वर्क्स कमिटी' स्थापन करण्याची सूचना करू शकेल. कमिटीवर व्यवस्थापन आणि कामगार प्रतिनिधी यांची समान संख्या असेल. मान्यताप्राप्त युनियन कामगार प्रतिनिधींची नेमणूक करेल. मान्यताप्राप्त युनियन नसल्यास, जी युनियन आहे तिच्याशी सल्लामसलत करून प्रतिनिधींची नेमणूक होईल (अन्यथा कामगारांमधून निवडणुकीतून).

(कमिटीचा अध्यक्ष व सेक्रेटरी व्यवस्थापनाचा, तर उपाध्यक्ष हा कामगारांचा प्रतिनिधी असतो. सुरक्षितता (सेफ्टी), आरोग्य, कल्याणकारी योजना हे कमिटीचे विषय असतात. पगार, वेतनकरार, धोरणात्मक गोष्टी या कमिटीच्या अखत्यारीत येत नाहीत. वर्क्स कमिटी ही युनियनच्या मॅनेजिंग कमिटी खालोखाल महत्त्वाची समजली जाते, त्यामुळे काही ठिकाणी मतभेद टाळण्यासाठी वर्क्स कमिटी नेमली जात नाही.)

कलम ४ : समेट अधिकारी (कन्सिलिएशन ऑफिसर) : औद्योगिक विवाद टाळण्यासाठी, त्यामध्ये हस्तक्षेप करून समझोता व करार घडवून आणण्यासाठी यांची नेमणूक केली जाते. साधारणपणे साहाय्यक कामगार आयुक्त किंवा कामगार उपायुक्त समेट अधिकाऱ्याचे काम करतात.

समेट अधिकारी आपल्या कामासाठी कंपनीमध्ये प्रवेश करून चौकशी व तपासणी करू शकतात, उभय पक्षांना बोलावून त्यांची बाजू ऐकणे, कागदपत्रे तपासणे, सूचना करणे हेही अधिकार त्यांना आहेत. (त्यांचा निर्णय बंधनकारक नसतो, तसेच आपल्यासमोरील प्रकरणाची कायदेशीर चिकित्सा ते करू शकत नाहीत.)

कलम ५ : कन्सिलिएशन बोर्ड : औद्योगिक विवादांत समझोता घडवून आणण्यासाठी हे मंडळ काम करेल. मंडळात दोन किंवा चार सदस्य असतील, ते उभय पक्षांचे समप्रमाणात प्रतिनिधित्व करतील. मंडळाचा अध्यक्ष निष्पक्ष असेल. (प्रत्यक्षात असे बोर्ड कधी पाहायला मिळत नाही.)

कलम ६ : कोर्ट ऑफ इन्क्वायरी : औद्योगिक विवादांसंबंधित एखाद्या गोष्टीची चौकशी करण्यासाठी सरकार असे कोर्ट स्थापन करेल. कोर्टाचे सर्व सदस्य निष्पक्ष असतील. (प्रत्यक्षात असे कोर्ट पाहायला मिळत नाही.)

कलम ७ : कामगार न्यायालय : खालील प्रकरणांची सुनावणी कामगार न्यायालय करेल :

१. स्टँडिंग ऑर्डर्सखाली व्यवस्थापनाने दिलेल्या आदेशाची कायदेशीर वा अन्य प्रकारे योग्यता.
२. स्टँडिंग ऑर्डर्सचा अर्थ व लागू होण्यासंबंधीची शक्यता
३. बडतर्फी - त्यासंबंधी कामावर परत घेणे वा अन्य दिलासा
४. पारंपरिक सवलत काढून घेणे
५. संप किंवा टाळेबंदी याची कायदेशीरता
६. औद्योगिक न्यायालयाच्या कक्षेबाहेरील अन्य गोष्टी

कलम ७ अ : औद्योगिक न्यायालय : औद्योगिक न्यायालय खालील विवादांची सुनावणी करेल, (शिवाय, पर्यवेक्षकीय भूमिकेतून कामगार न्यायालयावरही देखरेख करेल.)

१. पगाराचा कालावधी आणि देण्याची पद्धत
२. भत्ते
३. कामाचे तास आणि विश्रांतीच्या वेळा
४. पगारी रजा आणि सुट्ट्या
५. बोनस, पीएफ, ग्रॅच्युएटी आणि नफ्यांतील भागीदारी
६. नियमांनुसार नसलेल्या शिफ्टच्या वेळा
७. वर्गवारी
८. शिस्तीसंबंधित नियम
९. रॅशनलायझेशन
१०. नोकरकपात, व्यवसाय बंद होणे (क्लोझर)

कलम ७ ब : राष्ट्रीय न्यायालय : राष्ट्रीयदृष्ट्या महत्त्वाचे किंवा एकापेक्षा जास्त राज्यांतील संस्थांवर परिणाम होऊ शकेल, अशा विवादांची सुनावणी राष्ट्रीय न्यायालय (नॅशनल ट्रिब्यूनल) करेल.

भाग २ ए : नोटीस ऑफ चेंज (बदल करण्याबाबत सूचना)

कलम ९ ए : नोटीस ऑफ चेंज : हे कलम महत्त्वाचे आहे. कर्मचाऱ्यांना नोटीस दिल्याशिवाय आणि नोटीस दिल्यानंतर २१ दिवसांच्या आत व्यवस्थापनाला कर्मचाऱ्यांच्या सेवाशर्तींमध्ये बदल करता येणार नाही.

तथापि, करार आणि निवाडा यामुळे जर काही बदल होत असेल, तर त्यासाठी नोटीस देण्याची गरज नाही. शिवाय सध्याची मशीन्स अद्ययावत करायची असतील, त्याऐवजी नवीन आणायची असतील, संगणकीकरण (कॉम्प्युटरायझेशन) करायचे असेल, स्थिर मालमत्ता आणि उत्पादन यामध्ये वाढ होणार असेल तर आणि अशा बदलांमुळे जर कर्मचाऱ्यांचा पगार व कामाचे तास यामध्ये काही फरक पडणार नसेल तर बदलाची नोटीस देण्याची व्यवस्थापनाला गरज नाही. शिवाय, असे बदल करताना कर्मचाऱ्यांना नवीन कामासाठी प्रशिक्षण देणे व आवश्यक त्या सवलती देणे व्यवस्थापनावर बंधनकारक आहे.

कोणत्या गोष्टी बदलण्यापूर्वी नोटीस द्यावी लागेल?

१. पगार, कालावधी आणि द्यायची पद्धत
२. पीएफ, पेन्शन वगैरेसाठी व्यवस्थापन देत असलेली वर्गणी
३. भत्ते
४. कामाचे तास व विश्रांतीच्या वेळा
५. पगारी रजा आणि सुट्ट्या
६. नियमांना डावलून सुरू केलेली, बदललेली वा बंद केलेले शिफ्टचे काम
७. वर्गवारी (क्लासिफिकेशन)
८. पारंपरिक सवलती काढून घेणे वा बदलणे
९. नियमांमध्ये नसलेले शिस्तीचे नियम सुरू करणे वा सध्याचे बदलणे
१०. रॅशनलायझेशन, मशीनमधील वा पद्धतीतील सुधारणा, ज्यामुळे नोकरकपात होऊ शकेल.
११. नैमित्तिक सोडून अन्य कर्मचाऱ्यांच्या संख्येत वाढ वा कमी होणे.

कलम ९ ब : 'कलम ९ अ'मुळे एखाद्या औद्योगिक क्षेत्राला वा कर्मचाऱ्यांना नुकसान पोहोचत असेल, तर सार्वजनिक हितासाठी त्या औद्योगिक क्षेत्राला वा कर्मचाऱ्यांना सरकार 'कलम ९ अ'मधून पूर्ण वा काही अटींवर अंशतः सूट देऊ शकेल.

भाग २ ब : तक्रार निवारण

कलम ९ सी : २० किंवा जास्त कर्मचारी असलेल्या प्रत्येक संस्थेला तक्रार निवारण समिती स्थापन करावी लागेल. समितीत जास्तीत जास्त सहा सदस्य असतील. व्यवस्थापन आणि कर्मचारी यांचे समान प्रतिनिधी असतील. प्रत्येक दोन सदस्यांमागे एक महिला असेल. समितीचा अध्यक्ष व्यवस्थापन आणि कर्मचारी यांच्यामधून आळीपाळीने निवडला जाईल. तक्रारदाराने लेखी तक्रार केल्यानंतर तीस दिवसांत समितीला त्याबाबत निर्णय घ्यावा लागेल. कर्मचाऱ्याला तो मान्य नसल्यास तो व्यवस्थापनाकडे अपील करू शकेल, व्यवस्थापनाला त्यावर एका महिन्यात निर्णय घेऊन कर्मचाऱ्याला कळवावा लागेल. संस्थेत आधीच तक्रार निवारण समिती असल्यास हे कलम लागू होणार नाही.

भाग ३ : रेफरन्स

कलम १० : एखादा औद्योगिक विवाद निर्माण झाला आहे किंवा निर्माण होण्याची शक्यता आहे असे सरकारला जेव्हा वाटेल तेव्हा सरकार तो विवाद कन्सिलिएशन बोर्ड, किंवा कोर्ट ऑफ इन्क्वायरी किंवा कामगार न्यायालय किंवा औद्योगिक न्यायालय यांच्याकडे सोपवेल. व्यवस्थापन आणि युनियन एकत्रितपणे किंवा स्वतंत्ररीत्याही आपला विवाद अशा प्रकारे सोपवू शकतात. तथापि, युनियन जर स्वतंत्रपणे असा अर्ज करत असेल तर तिला आपल्यामागे बहुमत आहे हे सिद्ध करून दाखवावे लागेल. असा विवाद सोपवल्यानंतर त्यासंबंधी जर संप किंवा टाळेबंदी चालू असेल तर सरकार त्याला बंदी घालू शकते. सरकार जे मुद्दे सोपवेल, त्यापलीकडे अन्य मुद्द्यांचा विचार करता येणार नाही.कर्मचारी मरण पावला तरी न्यायालय आपले कामकाज चालू ठेवून निवाडा देईल.

कलम १० ए : व्यवस्थापन आणि कामगार संघटना सहमतीने आणि लेखी करारान्वये आपल्यामधील विवाद मध्यस्थाकडे (आर्बिट्रेटर) सोपवू शकतात. असा विवाद मध्यस्थाकडे सोपवल्यानंतर त्यासंबंधी जर संप किंवा टाळेबंदी चालू असेल तर सरकार त्याला बंदी घालू शकते. जर मध्यस्थ एकापेक्षा जास्त असतील आणि त्यांची परस्परविरोधी समान मते पडली, तर व्यवस्थापन अन्य एका व्यक्तीची पंच म्हणून निवड करेल आणि त्याचे मत निर्णायक ठरेल. मध्यस्थाचा निवाडा उभय पक्षांवर बंधनकारक राहील.

(मध्यस्थाचा निर्णय बंधनकारक असतो. त्यामुळे, मध्यस्थाची विचारसरणी काय असेल? तो पक्षपाती असेल काय? तो कोणत्या आमिषांना बळी पडेल काय? अशा प्रकारच्या शंकांमुळे हा मार्ग प्रत्यक्षात चोखाळला जात नाही.)

(प्रत्यक्षात जास्त अनुभव येतो तो बडतर्फीच्या प्रकरणांचा. बडतर्फ कर्मचारी समेट अधिकाऱ्याकडे आपल्या बडतर्फीविरुद्ध तक्रार करतो. समेट अधिकारी उभय पक्षांना बोलावून त्यांची बाजू ऐकून घेतो. कागदपत्रे तपासतो, कामकाजाच्या इतिवृत्ताची नोंद ठेवून त्यावर उभयतांच्या सह्या घेतो, तोडगा काढण्याचा प्रयत्न करतो, तो अयशस्वी ठरल्यावर मग समेट अधिकारी कामगार आयुक्तांना आपण अयशस्वी ठरल्याचा अहवाल देतो. त्याला 'फेल्युअर रिपोर्ट' म्हणतात. मग आयुक्त हे प्रकरण, न्यायालयाकडे सोपवतात, रेफरन्सच्या खूप केसेस या बडतर्फीच्याच असतात.)

(आपल्यासमोर चालू असलेल्या सुनावणीतील कर्मचाऱ्यांची जर व्यवस्थापनाने बदली केली तर ती रद्द करण्याचा अधिकार समेट अधिकाऱ्याला नाही.)

न्यायालयीन निष्कर्ष

१. समेट अधिकारी आपल्यासमोरील प्रकरणाचा न्यायनिवाडा करू शकत नाही. प्रकरणाच्या गुणवत्तेवर, घटनांवर ते मत देऊ शकत नाहीत. आपण समझोत्यासाठी काय प्रयत्न केले, ते का विफल झाले, एवढेच ते सांगू शकतात. *कर्नाटक उच्च न्यायालय, जे के इंडस्ट्रीज, सीएलआर मार्च २०१६*

२. औद्योगिक विवाद नोंदवण्यासाठी कालमर्यादा नाही. उशीर झाला तर, त्याचे स्पष्टीकरण आवश्यक आहे. पण केवळ त्या कारणासाठी तक्रार फेटाळता येणार नाही, न्याय मिळणे महत्त्वाचे आहे. *हिमाचल प्रदेश उच्च न्यायालय, राज्य सरकार, सीएलआर मार्च २०१६; इंदरसिंग, सीएलआर फेब्रुवारी २०१६*

३. न्यायालय रेफरन्समध्ये नमूद केलेल्या मुद्द्यांबाहेर जाऊ शकत नाही. *हिमाचल प्रदेश उच्च न्यायालय, करमसिंग, सीएलआर जानेवारी २०१६*

४. सबळ कारण असेल तर सोळा वर्षांनी तक्रार करायला हरकत नाही. *राजस्थान उच्च न्यायालय, राजस्थान एसटी सीएलआर जानेवारी २०१६*

५. न्याय्य दिरंगाईसाठी कर्मचाऱ्याचा अर्ज फेटाळणे योग्य नाही. न्यायालयाने निर्णय घ्यायचा असतो, प्रकरण रद्द करण्याचा कामगार न्यायालयाला अधिकार नाही. *छत्तीसगढ उच्च न्यायालय, हेमंत नायक, सीएलआर जानेवारी २०१६*

६. कर्मचाऱ्याच्या हिताविरुद्ध आणि त्याची बाजू न ऐकता त्याच्या सेवाशर्ती बदलता येत नाहीत, त्याची पदावनती करता येत नाही, कमी कौशल्य असलेल्या जागेवर बदली करता येणार नाही. *उत्तराखंड उच्च न्यायालय, उ.प्र. जल निगम, सीएलआर जुलै २०१५*

७. केंद्रीय कर्मचाऱ्याच्या विवादाचा रेफरन्स राज्य सरकार करू शकत नाही. *राजस्थान उच्च न्यायालय, केंद्रीय कृषी महामंडळ, सीएलआर जुलै २०१५*

८. वेतनकरार समेटामध्ये झाला नसेल तर करारावर सही न करणाऱ्या युनियनवर तो बंधनकारक नाही. *मद्रास उच्च न्यायालय, हिंदुस्थान युनिलिव्हर, सीएलआर ऑक्टोबर २०१५*

९. रेफरन्सचे सरकारचे काम प्रशासकीय स्वरूपाचे आहे, मागणी योग्य आहे का अयोग्य, गुणवत्ता काय, हे न्यायालय बघेल, सरकार नाही. *केरळ उच्च न्यायालय, कोचीन बंदर, सीएलआर मे २०१५*

१०. दिरंगाईसाठी कर्मचाऱ्याला न्याय नाकारता येणार नाही. दिरंगाईबाबत न्यायालय ठरवेल, कामगार आयुक्त नाही. *हिमाचल प्रदेश उच्च न्यायालय, हिमाचल प्रदेश वीज मंडळ, सीएलआर मे २०१५*

११. तक्रार दिरंगाईने करण्यासाठी कर्मचाऱ्याकडे समाधानकारक कारणे नसली, दिरंगाई अक्षम्य आणि प्रदीर्घ असली की त्याचा आपोआप अर्थ असा होतो की विवाद संपला आहे. *राजस्थान उच्च न्यायालय, रामकिशोर, सीएलआर ऑक्टोबर २०१४*

१२. समेट अधिकाऱ्यासमोर प्रकरण असताना कर्मचाऱ्याची बडतर्फी, त्याच्या सेवाशर्तीत बदल असे करता येत नाही. *गुजरात उच्च न्यायालय, रजनीकांत, सीएलआर डिसेंबर २०१४*

१३. बडतर्फीविरुद्धची तक्रार करण्याची कालमर्यादा तीन वर्षे आहे. कलम २अ (ड)नुसार केलेली दुरुस्ती कलम १० ला लागू आहे. *कोलकाता उच्च न्यायालय, स्वप्ना अधिकारी, सीएलआर ऑक्टोबर २०१४*

१४. संप हे शेवटचे हत्यार आहे. त्यामुळे समाज आणि अर्थव्यवस्था दोन्हीला धोका पोहोचतो. तो टाळण्यासाठी समेटाची बोलणी चालू असताना कामगारांना संप किंवा कामात अडथळा आणणारे दुसरे आंदोलन करता येणार नाही. *मुंबई उच्च न्यायालय, भारत पेट्रोलियम, सीएलआर सप्टेंबर २०११*

१५. पेट्रोलसारख्या अत्यावश्यक गोष्टींचा पुरवठा करण्याची जबाबदारी असलेल्या कामगारांच्या युनियनविरुद्ध रिट आदेश देता येतो. *मुंबई उच्च न्यायालय, भारत पेट्रोलियम, सीएलआर सप्टेंबर २०११*

१६. विवाद न्यायालयाकडे पाठवण्यापूर्वी व्यवस्थापनाची बाजू ऐकण्याचे बंधन कामगार आयुक्तांवर नाही. *पंजाब उच्च न्यायालय, हरयाणा औद्योगिक महामंडळ, सीएलआर मे २०१०*

भाग ४ : प्रशासकीय यंत्रणांचे अधिकार

कलम ११ ए : हे या कायद्यातील खूप महत्त्वाचे कलम आहे. ज्यानुसार, बडतर्फीचे एखादे प्रकरण न्यायालयाकडे सोपवले असेल आणि बडतर्फी अन्यायकारक आहे असे जर न्यायालयाचे मत झाले, तर बडतर्फीचा आदेश रद्द करून कर्मचाऱ्याला कामावर परत घेण्यास आणि कोणत्या अटींवर परत घ्यायचे यासंबंधीचा आदेश न्यायालय व्यवस्थापनाला देऊ शकते. बडतर्फीऐवजी अन्य कोणतीही सौम्य शिक्षा वा दुसरा दिलासा न्यायालय कर्मचाऱ्याला देऊ शकते.

न्यायालयीन निष्कर्ष

१. बडतर्फी रद्द झाली, पण मागील काळाचा पगार न्यायालयाने नाकारला तर बडतर्फीच्या काळातील वेतनवाढी देण्याची गरज नाही. *राजस्थान उच्च न्यायालय, राजस्थान एसटी सीएलआर मार्च २०१६*

२. भ्रष्टाचार नाही तर अनियमितता आहे, अनियमिततेसाठी बडतर्फी अतिकठोर शिक्षा आहे. *उत्तराखंड उच्च न्यायालय, डी. सी. पांडे, सीएलआर जुलै २०१५*

३. कोणाचे आजारपण, मृत्यू यामुळे कर्मचारी गैरहजर राहिला तर ती जाणीवपूर्वक गैरहजेरी ठरत नाही. जाणीवपूर्वक गैरहजेरी असेल तरच ते गैरवर्तन ठरते आणि त्याविरुद्ध कारवाई करता येते. *सर्वोच्च न्यायालय, आय.बी. सीएलआर मार्च २०१२*

४. मुदतीची नियुक्ती संपून गेल्यानंतर शिस्तभंगाची कारवाई करता येणार नाही. *गुजरात उच्च न्यायालय, मितुल सवानी, सीएलआर मे २०१३*

५. नोकरीसाठी अर्ज करताना माहिती लपवली म्हणून सरळ बडतर्फी योग्य नाही. कोणती माहिती लपवली, ती किती गंभीर व परिणामकारक होती हे महत्त्वाचे. *गुजरात उच्च न्यायालय, कनक ठाकोर, सीएलआर मार्च २०१३*

६. अधिकाऱ्यांच्या नियुक्तिपत्रांतील 'कोणतेही कारण न देता नोटीस-पगार देऊन काढण्याची' तरतूद घटनाविरोधी व बेकायदा आहे. *सर्वोच्च न्यायालय, बामर लॉरी, सीएलआर एप्रिल २०१३*

७. सुरक्षारक्षकाने सुरक्षेकडे केलेले दुर्लक्ष हा गंभीर प्रकार आहे आणि त्यासाठी बडतर्फी योग्य आहे. *सर्वोच्च न्यायालय, गृहमंत्रालय, सीएलआर मार्च २०१६*

८. ड्रायव्हरच्या रक्तात दारूचे प्रमाण किती आहे हे महत्त्वाचे नाही, तो थोडी जरी दारू प्यायला तरी प्रवासी, रस्त्यावरील लोक आणि मालमत्ता यांना धोका पोहोचतो. त्यामुळे ड्रायव्हरवर शिस्तभंगाची कारवाई आवश्यक आहे. *आंध्र प्रदेश उच्च न्यायालय, आंध्र एसटी सीएलआर मार्च २०१६*

९. वरिष्ठ अधिकारी जर चौकशी अधिकाऱ्याच्या निष्कर्षांशी सहमत नसेल तर त्याने त्याची कारणे देणे आवश्यक आहे, त्यावर कर्मचाऱ्याचे मत घेऊन त्याने आपला निर्णय घ्याव, अन्यथा नैसर्गिक न्यायतत्त्वांचा भंग होईल. *गुवाहाटी उच्च न्यायालय, न्यू इंडिया अॅशुरन्स कंपनी, सीएलआर मार्च २०१६*

१०. 'एसटी'सारख्या सार्वजनिक सेवेमध्ये सतत गैरहजर राहणारे कर्मचारी अडचणी निर्माण करतात, व्यवस्थापनाचा त्यांच्यावरचा विश्वास उडणे स्वाभाविक आहे, त्यांची बडतर्फी योग्य आहे. *मुंबई उच्च न्यायालय, एसटी; गुवाहाटी उच्च न्यायालय, युनायटेड इंडिया इन्शुरन्स कंपनी, सीएलआर मार्च २०१६*

११. शिक्षा अतिकठोर, अवास्तव आणि न पटण्याजोगी आहे याचा पुरावा कर्मचाऱ्याने द्यायला पाहिजे. *दिल्ली उच्च न्यायालय, जे के इंडस्ट्रीज, सीएलआर फेब्रुवारी २०१६*

१२. बडतर्फी बेकायदा म्हणून कर्मचाऱ्याची सेवानियमितता करा, असे होत नाही. कामावर घ्यायचे का नुकसानभरपाई द्यायची, ते प्रत्येक प्रकरणावर अवलंबून राहील. *मुंबई उच्च न्यायालय, भंडारा जिल्हा बँक, सीएलआर जानेवारी २०१६*

१३. पुरावा तपासण्याचे व छाननीचे काम कामगार न्यायालयाचे आहे, उच्च न्यायालयाचे नाही. *आंध्र प्रदेश उच्च न्यायालय, आंध्र प्रदेश एसटी, सीएलआर फेब्रुवारी २०१६*

१४. गैरवर्तनाच्या मानाने शिक्षा अतिकठोर असेल तर ती रद्द केली पाहिजे. *गुजरात उच्च न्यायालय, गुजरात एसटी सीएलआर फेब्रुवारी २०१६*

१५. बडतर्फी चुकीची वाटली म्हणजे आपोआप परत कामावर घेणे, असे होत नाही. कायम कामगार व रोजंदारीवरील कामगार यांच्यात फरक आहे. नियुक्तीची पद्धत, कामाचे स्वरूप, एकूण सेवाकाळ, बडतर्फीचे प्रकरण, बडतर्फीला किती काळ लोटला, तक्रार उशिरा का केली, या सर्वांचा विचार होणे आवश्यक आहे. रोजंदारीवरील कामगारांना पुन्हा नोकरीऐवजी नुकसानभरपाई द्यावी. *मुंबई उच्च न्यायालय, घाटघर प्रकल्प, सीएलआर डिसेंबर २०१५*

१६. पैसे किती खाल्ले, हे महत्त्वाचे नाही; पण अशा वर्तनाने विश्वासघात होतो, अशा कर्मचाऱ्यावरचा व्यवस्थापनाचा विश्वास उडतो. भ्रष्ट कर्मचाऱ्याला सहानुभूती न दाखवता बडतर्फ करणेच योग्य आहे. *अलाहाबाद उच्च न्यायालय, उत्तर प्रदेश एसटी, सीएलआर डिसेंबर २०१५*

१७. वरिष्ठाला शिवीगाळ केली, या एकाच कारणासाठी बडतर्फी करणे चूक आहे. *गुवाहाटी उच्च न्यायालय, जोलासिंग छेत्री, सीएलआर डिसेंबर २०१५*

१८. समान आरोप असलेल्या कर्मचाऱ्यांना शिक्षा देताना, त्यांच्यामध्ये भेदभाव करता येणार नाही. *पंजाब उच्च न्यायालय, स्टेट बँक, सीएलआर ऑक्टोबर २०१५*

१९. शिव्या देताना परिस्थिती काय होती, याचा व्यवस्थापनाने विचार करावा. केवळ शिव्या दिल्या म्हणून बडतर्फीची शिक्षा फार कठोर आहे. *कोलकाता उच्च न्यायालय, रेल्वे पोलीस दल, सीएलआर ऑगस्ट २०१५; सर्वोच्च न्यायालय, एलएमएल, सीएलआर डिसेंबर २०१४*

२०. बडतर्फी रद्द ठरली म्हणजे पुन्हा नोकरी, मागील काळाचा पगार, अखंडित सेवा असे आपोआप होत नाही. ते प्रत्येक प्रकरणावर अवलंबून राहील. दहा वर्षांनी तक्रार करायची आणि त्या काळासाठी पगार मागायचा, असे चालणार नाही. *मुंबई उच्च न्यायालय, मुळा प्रवरा विद्युत संस्था, सीएलआर ऑगस्ट २०१४*

२१. बडतर्फीनंतर आपण नोकरीसाठी काय केले, आपली गुजराण कशी झाली, आपण बेकार होतो, हे कर्मचाऱ्याने सिद्ध केले नाही तर त्याला मागील काळाचा पगार मिळणार नाही. *काश्मीर उच्च न्यायालय, काश्मीर पर्यटन, सीएलआर ऑगस्ट २०१४*

२२. गंभीर गुन्ह्याबद्दल बडतर्फ केलेल्या कर्मचाऱ्याला न्यायालयांनी सहानुभूती दाखवू नये. *मुंबई उच्च न्यायालय, जळगाव जि.प. सीएलआर सप्टेंबर २०१५*

२३. गैरहजेरीबद्दल कर्मचाऱ्याला बडतर्फ करताना पूर्वीची गैरहजेरी, नंतरची गैरहजेरी विचारात घ्यायची असेल, तर ते कर्मचाऱ्याच्या निदर्शनास आणून देणे आवश्यक आहे. अन्यथा नैसर्गिक न्यायतत्त्वांचा भंग होईल. *पाटणा उच्च न्यायालय, उत्तर रेल्वे, सीएलआर जून २०१५*
२४. विनाचौकशी बडतर्फी बेकायदा आहे. *गुजरात उच्च न्यायालय, माणिकलाल लायब्ररी, सीएलआर जून २०१५; मद्रास उच्च न्यायालय, विपणन महामंडळ, सीएलआर जून २०१५*
२५. कर्मचाऱ्याकडे मेडिकल बिले, रेकॉर्ड आणि प्रिस्क्रिप्शन नाहीत. त्यामुळे त्याची मेडिकल सर्टिफिकेट मान्य करता येणार नाहीत. *कर्नाटक उच्च न्यायालय, कर्नाटक एसटी, सीएलआर नोव्हेंबर २०१४*
२६. वेतनकरारांतील तरतुदी नवीन वेतनकरार करूनच रद्द करता येतील, परिपत्रक काढून किंवा वेतनश्रेणीची पुनर्रचना करून नव्हे. *आंध्र प्रदेश उच्च न्यायालय, आंध्र एसटी, सीएलआर जुलै २०१३*
२७. कायद्यानुसार औद्योगिक न्यायालय अंतरिम दिलासा देऊ शकते. तो अंतिम निर्णय नाही, त्यामुळे त्याविरुद्ध उच्च न्यायालयात रिट अर्जाद्वारे अपील करता येणार नाही. *राजस्थान उच्च न्यायालय, राजस्थान एसटी, सीएलआर जुलै २०१३*
२८. नियमांनुसार स्वेच्छानिवृत्तीनंतर चौकशी करता येते. पण, एकदा का कर्मचारी स्वेच्छानिवृत्त झाला की तो कर्मचारी राहत नाही आणि त्याला सक्तीने निवृत्त करता येत नाही. *अलाहाबाद उच्च न्यायालय, त्रिवेणी लि., सीएलआर जून २०१४*
२९. कंपनीबाहेर घडलेल्या हिंसेमुळे कंपनीतील कामावर परिणाम होतो. त्यामुळे अशा बाहेर घडलेल्या घटनांसाठी कर्मचाऱ्यांवर कारवाई करता येते. शिवाय हिंसेसाठी बडतर्फी योग्यच आहे. *मुंबई उच्च न्यायालय, इंडियन एक्स्प्रेस, सीएलआर जून २०१४*
३०. सततची गैरहजेरी हा गंभीर गुन्हा आहे. *कर्नाटक उच्च न्यायालय, विक्रांत टायर्स, सीएलआर डिसेंबर २०१३*
३१. कामगार न्यायालयाचा निर्णय पुराव्यावर आधारित नसेल, कायद्याची काही तत्त्वे ज्यामध्ये दुर्लक्षित झाली असतील, महत्त्वाचा पुरावा विचारात घेतला नसेल, निर्णय विकृत, असेल तरच उच्च न्यायालय त्यामध्ये हस्तक्षेप धरेल, अन्यथा नाही. *मद्रास उच्च न्यायालय, तामिळनाडू एसटी, सीएलआर फेब्रुवारी २०१५*
३२. कर्मचाऱ्याची गैरहजेरी जाणीवपूर्वक असेल, सतत असेल, कामाचा खोळंबा व्हावा म्हणून असेल तरच गैरहजेरीसाठी बडतर्फ करता येईल, अन्यथा नाही. *मद्रास उच्च न्यायालय, तामिळनाडू एसटी, सीएलआर डिसेंबर २०१३*
३३. एखाद्याच्या हक्कावर गदा आली तरच रिट अर्ज करता येतो. 'कारणे दाखवा' नोटीस किंवा आरोपपत्र यामुळे कोणाच्या हक्कावर गदा येत नाही. चौकशी अधिकारी पक्षपाती असू शकेल, या भीतीने आरोपपत्र रद्द करता येत नाही. *कोलकाता उच्च न्यायालय, ग्लुकोनेट हेल्थ, सीएलआर डिसेंबर २०१३*
३४. औद्योगिक न्यायालयाचा निर्णय मॅन्डॅमस रिट अर्जाद्वारे अमलात आणता येत नाही. *कोलकाता उच्च न्यायालय, अनिरुद्ध मन्ना, सीएलआर डिसेंबर २०१३*
३५. बडतर्फी रद्द झाली तर बडतर्फी काळाचा पूर्ण पगार कधी मिळेल? कर्मचाऱ्याचा एकूण सेवाकाळ, गैरवर्तनाचे स्वरूप, कंपनीची आर्थिक स्थिती, बडतर्फीच्या काळात कर्मचाऱ्याने नोकरीसाठी केलेले प्रयत्न, या गोष्टी

विचारात घ्यायला लागतील. पण, चौकशी नियमांनुसार झाली नाही, नैसर्गिक न्यायतत्त्वांचा भंग झाला, कर्मचारी दोषी नाही, आरोप खोटे आहेत, सूडबुद्धीने कारवाई केली आहे असे असेल तर कर्मचाऱ्याला पूर्ण पगार मिळायला हवा. निकाल उशिरा झाला म्हणून कर्मचाऱ्याला फटका बसता कामा नये. *मुंबई उच्च न्यायालय, शशिकांत नारकर, सीएलआर डिसेंबर २०१४*

३६. गैरवर्तन सिद्ध झाले की शिक्षा देण्याचा अधिकार व्यवस्थापनाचा आहे, न्यायालयाचा नव्हे. शिक्षा अवास्तव आणि धक्कादायक असेल तरच न्यायालय त्यामध्ये हस्तक्षेप करू शकते. न्यायालयाचे अधिकार मर्यादित आहेत. *सर्वोच्च न्यायालय, आयुर्विमा महामंडळ, सीएलआर नोव्हेंबर २०१४*

३७. पक्षकाराच्या गैरहजेरीत निकाल दिला किंवा प्रक्रियेत काही चूक झाली तरच औद्योगिक न्यायालय आपल्यासमोरील प्रकरणाचा पुनर्विचार करू शकते, अन्यथा नाही. *कर्नाटक उच्च न्यायालय, एचपीएल, सीएलआर जुलै २०१४*

३८. बडतर्फीच्या काळात आपण बेकार होतो, असा कर्मचाऱ्याचा दावा नाही; त्यामुळे त्याला बडतर्फीच्या काळाचा पगार मिळणार नाही. *मुंबई उच्च न्यायालय, एसटी, सीएलआर जुलै २०१४*

३९. निवृत्तीला एकच वर्ष बाकी आहे म्हणून भ्रष्ट कर्मचाऱ्याला सहानुभूती दाखवणे योग्य नाही. *उत्तराखंड उच्च न्यायालय, महेश चंद्र, सीएलआर फेब्रुवारी २०१४*

४०. बडतर्फी रद्द झाल्यास कामगाराला काय दिलासा मिळावा, यासाठी सर्वोच्च न्यायालयाची मार्गदर्शक तत्त्वे :

अ) बडतर्फी चूक ठरल्यास सामान्यपणे पुन्हा कामावर घेणे, अखंडित सेवा आणि मध्यंतरीच्या काळाचा पूर्ण पगार द्यावा,

ब) कर्मचाऱ्याचा एकूण सेवाकाळ, गैरवर्तनाचे स्वरूप, कंपनीची आर्थिक स्थिती वगैरेंचा विचार व्हावा.

क) बडतर्फीच्या काळात आपल्याला कमी पगाराची किंवा नोकरीच नव्हती, असे कर्मचाऱ्याचे प्रतिपादन.

ड) चौकशी योग्य प्रकारे झाली असेल, पण शिक्षा अवास्तव असेल तर पूर्ण पगार देण्याची गरज नाही. मात्र, चौकशी चुकीची, आरोप खोटे असतील तर पूर्ण पगार देणे योग्य ठरेल.

इ) पूर्ण बेकायदा, सूडबुद्धीची बडतर्फी असेल तर पूर्ण पगार द्यावा.

ई) निकाल उशिरा लागला म्हणून पगार कमी करू नये.

फ) बडतर्फी रद्द करून कर्मचाऱ्यास परत कामावर घेतल्यास सेवाकाळ अखंडित धरावा.

ग) सूडबुद्धीने वागणाऱ्या कंपनीला काही मदत होईल, असे टाळावे.

पंजाब उच्च न्यायालय, स्टेट बँक ऑफ इंडिया, सीएलआर सप्टेंबर २०१४

४१. नियमबाह्य रीतीने नोकरी मिळवणाऱ्या कर्मचाऱ्याचा नोकरीवर हक्क नाही. त्याची बडतर्फी योग्य आहे. *सर्वोच्च न्यायालय, चंद्रशेखर पाठक, सीएलआर सप्टेंबर २०१४*

४२. नोकरीच्या वेळी महत्त्वाची माहिती लपवणे, ही अनैतिकता आहे. अशा अप्रामाणिक व्यक्तींना त्यांच्या खोटेपणाचा फायदा मिळता कामा नये. बडतर्फी योग्यच आहे. *सर्वोच्च न्यायालय, देवेंद्रकुमार, सीएलआर डिसेंबर २०१३*

४३. शिक्षा योग्य आहे की नाही, हे न्यायालयाने तपासू नये. न्यायालयाचे अधिकार मर्यादित आहेत, शिक्षा

अति अवास्तव असेल तरच न्यायालय हस्तक्षेप करू शकेल. प्रक्रियेतील त्रुटी मनाला न पटणारी असेल तर न्यायालय हस्तक्षेप करेल. पण पुराव्याचा पुनर्विचार करायचा, दुसरी शिक्षा शक्य होती म्हणून ती द्यायची, हे न्यायालयाचे काम नाही. शिक्षा चुकीची वाटली तर न्यायालयाने प्रकरण पुनर्विचारासाठी संबंधित अधिकाऱ्याकडे पाठवावे, स्वतः दुसरी शिक्षा देऊ नये. बडतर्फीनंतर कुटुंबीयांना आर्थिक त्रास होईल; याचा विचार कर्मचाऱ्याने करायचा, न्यायालयाने नव्हे. न्यायालयांनी उगीच सहानुभूती दाखवू नये. *सर्वोच्च न्यायालय, हुसेन, सीएलआर जानेवारी २०१४*

४४. ज्या प्रकरणात आर्थिक बाबी गुंतल्या आहेत, निकालामुळे काही साहाय्य होणार असेल तर असे प्रकरण कर्मचारी मरण पावला तरी त्याचे वारस पुढे चालू ठेवतात. *मुंबई उच्च न्यायालय, भंडारा नगरपालिका, सीएलआर मे २०१४*

४५. नियमांविरुद्ध आणि एखाद्या अधिकाऱ्याच्या मर्जीनुसार केलेल्या नियुक्तीला कायदेशीर आधार नाही. सरकारी नोकरीसाठी सर्वांना समान संधी हवी. *मुंबई उच्च न्यायालय, संजय यादव, सीएलआर फेब्रुवारी २०१४*

४६. माओ-समर्थक असणे, तसे विचार मांडणे हा गुन्हा नाही. त्यासाठी बडतर्फी चूक आहे. *आंध्र प्रदेश उच्च न्यायालय, स्टेट बँक, सीएलआर फेब्रुवारी २०१३*

४७. जास्त काम करायला सांगणे म्हणजे सेवाशर्तीत बदल आहे आणि त्यासाठी ९ ए खाली नोटीस ऑफ चेंज देणे आवश्यक आहे. *सर्वोच्च न्यायालय, सुंदरम इंडस्ट्रीज, सीएलआर जानेवारी २०१४*

४८. एड्‌समुळे कामावर व तब्येतीवर परिणाम झाला, या कारणास्तव कर्मचाऱ्याची बडतर्फी चूक आहे. अशा व्यक्तींना पाठिंबा आवश्यक असतो. घटनेच्या कलम १४ ने समानतेचा तर कलम २१ ने आयुष्य जगण्याचा हक्क दिला आहे. *मुंबई उच्च न्यायालय, एसटी महामंडळ, सीएलआर जानेवारी २०१४*

४९. गंभीर गैरवर्तनासाठी बडतर्फी योग्य आहे. मग सर्व्हिस रेकॉर्ड स्वच्छ असून उपयोग नाही. *मुंबई उच्च न्यायालय, होली स्पिरीट हॉस्पिटल, सीएलआर ऑक्टोबर २०१२*

५०. ७९ चुकांनंतर कर्मचाऱ्याची करण्यात आलेली बडतर्फी योग्यच आहे. अशा कर्मचाऱ्याला फक्त सरकारी खातेच नोकरीत चालू ठेवू शकते. सरकारी कर्मचाऱ्यांकडून मग शिस्त आणि सेवा यांची अपेक्षा कशी करायची? *गुजरात उच्च न्यायालय, गुजरात एसटी सीएलआर फेब्रुवारी २०१३*

५१. संप कायदेशीर आणि योग्य, न्याय्य कारणांसाठी असेल आणि संपकाळात हिंसेचे प्रकार घडले नसतील तर संपकाळासाठी कामगारांना त्यांचा पगार मिळेल; हेच तत्त्व टाळेबंदीला लागू आहे, अशा टाळेबंदीच्या काळाचा पगार कर्मचाऱ्यांना मिळणार नाही. हे न्यायालयीन तत्त्व आहे.

५२. कर्मचाऱ्याला गैरवर्तनाबद्दल २४ वर्षांनी शिक्षा करता येणार नाही. दिरंगाईला तो जबाबदार नाही. *आंध्र प्रदेश उच्च न्यायालय, एसटी, सीएलआर एप्रिल २०१४*

५३. निष्काळजीपणासाठी हकालपट्टी ही अतिकठोर शिक्षा आहे. *ओरिसा उच्च न्यायालय, तिलाचल ग्रामीण बँक, सीएलआर जानेवारी २०१३*

५४. राजीनामा दिलेला कर्मचारी जोपर्यंत व्यवस्थापन त्याला नोकरीतून मुक्त केल्याचे पत्र देत नाही, तोपर्यंत राजीनामा परत घेऊ शकतो. *कर्नाटक उच्च न्यायालय, कॅम्प्को, सीएलआर ऑक्टोबर २०११*

न्यायालयीन निष्कर्ष : फौजदारी आणि चौकशी

१. केवळ फौजदारी खटला चालू आहे, प्रलंबित आहे म्हणून कर्मचाऱ्याचे चारित्र्य संशयास्पद किंवा असमाधानकारक बनत नाही. *राजस्थान उच्च न्यायालय, राजस्थान विद्युत निगम, सीएलआर मार्च २०१६*

२. हिंसा आणि अनैतिक वर्तनाबद्दल फौजदारी न्यायालयाने शिक्षा ठोठावलेल्या सुरक्षारक्षकाची विनाचौकशी बडतर्फी योग्य आहे. *आंध्र प्रदेश उच्च न्यायालय, सीएलआर ऑगस्ट २०१४*

३. पोलिसांनी कंपनीच्या आवारातून कर्मचाऱ्याला पकडून नेले असताना कर्मचाऱ्याला गैरहजेरीच्या आरोपावरून आरोपपत्र देणे चूक आहे. *मद्रास उच्च न्यायालय, टी टी के कंपनी, सीएलआर ऑगस्ट २०१४*

४. फौजदारी प्रक्रियेमध्ये अडकल्याने बडतर्फ झालेल्या कर्मचाऱ्याला निर्दोष सुटल्यानंतर परत कामावर घेण्यात आले. मध्यंतरीच्या काळात त्याने काम केलेले नाही, त्याचे वर्तनही संपूर्णपणे स्वच्छ नव्हते, त्यामुळे मागील काळाचा पगार, बाकीचे फायदे हे आपोआप होणार नाही. सर्व विचार करून व्यवस्थापनानेच निर्णय घ्यावा. *ओरिसा उच्च न्यायालय, ओरिसा एसटी सीएलआर जून २०१५*

५. फौजदारी खटल्यात शिक्षा झाली म्हणून कर्मचाऱ्याला नोकरीतून काढले. व्यवस्थापनाने स्वत: काही कारवाई केली नाही. मग अपिलात कर्मचारी निर्दोष सुटला तर त्याला कामावर परत घ्यायला पाहिजे. *गुजरात उच्च न्यायालय, सॅम्युएल फिलिप्स, सीएलआर नोव्हेंबर २०१४*

६. फौजदारी खटल्यातून मुक्तता ही निर्दोष मुक्तता; त्यामध्ये सन्माननीय मुक्तता, संशयाचा फायदा देऊन केलेली मुक्तता, तांत्रिक कारणाने केलेली सुटका, पुरावा नीट सादर न केल्याने झालेली मुक्तता, असा भेदभाव करता येणार नाही. मूलभूत नियम ५४ ब मधूनही 'सन्माननीय मुक्तता' हे शब्द वगळण्यात आले आहेत. *दिल्ली उच्च न्यायालय, वीजमंडळ, सीएलआर जून २०१४*

७. फौजदारी खटल्यामुळे निलंबित केलेला कर्मचारी निर्दोष सुटल्यावर परत कामावर येतो. त्याला निलंबित काळाचा पूर्ण पगार द्यायचा का, त्याने या काळात अजिबात काम केलेले नाही, निर्वाहभत्ता मिळण्यासाठी त्याने कोर्ट कामकाज लांबवले आहे का, हे निलंबन पूर्णत: अन्याय्य होते का, पूर्ण पगार दिल्यावर शिस्तीचा बोजवारा उडेल, या सर्वांचा विचार करून व्यवस्थापनाने निर्णय घ्यावा. *दिल्ली उच्च न्यायालय, वीजमंडळ, सीएलआर जून २०१४*

८. फौजदारी खटला सामाजिक हितासाठी, तर खातेनिहाय चौकशी ही संस्थेमध्ये शिस्त ठेवण्यासाठी असते. या दोन्ही वेगवेगळ्या गोष्टी आहेत आणि त्या एकाच वेळी चालू ठेवता येतील. फौजदारीतील पुरावा स्पष्ट आणि बिनचूक असला पाहिजे, चौकशीतील पुरावा फक्त गैरवर्तनाची शक्यता सिद्ध करणारा असला तरी चालतो. *अलाहाबाद उच्च न्यायालय, बलराज पदोरिया, सीएलआर डिसेंबर २०१३*

९. फौजदारीतील आरोप गंभीर असतील, प्रश्न व पुरावा गुंतागुंतीचा असेल, चौकशीमुळे कर्मचाऱ्याचा फौजदारीतील बचाव अडचणीत येणार असेल तर फौजदारी चालू असेपर्यंत न्यायालयाने चौकशीला स्थगिती देणे योग्य ठरेल. पण, फौजदारी खटला लांबला तर सर्वांवरच अन्याय होईल. अशा वेळी न्यायालय मध्येच चौकशीवरील स्थगिती उठवू शकेल. *अलाहाबाद उच्च न्यायालय, बलराज भदोरिया*

सीएलआर डिसेंबर २०१३

१०. फौजदारी खटल्यातून निर्दोष सुटला म्हणून कर्मचाऱ्याला पुन्हा कामावर घेणे व्यवस्थापनावर बंधनकारक नाही. पुन्हा कामावर घेण्याची नियमात तरतूद असेल तरच ते बंधनकारक आहे. *अलाहाबाद उच्च न्यायालय, भदोरिया, सीएलआर डिसेंबर २०१३*

११. निर्दोष सुटण्याआधी कर्मचाऱ्याला शिक्षा झाली होती, तो तुरुंगात होता, नोकरीला अपात्र होता, त्या काळासाठी त्याला पगार कसा द्यायचा? *झारखंड उच्च न्यायालय, मणि रे, सीएलआर एप्रिल २०१४*

कलम १७ ए : कोणताही न्यायालयीन निवाडा वा अन्य अहवाल मिळाल्यानंतर सरकार तो तीस दिवसांत प्रसिद्ध करेल. तो प्रसिद्ध झाल्यानंतर तीस दिवसांनी अमलात येईल. त्यामुळे सामाजिक वा राष्ट्रीय हिताला बाधा येईल, असे सरकारला वाटले तर सरकार हा निवाडा / अहवाल प्रलंबित ठेवू शकते.

न्यायालयीन निष्कर्ष

फौजदारी गुन्ह्यांत शिक्षा झाली म्हणून सरळ बडतर्फी योग्य नव्हे. शिक्षा कशासाठी झाली. त्याचा नोकरीवर काय परिणाम होतो वगैरे सर्वांचा विचार झाला पाहिजे. *मुंबई उच्च न्यायालय, नागपूर जि.प., सीएलआर नोव्हेंबर २०१२*

कलम १७ बी : ही आणखी एक महत्त्वाची तरतूद आहे. कामगार न्यायालय, औद्योगिक न्यायालय यांनी कामगाराची बडतर्फी रद्द ठरवून त्याला परत कामावर घेण्यास सांगितले आणि त्याविरुद्ध जर व्यवस्थापनाने उच्च न्यायालय किंवा सर्वोच्च न्यायालय यामध्ये अपील केले तर अपिलाच्या काळात व्यवस्थापनाने कर्मचाऱ्याला त्याचा पगार देत राहणे आवश्यक आहे. (कर्मचारी बडतर्फ झाला, तेव्हा त्याला जो पगार होता; तो हा पगार असेल. त्यानंतर वेतनकरार वा अन्य कारणांनी बाकी कर्मचाऱ्यांच्या पगारात जी वाढ झालेली असेल तर ती या कर्मचाऱ्याला मिळणार नाही.) त्यासाठी मधील काळात कर्मचारी कोठेही नोकरीला असता कामा नये आणि तसे प्रतिज्ञापत्र त्याने न्यायालयाला सादर करणे आवश्यक आहे. व्यवस्थापनाने जर सिद्ध केले की कर्मचारी या काळात नोकरीवर होता आणि त्याला पुरेसे पैसे मिळत होते तर कर्मचाऱ्याला पगार न देण्याचा आदेश न्यायालय देऊ शकेल.

('कलम १७ बी'खाली मिळणारी रक्कम पगार नव्हे, तर निर्वाहभत्ता आहे. म्हणून अपील काळात कर्मचाऱ्याने निवृत्तीचे वय गाठले तरी तो चालू राहिला पाहिजे. *दिल्ली उच्च न्यायालय, सेंटॉर हॉटेल, सीएलआर २०११*)

न्यायालयीन निष्कर्ष

१. कामगाराला बडतर्फ केले, का त्याची कायदेशीर सेवासमाप्ती झाली, हा मुद्दा कलम १७ बी साठी गौण आहे. कर्मचाऱ्याने अपील केले की अपील काळात त्याला १७ बी प्रमाणे पगार देणे व्यवस्थापनावर बंधनकारक आहे. *मद्रास उच्च न्यायालय, फ्लोरम शूज, सीएलआर ऑगस्ट २०१५*

२. अपील काळातील कलम १७ बी खालील पगार कामगार न्यायालय बडतर्फी ज्या दिवशी रद्द करेल, त्या

निकालाच्या दिवसापासून सुरू होईल; व्यवस्थापन अपील करेल त्या दिवसापासून नव्हे. *झारखंड उच्च न्यायालय, सीएलआर ऑगस्ट २०१४*

३. कलम १७ बी खाली पगार देण्यात येतो, त्यामध्ये मालक-कर्मचारी हे नाते अभिप्रेत आहे.हा पगार कर्मचाऱ्याने निवृत्तीचे वय गाठले की थांबवला पाहिजे. *दिल्ली उच्च न्यायालय, सीएलआर नोव्हेंबर २०१४*

४. १७ बी खालील पगार हा कर्मचारी बडतर्फ झाला असताना त्याला जेवढा पगार होता तेवढा असेल. त्यानंतर झालेल्या पगारवाढींचा त्यामध्ये समावेश असणार नाही. *राजस्थान उच्च न्यायालय, राजस्थान एसटी, सीएलआर फेब्रुवारी २०१५*

५. अपिलाचा निकाल कर्मचाऱ्याविरुद्ध लागला तरी १७ बी खाली दिलेले पैसे व्यवस्थापनास कर्मचाऱ्याकडून वसूल करता येणार नाहीत. *गुजरात उच्च न्यायालय, हरी बाळूभाई, सीएलआर डिसेंबर २०१४*

६. व्यवस्थापनाने अपील केल्यानंतर दोन वर्षांनी कर्मचाऱ्यांनी १७ बी खाली पगारासाठी अर्ज केला. शिवाय त्यांचे अन्य मार्गांनी चांगले उत्पन्न आहे. त्यामुळे त्यांना १७ बी खाली पगार मिळणार नाही. *दिल्ली उच्च न्यायालय, टाटा सन्स, सीएलआर फेब्रुवारी २०१४*

७. बडतर्फ कर्मचाऱ्याला कामावर परत घेतल्यानंतर मात्र इतर कर्मचाऱ्यांसारखा प्रचलित पगार त्याला द्यावा लागेल. *मद्रास उच्च न्यायालय, एसटी, सीएलआर मार्च २०१६*

८. 'कलम १७ बी'खाली पगार मिळाला नाही, तर कर्मचारी कलम ३३ सी (१) चा आधार घेऊ शकतो. *दिल्ली उच्च न्यायालय, मोहित इलेक्ट्रॉनिक्स, सीएलआर ऑक्टोबर २०१२*

९. 'कलम १७ बी'खाली पगार मागायला तीन वर्षे उशीर झाला. मग तो तीन वर्षांपासून मिळावा लागेल. *दिल्ली उच्च न्यायालय*

करार व निवाडा

कलम १८ : कंपनीमध्ये जर मान्यताप्राप्त युनियन असेल तर व्यवस्थापनाला करार हा मान्यताप्राप्त युनियनशीच करावा लागेल. हा करार कंपनीतील सध्या हजेरीपटावर असलेले कर्मचारी आणि भविष्यकाळात नियुक्त होणारे कर्मचारी यांच्यावर बंधनकारक राहील. हा करार निलंबन / बडतर्फी / नोकरकपात याबाबत मात्र असता कामा नये.

समेटामध्ये झालेला करार असाच सर्वांवर बंधनकारक राहील.

युनियन जर मान्यताप्राप्त नसेल आणि करार जर समेटामध्ये झाला नसेल, तर तो फक्त व्यवस्थापन आणि करार मान्य करून स्वीकारणाऱ्या कामगारांवर बंधनकारक राहील.

न्यायालयीन तसेच मध्यस्थाने (आर्बिट्रेटर) दिलेला निवाडा सर्वांवर अवलंबून राहील.

कलम १९ : कराराचा कालावधी : करारामध्ये नमूद केलेल्या तारखेपासून करार अमलात येईल. तशी तारीख नमूद केलेली नसेल तर करारावर सही झालेल्या तारखेपासून करार अमलात येईल. करारामध्ये नमूद केलेल्या कालावधीसाठी करार बंधनकारक राहील, तसा कालावधी नमूद केला नसेल तर तो सहा महिन्यांसाठी बंधनकारक राहील. (प्रत्यक्षात कालावधी स्पष्टपणे नमूद केलेला असतो.)

कालावधी संपल्यानंतरही करार चालूच राहतो. तो संपुष्टात आणण्यासाठी त्याचा कालावधी संपण्यापूर्वी दोन महिने आधी कोणाही एका पक्षाला दुसऱ्याला तशा आशयाची नोटीस द्यावी लागेल. परंतु कंपनीतील मान्यताप्राप्त युनियन बदलली की या कराराच्या कालावधीचे बंधन नवीन मान्यताप्राप्त युनियनवर राहत नाही, ती व्यवस्थापनाला दोन महिन्यांची नोटीस देऊन करार संपुष्टांत आणण्याची आपली इच्छा व्यक्त करू शकते.

मध्यस्थाने दिलेला निवाडा कमीत कमी एक तर जास्तीत जास्त तीन वर्षे बंधनकारक राहतो.

(नवीन करार होईपर्यंत आधीचा करार व त्यातील तरतुदी चालू राहतात. अन्यथा परिस्थितीत विचित्र पोकळी निर्माण होईल. दोन महिन्यांची नोटीस ही 'आम्हांला आता नवीन करार हवा आहे, जुना रद्द करा' अशी इच्छा व्यक्त करणारी असते. नोटीस दिल्याने करार रद्द होत नाही, त्यासाठी नवीन करार करायला लागतो.)

कलम २० : संपाची किंवा टाळेबंदीची नोटीस ज्या दिवशी समेट अधिकाऱ्याला मिळेल किंवा ज्या दिवशी विवाद समेट बोर्डाकडे सोपवल्याचा आदेश निघेल, त्या दिवसापासून समेटाचे कामकाज सुरू झाले आहे, असे समजावे लागेल. ज्या दिवशी उभय पक्षांच्या करारावर सह्या होतील किंवा करार होत नसल्याचा समेट अधिकाऱ्याचा अहवाल सरकारला मिळेल किंवा समेटाची बोलणी चालू असताना सरकार विवाद न्यायालयाकडे सोपवेल (रेफरन्स), त्या दिवशी समेटाचे कामकाज संपले, असे समजावे लागेल.

रेफरन्स केल्याच्या दिवशी न्यायालयाचे कामकाज सुरू झाले आणि निवाडा ज्या दिवशी अमलात येईल त्या दिवशी ते बंद झाले, असे समजले जाईल.

न्यायालयीन निष्कर्ष

वेतनकरार प्रदीर्घ काळ रेंगाळलेला असेल तर कंपनीची आर्थिक स्थिती, अन्य समान कंपन्यांमधील पगार, महागाई, दिरंगाई या सर्वांचा विचार करून न्यायालय कर्मचाऱ्यांना अंतरिम पगारवाढ देऊ शकते. *गुजरात उच्च न्यायालय, शीत चॅनेल सर्व्हिसेस, सीएलआर जानेवारी २०१३*

भाग ५ : संप आणि टाळेबंदी

कलम २२ : संप व टाळेबंदी यांना मनाई : सार्वजनिक सेवेमध्ये गुंतलेल्या संस्थेमधील कर्मचाऱ्यांना १४ दिवसांची नोटीस व्यवस्थापनाला दिल्याशिवाय संपावर जाता येणार नाही. संपावर जाण्यापूर्वी दीड महिन्यांच्या आत ही नोटीस द्यावी लागेल. नोटिशीमध्ये संप सुरू होण्याची जी तारीख दिली असेल त्याआधी संप सुरू करता येणार नाही. समेट अधिकाऱ्यासमोर समेटाची बोलणी चालू असताना आणि ती संपल्यानंतर सात दिवसांत संप करता येणार नाही.

टाळेबंदीलाही हेच नियम लागू राहतील.

टाळेबंदी चालू असताना संपाची आणि संप चालू असताना टाळेबंदी करायची असेल तर त्याची नोटीस देण्याची गरज नाही.

टाळेबंदी आणि संपाच्या नोटिसा मिळाल्यानंतर पाच दिवसांत व्यवस्थापनाला त्याची माहिती कामगार आयुक्तांना द्यावी लागेल.

कलम २३ : समेट बोर्डासमोर समेटाची बोलणी चालू असताना तसेच ही प्रक्रिया संपल्यानंतर सात

दिवसांमध्ये कोणत्याही संस्थेतील कामगारांना संप वा व्यवस्थापनाला टाळेबंदी करता येणार नाही. मध्यस्थ तसेच न्यायालय यांच्यासमोर चर्चा चालू असताना तसेच प्रक्रिया संपल्यानंतर दोन महिन्यांत संप वा टाळेबंदी करता येणार नाही. एखादा करार वा निवाडा यांच्या कालावधीत त्यामधील कोणत्याही तरतुदीसंबंधात संप वा टाळेबंदी करता येणार नाही.

कलम २४ : बेकायदा संप व टाळेबंदी : कलम २२ आणि २३ यांच्या विरोधात आणि सरकारने बंदीचा घातलेला आदेश झुगारून केलेला संप व टाळेबंदी बेकायदा ठरेल. रेफरन्सपूर्वीच सुरू झालेला कायदेशीर संप वा टाळेबंदी सरकारने बंदी घातली नाही आणि पुढेही चालू राहिला तर बेकायदा ठरणार नाही. बेकायदा संप वा टाळेबंदी विरोधात पुकारलेली टाळेबंदी / संप बेकायदा ठरणार नाही.

कलम २५ : बेकायदा संप वा टाळेबंदीला कोणीही जाणूनबुजून आर्थिक मदत करू शकत नाही.

भाग ५ ए : ले–ऑफ आणि रिट्रेंचमेंट

कलम २५ ए : या भागातील ले-ऑफसंबंधीच्या तरतुदी ५०पेक्षा कमी कामगार असलेल्या अथवा हंगामी काम करणाऱ्या औद्योगिक संस्थांना लागू होत नाहीत; तसेच शंभरपेक्षा जास्त कामगार असणाऱ्या संस्थांनांही या तरतुदी लागू होत नाही. (कलम २५ सी, डी आणि ई). संस्था म्हणजे कारखाने.

कलम २५ बी : अखंडित, सलग सेवा : कोणत्याही कारणाने ब्रेक न मिळालेली नोकरी म्हणजे अखंडित सेवा. आजारपण, पगारी रजा, अपघातामुळे झालेली गैरहजेरी, संप, टाळेबंदी यामुळे नोकरीत ब्रेक मिळाला, असे समजले जात नाही आणि ते अखंडित सेवेमध्ये धरले जातात. कर्मचारी सलग एक वर्ष (१२ महिने) जर कामावर नसला; पण त्याने २४० दिवस प्रत्यक्ष काम केले असेल तर तो एक वर्षभर कामावर होता असे समजण्यात येते. ले-ऑफ, हक्काची पगारी रजा, अपघातामुळे झालेली गैरहजेरी, बाळंतपणाची रजा यांचा प्रत्यक्ष काम केलेल्या दिवसांमध्ये समावेश होतो.

कलम २५ सी : ले–ऑफसाठी भरपाई : बदली आणि नैमित्तिक कामगार सोडून अन्य कामगार ज्यांनी एक वर्षापेक्षा जास्त काळ अखंडित सेवा केली आहे, त्यांना ले-ऑफ दिला गेल्यास ले-ऑफच्या दिवसांसाठी मूळ वेतन आणि महागाई भत्ता यांच्या ५० टक्के रक्कम नुकसानभरपाई म्हणून मिळेल. इलेक्ट्रिसिटी कायद्याचा भंग केल्याने जर वीज पुरवठा बंद किंवा कमी केला म्हणून कंपनीने जर ले-ऑफ दिला तर भरपाईची रक्कम ही मूळ वेतन आणि महाभाई भत्ता यांच्या शंभर टक्के असेल (पूर्ण रक्कम).

१२ महिन्यांत ४५पेक्षा जास्त दिवस ले-ऑफ दिला गेल्यास आणि युनियनबरोबर तसा करार असल्यास ४५ दिवसांनंतरच्या ले-ऑफसाठी व्यवस्थापनाने भरपाई नाही दिली तरी चालेल. अशा कर्मचाऱ्यांची नोकरकपात करता येते आणि नोकरकपातीच्या भरपाईतून ले-ऑफची रक्कम वजा करता येते.

कलम २५ डी : कर्मचाऱ्यांचा हजेरीपट (मस्टर) व्यवस्थापनाने ठेवणे आवश्यक आहे. कर्मचारी ले-ऑफच्या दिवशी कामावर आले तर ते त्यामध्ये आपल्या हजेरीची नोंद करू शकतील.

कलम २५ ई : भरपाईसाठी अपात्र : कंपनीमध्ये संप अथवा धिम्या गतीने कमी उत्पादन होत असल्याने

जर ले-ऑफ दिला गेला तर त्याबद्दल भरपाई मिळणार नाही. ले-ऑफच्या दिवशी कर्मचारी एकदा जरी कामावर हजेरी द्यायला आला नाही तर त्याला भरपाई मिळणार नाही. व्यवस्थापनाने त्याच कंपनोत किंवा स्वतःच्या अन्य कंपनीमध्ये कर्मचाऱ्याला काम दिले, त्या कामामध्ये विशेष कौशल्य, अनुभवाची गरज नसेल आणि पगार तेवढाच असेल व कर्मचाऱ्याने त्याला नकार दिला तर त्याला ले-ऑफची भरपाई मिळणार नाही. (ही अन्य कंपनी पाच मैलांच्या अंतरामध्ये असावी, असे जरी कायद्यात म्हटले असले तरी मोठ्या शहरांत ते आवश्यक नाही.)

कलम २५ एफ : नोकरकपातीसाठी अटी : एक वर्षापेक्षा अधिक काळ सलग सेवा केलेल्या कामगाराची जर नोकरकपात करायची असेल तर त्याला एक महिन्याची नोटीस किंवा नोटीस- पगार आणि दर वर्षाच्या नोकरीसाठी १५ दिवसाचा पगार भरपाई म्हणून द्यावा लागेल. सहा महिन्यांपेक्षा जास्त नोकरी झाली असेल तर ते एक वर्ष समजले जाईल. शिवाय, नोकरकपातीची सूचना कामगार आयुक्तांना द्यावी लागेल.

(नोकरकपात करण्यापूर्वी कलम ९ ए प्रमाणे नोटीस द्यावी लागेल. *आंध्र प्रदेश उच्च न्यायालय, मध्यवर्ती सहकारी सोसायटी, सीएलआर ऑगस्ट २०११*)

कलम २५ एफएफ : मालकी बदलणे : कंपनीची मालकी अथवा व्यवस्थापन बदलले तर कर्मचाऱ्यांना नोकरकपात करण्यात आली आहे, असे समजून भरपाई द्यावी लागेल. पण कर्मचाऱ्याची नोकरी जर चालू राहिली, नवीन सेवाशर्ती आधीच्या सेवाशर्तींपेक्षा कमी नसतील आणि भविष्यकाळात जर नोकरकपात झाली, तर कर्मचाऱ्याची सुरुवातीची नियुक्ती तारीख (जॉइनिंग डेट) ग्राह्य धरली जाणार असेल, तर कर्मचाऱ्याला भरपाई मिळणार नाही.

कलम २५ एफएफए : व्यवसाय बंद करताना : व्यवसाय बंद करण्याच्या दिवसापूर्वी किमान सात दिवस आधी व्यवस्थापनाने कामगार आयुक्तांना तशी नोटीस देणे आणि व्यवसाय बंद करण्याची कारणे कळवणे आवश्यक आहे. पण, कंपनीत जर ५०पेक्षा कमी कामगार असतील किंवा इमारती, रस्ते, पूल बांधण्याचा व्यवसाय असेल तर हे कलम त्यांना लागू होणार नाही. तसेच कारखान्यात अपघात वा मालकाच्या मृत्यूमुळे जर व्यवसाय बंद पडत असेल तर सरकार साठ दिवसांच्या नोटिशीच्या अटीमधून सूट देऊ शकते.

कलम २५ एफएफएफ : भरपाई : ज्या कर्मचाऱ्याची नोकरी एक वर्षापेक्षा जास्त झाली आहे त्याला कंपनी बंद होताना नोकरकपातीप्रमाणे भरपाई मिळेल. पण, जर कंपनी व्यवस्थापनाच्या नियंत्रणाबाहेरील आणि टाळता न येण्यासारख्या गोष्टींमुळे बंद झाली असेल तर भरपाई जास्तीत जास्त तीन महिन्यांच्या पगाराएवढी मिळेल. आर्थिक अडचणी, मालाचा खूप साठा, भाडेकरार अथवा परवाना संपणे या गोष्टी व्यवस्थापनाच्या नियंत्रणाबाहेरील अशा समजल्या जाणार नाहीत.

रस्ते, इमारती, पूल, कालवे वगैरे बांधण्याचा व्यवसाय जर दोन वर्षांमध्ये बंद झाला तर कर्मचाऱ्यांना भरपाई मिळणार नाही.

(कंपनीची मालकी बदलताना कर्मचाऱ्यांची संमती आवश्यक नाही; पण त्यांची नोकरी चालू ठेवायची असेल तर त्यांची संमती हवी. व्यवस्थापन सर्व अटी मान्य करत असेल; पण कर्मचारी नोकरीला तयार नसेल तर त्याला भरपाई मिळणार नाही. *आंध्र प्रदेश उच्च न्यायालय, आंध्र प्रभा, सी. एलआर नोव्हेंबर २०१०*)

कलम २५ जी : नोकरकपातीची प्रक्रिया : एखाद्या विशिष्ट वर्गवारीतील कर्मचाऱ्यांमध्ये जर नोकरकपात करायची असेल तर त्यांच्यामधील सर्वात कनिष्ठ कर्मचाऱ्याला आधी काढावे लागेल. व्यवस्थापनाने जर अन्य कोणा कर्मचाऱ्याला काढले तर त्याची कारणे व्यवस्थापनाला नोंदवावी लागतील.

कलम २५ एच : नोकरकपात केल्यानंतर जर कंपनी पुन्हा नवीन कामगारांची भरती करणार असेल तर नोकरकपातीमधून काढलेल्या कर्मचाऱ्यांना इतरांआधी पसंती द्यावी लागेल.

(कामगारांच्या गैरवर्तनामुळे कंपनीचे कामकाज, धंदा, प्रतिष्ठा, विश्वासार्हता सर्वांना धक्का पोहोचतो. अशा स्थितीत टाळेबंदी योग्य आहे. *कोलकाता उच्च न्यायालय, एव्हीएम फिल्म, सीएलआर नोव्हेंबर २०१०*)

भाग ५ बी : ले–ऑफ, रिट्रेंचमेंट आणि क्लोझर

कलम २५ के : या भागातील तरतुदी १००पेक्षा जास्त कामगार असणाऱ्या कारखान्यांना लागू होतील.

कलम २५ एम : विजेचा तुटवडा आणि नैसर्गिक संकट या कारणांमुळे व्यवस्थापन कर्मचाऱ्यांना (बदली आणि नैमित्तिक सोडून) ले-ऑफ देऊ शकेल. अन्य कोणत्याही कारणासाठी ले-ऑफ द्यायचा असेल तर संबंधित सरकारची आधी परवानगी घ्यावी लागेल. संबंधित कंपनीला परवानगीसाठी विहित नमुन्यात आवश्यक ती माहिती आणि ले-ऑफची कारणे देऊन सरकारकडे अर्ज करावा लागेल, त्या अर्जाची एक प्रत युनियनलाही द्यावी लागेल. संबंधित सरकारी अधिकारी आवश्यक ती चौकशी करेल, उभय पक्षांची बाजू ऐकून घेईल, ले-ऑफची कारणे, कामगारांचे हितसंबंध व अन्य गोष्टींचा विचार करून आपला निर्णय देईल. आपल्या निर्णयाची कारणेही तो स्पष्ट करेल. त्याने साठ दिवसांत आपला निर्णय दिला नाही तर त्याची ले-ऑफला संमती आहे असे समजावे लागेल. सरकारचा निर्णय एका वर्षासाठी सर्व पक्षांवर बंधनकारक राहील.

ले-ऑफच्या या निर्णयाचा सरकार स्वत: किंवा कामगार वा व्यवस्थापन यांच्या विनंतीवरून पुनर्विचार करू शकेल. योग्य वाटल्यास सरकार हा विषय न्यायालयाकडेही सोपवू शकेल.

ठरावीक काळात ले-ऑफच्या परवानगीसाठी अर्ज केला नाही किंवा ले-ऑफसाठी सरकारने परवानगी नाकारली आहे; तरीही, कंपनीने ले-ऑफ दिला तर तो पहिल्या दिवसापासूनच बेकायदा समजला जाईल आणि कामगारांना त्यांचा पूर्ण पगार द्यायला लागेल. तथापि, मालकाचा मृत्यू किंवा कंपनीत अपघात झाल्याने जर ले-ऑफ दिला गेला असेल, तर सरकारची पूर्वसंमती घेण्याच्या अटीतून सरकार कंपनीला सूट देऊ शकेल.

ले-ऑफसाठी कलम २५ सी प्रमाणे भरपाई मिळेल. (४५ दिवसांच्या पुढील ले-ऑफसाठी भरपाई मिळणार नाही, ही तरतूद मात्र लागू होणार नाही.) कलम २५ ई प्रमाणेच कर्मचारी ले-ऑफ भरपाईला अपात्र ठरतील.

कलम २५ एन : नोकरकपातीकरिता अटी : सरकारची पूर्वसंमती घेतल्याशिवाय एक वर्षापेक्षा जास्त नोकरी केलेल्या कोणत्याही कर्मचाऱ्याची नोकरकपात कंपनीला करता येणार नाही. त्याशिवाय कर्मचाऱ्याला नोकरकपातीची कारणे आणि तीन महिन्यांची नोटीस वा नोटीस- पगार व दरवर्षाच्या सेवेसाठी १५ दिवसांचा पगार भरपाई म्हणून द्यावा लागेल. नोकरकपात करताना सर्वात कनिष्ठ कर्मचाऱ्याला आधी काढावे लागेल.

सरकारचा निर्णय एका वर्षासाठी बंधनकारक राहील. सरकारी संमतीशिवाय केलेली नोकरकपात बेकायदा असेल आणि कर्मचारी नोकरीतच आहेत, असे समजून त्यांचा पगार व अन्य फायदे चालूच राहतील.

सरकारी संमती मिळवण्याची प्रक्रिया ही ले-ऑफ प्रक्रियेसारखीच राहील.

कलम २५ ओ : व्यवसाय बंद करणे : एखाद्या व्यवस्थापनाला आपला व्यवसाय किंवा एखादे युनिट कायमचे बंद करायचे असेल तर त्यासाठी सरकारची पूर्वपरवानगी घ्यावी लागेल. त्यासाठी नव्वद दिवस आधी अर्ज करावा लागेल. परवानगी मिळवण्याची प्रक्रिया ही ले-ऑफ प्रक्रियेसारखीच राहील.

कर्मचाऱ्यांना दर वर्षाला १५ दिवसांचा पगार या हिशेबाने भरपाई मिळेल. सहा महिन्यांपेक्षा जास्त कालावधी हा एक वर्ष समजावा लागेल.

सरकारकडे अर्ज न करता किंवा सरकारी परवानगीशिवाय व्यवसाय बंद केला तर ते बेकायदा समजले जाईल आणि व्यवसाय चालू आहे, असे समजून कर्मचाऱ्यांचे पगार व फायदे चालूच राहतील.

कलम २५ क्यू आणि आर : बेकायदेशीररीत्या ले-ऑफ किंवा नोकरकपात किंवा व्यवसाय बंद करण्यात आला तर व्यवस्थापकाला दंड किवा कैद किंवा दोन्ही शिक्षा होऊ शकतील.

टीप : नोकरकपातीची (रिट्रेंचमेंट) भरपाई कर्मचाऱ्याला नोकरकपातीचे पत्र देत असतानाच पत्रासमवेत द्यावी लागेल, ती उशिरा देऊन चालत नाही, तसेच त्या रकमेतून काही काटछाटही करता येत नाही. तसे झाल्यास नोकरकपात रद्द होऊ शकते. म्हणून अनेक कंपन्या सुरक्षितता म्हणून थोडी जास्तच रक्कम देतात.

शंभर कामगार हे कंपनीच्या हजेरीपटावरील कायम आणि प्रोबेशनर असायला हवेत, त्यामध्ये टेंपररी, ट्रेनी यांचा समावेश होत नाही.

एकाच दिवशी दहा कामगार कामावर रुजू झाले असतील आणि त्यातील चौघांनाच काढायचे असेल तर तिकीट नंबरप्रमाणे नव्हे, तर 'कनिष्ठ' या तत्त्वानुसार वयाने सगळ्यात लहान कर्मचाऱ्यांना आधी काढावे लागेल.

सहा महिन्यांपेक्षा जास्त काळ नोकरी असल्यास ती एक वर्ष आहे, असे समजले जाईल.

पगारासाठी मूळ वेतन, महागाई भत्ता आणि दर महिना देण्यात येणारे भत्ते ग्राह्य धरले जातील.

न्यायालयीन निष्कर्ष

१. ले-ऑफसाठी कालमर्यादा नाही, तो कायदेशीर आहे का, हे महत्त्वाचे. ले-ऑफ काळात मालक-सेवक नाते संपत नाही, ते प्रलंबित राहते. कर्मचाऱ्याला २० वर्षे ले-ऑफ दिला असेल आणि त्यासाठी योग्य कारणे असतील तर तो बेकायदा ठरत नाही. *राजस्थान उच्च न्यायालय, तोष्णीवाल, सीएलआर फेब्रुवारी २०१६*
२. एखादी संस्था आपले काही विभाग बंद करत असेल तर सर्वात नवीन कर्मचाऱ्याला आधी काढण्याचे तत्त्व लागू होत नाही. *कर्नाटक उच्च न्यायालय, बंगलोर टर्फ क्लब, सी एलआर फेब्रुवारी २०१६*
३. नोकरकपात, व्यवसाय बंद करताना व्यवस्थापनाने भरपाईच्या तरतुदी पाळल्या नाहीत तर सामान्यतः कर्मचाऱ्यांची सेवा अखंडित धरून त्यांना कामावर परत घ्यावे लागते. *मुंबई उच्च न्यायालय, पी के अण्णा बँक, सीएलआर फेब्रुवारी २०१६*
४. नोकरकपात किंवा बडतर्फी ही सेवाशर्त नाही. त्यामुळे तसे करताना कलम ९ ए प्रमाणे नोटीस ऑफ चेंज द्यायची गरज नाही. *राजस्थान उच्च न्यायालय, सीएलआर जुलै २०१५*

५. व्यवसाय म्हणजे कंपनी बंद करताना कलम ९ ए खाली नोटीस ऑफ चेंज द्यायची गरज नाही. बंद होणाऱ्या कंपनीला 'नवीन कामगार घेऊन कंपनी चालू ठेवा' असे सांगता येणार नाही. शिवाय मान्यता नसलेल्या युनियनला या निर्णयाला आव्हान देता येणार नाही. *मुंबई उच्च न्यायालय, व्हील अॅलॉय, सीएलआर ऑक्टोबर २०१५*

६. आपण एका वर्षात २४० दिवस काम केले आहे, आपल्यानंतर रूजू झालेल्या कर्मचाऱ्यांना कामावर ठेवले आहे, हे कर्मचारी सिद्ध करू शकला नाही तर त्याची सेवासमाप्ती योग्य ठरते, ती नोकरकपात ठरत नाही. *मुंबई उच्च न्यायालय, घाटघर प्रकल्प, सीएलआर डिसेंबर २०१५*

७. नोकरकपात बेकायदा असली की कर्मचाऱ्याला सामान्यत: परत कामावर घेणे अपेक्षित असते. *राजस्थान उच्च न्यायालय, राधाकृष्ण शर्मा, सीएलआर नोव्हेंबर २०१४*

८. 'हजेरीपटावरून दूर' ही नियमात नसलेली शिक्षा व्यवस्थापनाने दिली तर ती नोकरकपात ठरते. *मद्रास उच्च न्यायालय, कंदासामी, सीएलआर जुलै २०१३*

९. नोकरकपात बेकायदा ठरली म्हणून कर्मचारी सेवानियमितता, कायम स्वरूपाची नोकरी असा दावा करू शकत नाही. तो आधी जसा होता, तसेच काम त्याला करावे लागेल. शिवाय, कामावर घेतल्यानंतर व्यवस्थापन त्याला कायद्यानुसार बडतर्फ करू शकेल. *पंजाब उच्च न्यायालय, कुलदीपसिंग, सीएलआर फेब्रुवारी २०१५*

१०. बेकायदा नोकरकपात म्हणजे आपोआप पुनर्नियुक्ती असे नाही. नियुक्तीचे स्वरूप, रिक्त जागा आहे का, नियुक्ती नियमांनुसार होती का, नोकरी किती काळ झाली, तक्रार करण्यात दिरंगाई झाली का, कर्मचारी रोजंदारीवरील आहे का, अशा सर्व बाबींचा न्यायालयाला विचार करावा लागेल. *पंजाब उच्च न्यायालय, कुलदीपसिंग, सीएलआर फेब्रुवारी २०१५*

११. व्यवस्थापन किती कार्यक्षम आहे, ले-ऑफ टाळता आला असता का, हे बघण्याचा न्यायालयाला अधिकार नाही. पण ले-ऑफ कायद्यात नमूद करण्यात आलेल्या कारणांमुळे आहे, का त्यामागे वाईट हेतू आहे, हे न्यायालय तपासू शकते. *मुंबई उच्च न्यायालय महाराष्ट्र सिलींडर्स, सीएलआर फेब्रुवारी २०१५*

१२. बेकायदा, नियमबाह्य रितीने नोकरी मिळवलेला सरकारी कर्मचारी 'आपली बेकायदा नोकरकपात करण्यात आली, परत कामावर घ्या, कायम करा', असे सांगू शकत नाही. रोजंदारीवरील कामगाराचा त्या जागेवर हक्क नसतो. नियमांविरुद्ध नोकरी मिळवलेले कर्मचारी नियमित वेतनश्रेणी किंवा नोकरी कायम चालू राहणे किंवा सेवानियमितता यांची अपेक्षा धरू शकत नाही. *पाटणा उच्च न्यायायलय, राजेंद्रसिंग, सीएलआर नोव्हेंबर २०१६*

१३. आपल्या नोकरीचा कालावधी, आपण सलग २४० दिवस काम केले होते, हे सिद्ध करण्याची जबाबदारी कर्मचाऱ्याची आहे. *मुंबई उच्च न्यायालय, गणेश भारंबे, सीएलआर फेब्रुवारी २०१४*

भाग ५ सी : अनुचित कामगार प्रथा

कलम २५ टी : महाराष्ट्र युनियन मान्यता आणि अनुचित कामगार प्रथा कायद्यात ज्या अनुचित कामगार प्रथा नमूद करण्यात आल्या आहेत, त्यांचाच या कायद्यात समावेश करण्यात आला आहे.

कर्मचाऱ्यांच्या युनियन बांधण्याच्या प्रयत्नात वेगवेगळ्या मार्गांनी अडचणी निर्माण करणे, कर्मचाऱ्यांची सूडबुद्धीने बदली वा बडतर्फी, कर्मचाऱ्यांमध्ये भेदभाव करणे, संप तोडण्यासाठी कायमस्वरूपी काम कंत्राटी कामगारांना देणे, कायदेशीर संपावरून परतणाऱ्या कामगारांना कामावर घेण्यासाठी चांगल्या वर्तणुकीचे हमीपत्र मागणे, कायदेशीर संपाच्या काळात बाहेरील कामगारांची भरती करणे, बेकायदा टाळेबंदी करणे, कामगारांना कायम कामगारांचे वेतन व फायदे मिळू नयेत यासाठी बराच काळ बदली किंवा टेंपररी म्हणून ठेवणे, मान्यताप्राप्त युनियनशी चर्चेला नकार देणे अशा व्यवस्थापनाच्या अनुचित प्रथा नमूद करण्यात आल्या आहेत.

बेकायदा संप करणे, संपविरोधी कामगारांना मारणे, अडवणे, युनियनविरोधी कामगारांना दमदाटी करणे, मंदगती काम, घेराव, अधिकाऱ्यांच्या घरासमोर निदर्शने, व्यवस्थापनाशी चर्चेस नकार देणे अशा कामगार / युनियन यांच्या अनुचित प्रथा आहेत.

अनुचित प्रथांचा अवलंब केल्यास सहा महिन्यांपर्यंत कैद किंवा एक हजार रुपयांपर्यंत दंड किंवा दोन्ही अशी शिक्षा आहे.

भाग ६

यानुसार कायद्याच्या विविध कलमांचा भंग केल्यास संबंधिताला दंड वा कैद वा दोन्ही स्वरूपांच्या शिक्षेची तरतूद करण्यात आली आहे.

भाग ७ : अन्य तरतुदी

कलम ३३ : सेवाशर्तींमध्ये बदल

१. कोणत्याही विवादासंबंधी समेट अधिकारी, मध्यस्थ किंवा न्यायालय यांच्यासमोर सुनावणी चालू असेल तर त्या विवादाशी संबंधित अशा कामगारांच्या सेवाशर्तींमध्ये व्यवस्थापनाला विपरीत आणि नुकसानकारक असे बदल करता येणार नाहीत; तसेच कोणत्याही विवादाशी संबंधित कामगाराला न्यायालयाच्या पूर्वपरवानगीशिवाय विवादासंबंधित गोष्टीवरून बडतर्फ करता येणार नाही.

२. अशी सुनावणी चालू असताना, विवादात संबंधित असलेल्या कर्मचाऱ्यांच्या ज्या सेवाशर्ती विवादाशी संबंधित नाहीत, त्यामध्ये व्यवस्थापनाला बदल करता येतील. तसेच अशा एखाद्या कर्मचाऱ्याला विवादाशी संबंध नसलेल्या गैरवर्तनाबद्दल बडतर्फ करता येईल. मात्र बडतर्फी वेळी कर्मचाऱ्याला एक महिन्याचा पगार द्यावा लागेल आणि त्याच वेळी बडतर्फीच्या संमतीसाठी सुनावणी ज्याच्यासमोर चालू आहे त्या अधिकारी / न्यायालय यासमोर संमतीसाठी अर्ज करावा लागेल.
(परवानगीमध्ये आधी परवानगी व मग बडतर्फी; तर संमतीमध्ये आधी बडतर्फी आणि नंतर संमती येते. संमतीचा अर्ज बडतर्फीबरोबरच करावा लागतो, त्यामध्ये उशीर चालत नाही.)

३. कोणतीही सुनावणी चालू असताना संरक्षित कर्मचाऱ्यांच्या सेवाशर्तींमध्ये व्यवस्थापनाला बदल करता येणार नाही. तसेच पूर्वपरवानगीशिवाय संरक्षित कर्मचाऱ्याला बडतर्फ करता येणार नाही. (संरक्षित कर्मचारी म्हणजे युनियन प्रतिनिधी. एकूण कर्मचारी संख्येच्या एक टक्का, किमान पाच तर जास्तीत जास्त शंभर प्रतिनिधी संरक्षित कामगार होऊ शकतात. युनियनने तशी प्रतिनिधींची नावे व्यवस्थापनाला

कळवावी लागतात. एकापेक्षा जास्त युनियन्स असल्यास कोणत्या युनियनचे किती संरक्षित कर्मचारी असावेत, याबद्दल सरकार नियम घालून देईल.)

कलम ३३ ए : एखाद्या व्यवस्थापनाने जर कलम ३३चा भंग केला तर कर्मचारी संबंधित अधिकारी वा न्यायालय यांच्याकडे तक्रार करू शकेल, ही तक्रार औद्योगिक विवाद म्हणून समजली जाईल व तशी तक्रारीची सुनावणी होईल.

कलम ३३ सी : व्यवस्थापनाकडून पैशाची वसुली

१. एखाद्या कर्मचाऱ्याला करार अथवा निवाडा याखाली व्यवस्थापनाकडून पैसे येणार असतील तर तो किंवा त्याचे वारस कामगार आयुक्तांकडे अर्ज करू शकतील. आयुक्तांची जर खातरी पटली तर ते त्या रकमेसंबंधी जिल्हाधिकाऱ्यांना पत्र देतील आणि जिल्हाधिकारी जमीन महसूल असल्याप्रमाणे ती रक्कम वसूल करेल. असा अर्ज एका वर्षाच्या अवधीत करावा लागेल.

२. एखादा कर्मचारी व्यवस्थापनाकडून काही पैसे किंवा पैशात मोजता येऊ शकेल असा फायदा मिळवण्यासाठी पात्र असेल आणि त्यासंबंधी जर काही विवाद असेल तर कर्मचारी त्यासाठी कामगार न्यायालयाकडे अर्ज करू शकेल. (हे पैसे ज्या कारणासाठी वा हक्काखाली कर्मचारी मागतो, तो हक्क आधी सिद्ध झाला असणे आवश्यक आहे. या हक्काबद्दलच जर मतभेद वा वाद असतील तर कर्मचाऱ्याला या कलमाचा आधार घेता येणार नाही.)

न्यायालयीन निष्कर्ष

१. कलम ३३ सी (२) खाली कर्मचाऱ्याला पैशासाठी काही दावा लावायचा असेल तर त्यासाठी तसा हक्क आधी प्रस्थापित झालेला असणे आवश्यक आहे. उभय पक्षांमध्ये जर काही विवाद असेल तर या कलमाचा आधार घेता येणार नाही. तो वाद मिटवून आधी हक्क प्रस्थपित करावा लागेल. *कर्नाटक उच्च न्यायालय, हैदराबाद शिक्षण संस्था सीएलआर मार्च २०१६*

२. पगार, बोनस, रजेचे रोखीकरण हे कर्मचाऱ्याचे हक्क आहेत. त्यासाठी कलम ३३ सी (२) खाली कामगार न्यायालयात जाण्याचा निवृत्त कर्मचाऱ्यालाही हक्क आहे. *कर्नाटक उच्च न्यायालय, सीएलआर ऑगस्ट २०१५*

३. कर्मचाऱ्याची बडतर्फी रद्द करताना आणि त्याला कामावर परत घ्या, असे सांगताना न्यायालयाने सेवा अखंडित धरावी, त्या काळासाठी वेतनवाढी व अन्य फायदे द्यावेत, असे सांगितलेले नसेल तर कर्मचाऱ्याला ३३ सी (२) खाली अर्ज करता येणार नाही. *गुजरात उच्च न्यायालय, बँक ऑफ बडोदा, सीएलआर सप्टेंबर २०१५*

४. कलम ३३(२) खाली बडतर्फीला संमती देताना न्यायालयाने पुढील बाबींचा विचार करणे आवश्यक आहे : खातेनिहाय चौकशी नियमांनुसार झाली आहे का? नैसर्गिक न्यायतत्त्वांचे पालन झाले आहे का? पुराव्यावरून बडतर्फी योग्य, प्रामाणिक वाटते, की सूडबुद्धीची वाटते? कर्मचाऱ्याला एक महिन्याची नोटीस किंवा पगार दिला आहे का? बडतर्फीबरोबरच व्यवस्थापनाने संमतीसाठी न्यायालयाकडे त्वरित

अर्ज केला आहे का? चौकशी योग्य नसेल तर व्यवस्थापनाला पुरावा सादर करू द्यावा का? *दिल्ली उच्च न्यायालय, हॉटेल कॉर्पोरेशन, सीएलआर मे २०१५*

५. बडतर्फीची संमती कलम ३३(२) खाली न्यायालयाने नाकारली म्हणजे कर्मचारी कामावर आहे, असा त्याचा अर्थ होतो. मग बडतर्फीच्या काळातील पगारासाठी कर्मचारी ३३ सी (२) खाली अर्ज करू शकतो. *कोलकाता उच्च न्यायालय, ट्रॅक्टर इंडिया, सीएलआर सप्टेंबर २०१५*

६. स्वेच्छानिवृत्तीच्या पैशासाठी कर्मचारी ३३ सी (२) खाली अर्ज करू शकतो. *ओरिसा उच्च न्यायालय, निलाचल रिफ्रॅक्टरीज, सीएलआर जून २०१४*

७. बडतर्फीसाठी कलम ३३ खाली संमती मागताना बडतर्फी वेळी कर्मचाऱ्याला एक महिन्याचे वेतन देण्यात आले नसेल तर संमती देता येणार नाही. *मद्रास उच्च न्यायालय, तामिळनाडू एसटी, सीएलआर ऑक्टोबर २०१४*

८. संरक्षित कामगार म्हणून कोणाचे नाव पाठवायचे, हा युनियनचा विषय आहे. पण जर सबळ कारणे असतील तर व्यवस्थापन एखादे नाव नाकारू शकते. *केरळ उच्च न्यायालय, हिंदुस्थान लॅटेक्स, सीएलआर मार्च २०११*

कलम ३५ : बेकायदा संपामध्ये वा टाळेबंदीमध्ये भाग घेण्यास नकार देणाऱ्या व्यक्तीला युनियनमधून काढता येणार नाही. त्याला दंड करता येणार नाही वा कोणत्याही हक्कापासून वंचित ठेवता येणार नाही. त्याच्याबाबत भेदभाव करता येणार नाही.

कलम ३७नुसार, या कायद्याखाली जर एखाद्या व्यक्तीने केलेली कृती प्रामाणिक हेतूने केली असेल तर त्याच्याविरुद्ध कोणतीही कायदेशीर कारवाई करता येणार नाही.

कलम ३६ : प्रतिनिधित्व : एखाद्या विवादात कर्मचाऱ्याचे प्रतिनिधित्व मान्यताप्राप्त युनियनचा प्रतिनिधी करेल (बडतर्फी सोडून अन्य विवाद). मान्यताप्राप्त युनियन नसेल तर अन्य युनियनचा प्रतिनिधी किंवा ती युनियन ज्या फेडरेशनशी संलग्न असेल त्या फेडरेशनचा प्रतिनिधी कर्मचाऱ्याचे प्रतिनिधित्व करेल.

व्यवस्थापनाचे प्रतिनिधित्व कंपनी ज्या असोसिएशनची किंवा फेडरेशनची सदस्य असेल, त्याचा प्रतिनिधी करू शकेल.

समेट सुनावणीमध्ये कोणत्याही पक्षाला आपल्यासाठी वकील नेमता येणार नाही. न्यायालयीन प्रकरणात जर प्रतिस्पर्धी पक्षाने परवानगी दिली आणि न्यायालयाने मान्य केले तरच एखाद्या पक्षाला आपली बाजू मांडण्यासाठी वकील नेमता येईल.

औद्योगिक क्षेत्रात शांतता नांदावी, कर्मचारी आणि व्यवस्थापन यांचे संबंध मैत्रीचे राहावेत, उत्पादन वाढावे, असे या कायद्याचे उद्दिष्ट असून त्याला अनुषंगून वरील तरतुदी करण्यात आल्या आहेत.

न्यायालयीन निष्कर्ष

१. कामगारांची बाजू वकील मांडणार असेल तर मग समानता, न्याय या तत्त्वांमधून व घटनेच्या १४व्या कलमाला अनुसरून कंपनीलाही वकील मिळणे आवश्यक आहे. शिवाय कायदा, कायद्याची प्रक्रिया

आज गुंतागुंतीची आहे, त्या हाताळण्यासाठी वकिलाची आवश्यकता असते. वकिलाला बंदी घालण्याची तरतूद कायद्यात करण्यात आली तेव्हाचा काळ व परिस्थिती वेगळी होती, आता वेगळी आहे. *गुजरात उच्च न्यायालय, कामदार मंडल, सीएलआर मे २०१५*

२. कामगार-कायदे गुंतागुंतीचे आहेत, ते हाताळण्यासाठी वकिलाची गरज आहे. आजकाल युनियनचा एखादा तरी पदाधिकारी वकील असतो, म्हणून 'कंपनीला वकील देण्यास कामगारांची हरकत आहे', हा युनियनचा दावा तपासणे आणि असे कामगार नेते कंपनीला त्रास देत नाहीत ना, ही खबरदारी घेणे आवश्यक आहे. कंपनीला वकील मिळणे योग्य आहे. *गुजरात उच्च न्यायालय, स्नायडर इलेक्ट्रिकल, सीएलआर जून २०१४*

३. वकील व्यक्ती जर कामगार वा मालक संघटनेची पदाधिकारी असेल तर आपल्या पक्षाची बाजू मांडण्यासाठी प्रतिपक्षाच्या परवानगीची गरज नाही. *मुंबई उच्च न्यायालय, सिमेन्स, सीएलआर ऑगस्ट २०१२*

अन्य न्यायालयीन निष्कर्ष

१. कायमस्वरूपी कामावर अनेक वर्षे हंगामी कामगार ठेवणे, ही अनुचित कामगार प्रथा आहे. अशा कर्मचाऱ्याला कामावर कायम करायला हवे. *केरळ उच्च न्यायालय, आयुर्विमा महामंडळ, सीएलआर ऑगस्ट २०१४*

२. सरकारी संस्था किंवा सार्वजनिक स्वरूपाचे काम करणाऱ्या संस्थेविरुद्ध रिट आदेश देता येऊ शकतो, खासगी कंपनीविरुद्ध नव्हे. *अलाहाबाद उच्च न्यायालय, अल्केम लॅबोरेटरीज, सीएलआर फेब्रुवारी २०१६*

३. आपण आजारी असल्याने गैरहजर होतो, असा जर कर्मचाऱ्याचा दावा असेल तर आपल्याला काय आजार होता, आपल्या कोणत्या वैद्यकीय चाचण्या घेण्यात आल्या, आपण कोणत्या डॉक्टरांना कधी भेटलो, त्यांनी कोणती औषधे घ्यायला सांगितली, हे सर्व कर्मचाऱ्याला सिद्ध करावे लागेल. *कर्नाटक उच्च न्यायालय, भगवान, सीएलआर एप्रिल २०१३*

४. विनाचौकशी बडतर्फी केली तर कर्मचारी दोषी आहे, हे सिद्ध करण्यासाठी प्रथम न्यायालयासमोर व्यवस्थापनाला पुरावा सादर करावा लागेल, नंतर कर्मचाऱ्याला! *मुंबई उच्च न्यायालय, बाटा इंडिया, सीएलआर ऑक्टोबर २०१२*

५. चौकशी सदोष आहे, शिक्षा चुकीची आहे, फार उशीर झालेला नाही, असे जर न्यायालयास वाटले तर न्यायालय प्रकरण पुन्हा व्यवस्थापनाकडे पाठवून ज्या टप्प्यावर चौकशी सदोष आढळली आहे, त्यापुढे चौकशी सुरू करण्याचा आदेश देऊ शकते. *सर्वोच्च न्यायालय, आयुर्विमा महामंडळ, सीएलआर जानेवारी २०१३*

६. नैमित्तिक कामगाराला कंत्राटी कामगार बनवणे, हा सेवाशर्तीतील बदल आहे आणि त्यासाठी कामगाराची आधी संमती घेणे आवश्यक आहे. *मद्रास उच्च न्यायालय, जयपाल, सीएलआर ऑगस्ट २०१२*

७. अफरातफरीच्या आरोपावरून विश्वासार्हता गमावलेल्या कर्मचाऱ्याला परत घ्या, असे संस्थेला सांगता येणार नाही. *हिमाचल प्रदेश उच्च न्यायालय, शिवकुमार, सीएलआर मे २०१२*

८. काम केल्यावर जो थकवा येतो तो घालवण्यासाठी रजा मिळते. बडतर्फीच्या काळात काम नाही तर त्यासाठी रजा कसली? *पंजाब उच्च न्यायालय, स्टेट बँक, सीएलआर एप्रिल २०१४*

९. चौकशी अधिकारी पक्षपाती आहे, अशी कामगाराची तक्रार असेल तर त्याने ते सिद्ध करणे आवश्यक आहे. *पंजाब उच्च न्यायालय, राजाराम, सीएलआर सप्टेंबर २०११*

१०. बदली हा नोकरीचा भाग आहे. 'आपली इथेच बदली करा' वगैरे सांगण्याचा कर्मचाऱ्याला हक्क नाही. पण 'सार्वजनिक हितासाठी', 'प्रशासकीय कारणे' अशी पोपटपंची करून अल्पावधीत सरकारला कर्मचाऱ्याची बदली करता येणार नाही. राजकारण्यांसाठीही बदली करता येणार नाही. न्यायालयांचे अधिकार मर्यादित असले तरीही बदली नियमाविरुद्ध किंवा वाईट हेतूने असली तर न्यायालय त्यामध्ये हस्तक्षेप करेल. *हिमाचल प्रदेश उच्च न्यायालय, संजयकुमार, सीएलआर सप्टेंबर २०११*

११. देशाच्या सुरक्षिततेसाठी कर्मचाऱ्याची विनाचौकशी बडतर्फी योग्य आहे. *सर्वोच्च न्यायालय, एम.एम. शर्मा, सीएलआर ऑगस्ट २०११*

१२. एखाद्या कर्मचाऱ्याने अधिकाऱ्याला उद्देशून शिवराळ भाषा वापरली तर काय शब्द आणि भाषा वापरली याचा आरोपपत्रात उल्लेख हवा. *अलाहाबाद उच्च न्यायालय, एसटी सीएलआर ऑगस्ट २०११*

१३. व्यवस्थापनाला व्यवसायाची पुनर्रचना करण्याचे पूर्ण स्वातंत्र्य आहे. पुनर्रचना सूडबुद्धीने आणि अनुचित नाही ना, एवढेच न्यायालयाने बघावे. *मुंबई उच्च न्यायालय, विको, सीएलआर ऑगस्ट २०११*

१४. फक्त बडतर्फीच्या शिक्षेमध्ये कलम ११अ प्रमाणे न्यायालय हस्तक्षेप करू शकते, अन्य शिक्षेमध्ये नाही. *कर्नाटक उच्च न्यायालय, बंगलोर परिवहन, सीएलआर जुलै २०११*

१५. समेट अधिकाऱ्याच्या अपरोक्ष केलेला करार नवीन मालकावर बंधनकारक असणार नाही. *गुजरात उच्च न्यायालय, तेजल पेपर मिल, सीएलआर मे २०११*

१६. कलम ३३ सी (१) खाली व्याज देण्याचा अधिकार न्यायालयाला नाही. *गुजरात उच्च न्यायालय, एसटी, सीएलआर मे २०११*

१७. अर्धवेळ कर्मचाऱ्याला औद्योगिक विवाद कायद्याचे संरक्षण आहे. *हिमाचल प्रदेश उच्च न्यायालय, हिमाचल वीज मंडळ, सीएलआर नोव्हेंबर २०१०*

१८. वैवाहिक वादामुळे कर्मचाऱ्याचे चारित्र्य संशयास्पद आहे, असे म्हणता येणार नाही आणि म्हणून त्याची हकालपट्टी करता येणार नाही. *राजस्थान उच्च न्यायालय, विद्युत निगम, सीएलआर ऑक्टोबर २०१०*

१९. कारखाना बंद करण्यास परवानगी देण्याचा आपला निर्णय नंतर न्यायालयाकडे सोपवण्याचे राज्य सरकारने ठरवले तर त्यासाठी कारणे देण्याची आवश्यकता नाही. *गुजरात उच्च न्यायालय, एनएसपी, सीएलआर ऑक्टोबर २०१०*

२०. रेफरन्सच्या कलम १०(१)मध्ये 'फक्त मान्यताप्राप्त युनियनने उभा केलेला विवाद' असा उल्लेख नाही, प्रतिनिधित्वाच्या कलम ३६(१) मध्ये तशी तरतूद आहे. त्यामुळे मान्यता नसलेल्या युनियनने आणलेला विवादही कामगार आयुक्त न्यायालयाकडे सोपवू शकतात. *मुंबई उच्च न्यायालय, भारत फोर्ज, सीएलआर जुलै २०१०*

■■■

इंडस्ट्रियल एम्प्लॉयमेंट (स्टँडिंग ऑर्डर्स) ॲक्ट, १९४६

स्टँडिंग ऑर्डर्स म्हणजे नियम. काही ठरावीक विषयांवर कंपन्यांमध्ये कशा प्रकारचे व समान नियम असावेत, हे या कायद्यामध्ये स्पष्ट करण्यात आले आहे. ते एक प्रकारे, त्याचे उद्दिष्ट आहे.

या कायद्यामध्ये एक नियमावलीही देण्यात आली आहे, ज्याला 'मॉडेल स्टँडिंग ऑर्डर्स' असे म्हणतात. कंपन्यांनी जर स्वत:ची नियमावली तयार केली नाही तर त्यांना मॉडेल स्टँडिंग ऑर्डर्स लागू होतात. कंपन्यांच्या स्वत:च्या नियमावलीला 'सर्टिफाइड स्टँडिंग ऑर्डर्स' म्हणतात. कंपनीला जरी स्वत:चे नियम बनवायचे असले तरी ते या कायद्यामध्ये दिलेल्या विषयांबाबतच बनवावे लागतात.शिवाय, ते मॉडेल स्टँडिंग ऑर्डर्समधील नियमांपेक्षा कमी फायद्याचे असू शकत नाहीत, त्यामुळे बऱ्याच कंपन्या आणि संस्था मॉडेल स्टँडिंग ऑर्डर्सचा अवलंब करणे पसंत करतात.

ज्या संस्थेमध्ये ५० किंवा अधिक कर्मचारी आहेत, त्यांना हा कायदा लागू होतो. एकदा कायदा लागू झाला की नंतर कर्मचारी संख्या ५०पेक्षा कमी झाली तरी कायदा लागू राहतो. अधिकारी वर्गाचा कर्मचाऱ्यांमध्ये समावेश होत नाही. कामगार आणि पर्यवेक्षक / लिपिक यांच्यासाठी वेगवेगळ्या, पण काहीशा समान अशा मॉडेल स्टँडिंग ऑर्डर्स आहेत.

शेड्यूलमधील विषय : कायद्यामध्ये एक शेड्यूल (परिशिष्ट) असून कोणत्या विषयांवर नियम करता येतील, याची यादी दिली आहे. हे विषय पुढीलप्रमाणे :

१. कर्मचाऱ्यांचे प्रकार : कायम, तात्पुरते, शिकाऊ, प्रशिक्षणार्थी, बदली किंवा ठरावीक काळासाठी नियुक्त केलेले

    अ) कर्मचाऱ्यांचे तिकिट नंबर आणि रजिस्टर्स

२. कामाचे तास, सुट्ट्या, पगाराचा दिवस व पगाराचे दर कळवण्याची पद्धत

३. शिफ्टमधील काम

४. हजेरी आणि उशिरा येणे

५. रजा आणि सुट्ट्या, यासंबंधी असलेल्या अटी, अर्ज करायची पद्धत व ते मान्य करणारा अधिकारी

६. ठरावीक दारातून प्रवेश आणि झडती

७. एखादे खाते बंद करणे / उघडणे, काम तात्पुरते बंद ठेवणे, त्यासंबंधित व्यवस्थापन व कर्मचारी यांचे हक्क आणि जबाबदाऱ्या

अ) संपूर्ण संस्थाच बंद करणे, पुन्हा उघडणे, काम तात्पुरते बंद ठेवणे, व्यवस्थापन व कर्मचारी यांचे त्यासंबंधित हक्क आणि जबाबदाऱ्या

८. सेवासमाप्ती, व्यवस्थापन व कर्मचारी यांनी त्यासाठी द्यायची नोटीस

९. गैरवर्तन म्हणजे काय, त्यासंबंधी निलंबन किंवा बडतर्फी

१०. व्यवस्थापनाने अयोग्य पद्धतीने वागवल्यास कर्मचाऱ्याला उपलब्ध असलेल्या सवलती

अ) निवृत्तीचे वय

ब) वैद्यकीय तपासणी व त्यासंबंधीचा खर्च

क) प्रशिक्षणार्थी, तात्पुरता, बदली, नैमित्तिक कर्मचारी यांची नियुक्ती, पुनर्नियुक्ती व सेवाशर्ती

११. अन्य कोणताही सूचित विषय

कलम ३ : स्वत:ची नियमावली (सर्टिफाईड स्टँडिंग ऑर्डर्स) : एखाद्या कंपनीला जर मॉडेल स्टँडिंग ऑर्डर्स नको असतील आणि स्वत:च्या (सर्टिफाईड स्टँडिंग ऑर्डर्स) हव्या असतील तर त्यांनी पुढील प्रक्रियेचा अवलंब करणे आवश्यक आहे.

स्वत:चे नियम तयार करावेत, त्याच्या पाच प्रती कामगार उपायुक्तांना द्याव्यात, कामगार तसेच कामगार संघटना यांची आवश्यक माहिती सोबत जोडावी, कलम ५नुसार उपायुक्त एक प्रत कामगार संघटना / कामगार यांना पाठवेल, दोन्ही बाजूंच्या भूमिका ऐकून घेईल आणि आवश्यक वाटतील त्या दुरुस्त्या कंपनीच्या नियमावलीत करतील. त्यानंतर दुरुस्त नियमावली उभय पक्षांना सात दिवसांमध्ये पाठवली जाईल. एखाद्या पक्षाची काही हरकत असल्यास त्याला तीस दिवसांत अपील अधिकाऱ्याकडे अपील करावे लागेल. कलम ६नुसार अपील अधिकाऱ्याचा निर्णय अंतिम असेल. निर्णय घेतल्यानंतर अपील अधिकारी सात दिवसांत तो उभय पक्षांना कळवतील. त्यांना आवश्यक वाटल्यास तेही नियमावलीत दुरुस्ती करतील. अपिलात अंतिम झालेली नियमावली उभय पक्षांना पाठवल्यानंतर सात दिवसांनी अमलात येईल. जर कोणीही अपील केले नसेल तर उपायुक्तांनी उभयपक्षांना नियमावली पाठवल्याच्या दिवसापासून तीस दिवसांनो ती अमलात येईल (कलम ७). कलम १०नुसार, कोणत्याही पक्षाला सहा महिन्यांपर्यंत या नियमावलीमध्ये दुरुस्त्या सुचवता येणार नाहीत.

न्यायालयीन निष्कर्ष

स्वत:ची नियमावली सादर करण्यास कंपनीने उशीर केला तर त्याची चौकशी कामगार आयुक्तांनी करावी, कनिष्ठ अधिकाऱ्याने नव्हे. *कर्नाटक उच्च न्यायालय, मॅक एरो, सीएलआर ऑगस्ट २०१४*

कलम ११ अ : निर्वाह भत्ता : एखाद्या कर्मचाऱ्याला त्याच्या गैरवर्तनाबद्दल खातेनिहाय चौकशी चालू असेपर्यंत निलंबित करण्यात येते. (निलंबन हे गंभीर गैरवर्तन आणि कर्मचाऱ्याची कार्यालयीन उपस्थिती,

शिस्त, साक्षीदार यांना त्रासदायक असेल तरच करता येते. पूर्वी निलंबनकाळात पगार, भत्ता मिळत नसे, चौकशी खूप लांबवून कंपन्या कर्मचाऱ्यांना हैराण करत असत. ते टाळण्यासाठी आता कायद्यात निर्वाहभत्त्याची तरतूद करण्यात आली आहे.

त्यानुसार पहिले ९० दिवस ५० टक्के पगार, तोपर्यंत चौकशी संपली नाही तर पुढील काळासाठी ७५ टक्के पगार अशी कायद्यात तरतूद आहे. महाराष्ट्र सरकारने यामध्ये दुरुस्ती केली असून पहिल्या ९० दिवसांसाठी ५० टक्के पगार, पुढील ९० दिवसांसाठी ७५ टक्के पगार आणि त्यानंतर पूर्ण १०० टक्के पगार अशी तरतूद केली आहे. पगार म्हणजे पूर्ण पगार, फक्त बेसिक आणि महागाई भत्ता नव्हे. कर्मचाऱ्यामुळे चौकशी लांबत असेल तर त्याला ही वाढीव टक्केवारी मिळणार नाही.

कर्मचाऱ्याला जर निर्वाहभत्ता दिला नाही तर नैसर्गिक न्यायतत्त्वांचा भंग होईल आणि चौकशी रद्दबातल ठरेल, असा सर्वसाधारण न्यायालयीन मतप्रवाह आहे.

न्यायालयीन निष्कर्ष

कर्मचाऱ्याच्या हितसंबंधांना नुकसान पोहोचेल, असा कोणताही आदेश देताना व्यवस्थापनाने त्याची कारणे देणे आवश्यक आहे. *राजस्थान उच्च न्यायालय, सुमेश व्यास, सीएलआर एप्रिल २०१४*

मॉडेल स्टँडिंग ऑर्डर्स (शारीरिक किंवा तांत्रिक काम करणाऱ्या कर्मचाऱ्यांसाठी)

बहुसंख्य संस्था आणि कंपन्या यांना 'मॉडेल स्टँडिंग ऑर्डर्स' लागू होतात. त्यातील महत्त्वाच्या तरतुदींचा आपण विचार करू.

कलम ३ : कर्मचाऱ्यांची वर्गवारी

अ) कायम कामगार : कायमस्वरूपी, नियमित कामगार.

ब) प्रशिक्षणार्थी : कायम कामगाराला त्याचे काम आणि वर्तन योग्य आहे का, हे पाहण्यासाठी प्रारंभी प्रशिक्षणावर (प्रोबेशन) ठेवण्यात येते. हा कालावधी जास्तीत जास्त तीन महिने असू शकतो.

क) बदली : कायम कामगार गैरहजर असताना त्याच्या जागेवर नेमलेला कामगार.

ड) तात्पुरता कामगार : कामामध्ये तात्पुरती वाढ झाल्यामुळे तात्पुरत्या कामासाठी नेमलेला कामगार.

इ) नैमित्तिक कामगार : उत्पादनाशी संबंध नसलेल्या नैमित्तिक कामासाठी नेमलेले कामगार.

फ) ॲप्रेंटीस : शिकाऊ उमेदवार. शिक्षणाचा कालावधी जास्तीत जास्त एक वर्ष. या काळात भत्ता दिला नाही तरी चालतो.

ग) अखंडित सेवा : आजारपण, अपघात, अधिकृत रजा, ले-ऑफ, टाळेबंदी, कायदेशीर संप यामुळे झालेली गैरहजेरी अखंडित सेवेमध्ये धरण्यात येते.

कलम ४ अ : प्रशिक्षण काळ : प्रशिक्षण काळ तीन महिने असेल, त्याच्यानंतर सात दिवसांत कर्मचाऱ्याला कायम करावे लागेल किंवा कामगिरी खराब असेल तर काढून टाकावे लागेल. (प्रशिक्षण काळ वाढवता येणार नाही.) कंपनीची स्वत:ची नियमावली असेल तर प्रशिक्षण काळ जास्त असू शकतो.

न्यायालयीन निष्कर्ष

१. मॉडेल स्टँडिंग ऑर्डर्स लागू असलेल्या कंपन्यांना आपल्या कर्मचाऱ्यांचा प्रशिक्षण काळ (प्रोबेशन) तीन महिन्यांपेक्षा जास्त ठेवता येणार नाही. तीन महिने संपले की सात दिवसांत नोकरीमध्ये कायम केले, का काढून टाकले, हे कर्मचाऱ्याला कळवण्याचे व्यवस्थापनावर बंधन आहे. त्याला तिसरा पर्याय नाही. नियुक्तिपत्रात प्रशिक्षण काळ सहा महिने ठेवणे, तो वाढवणे हे पर्याय व्यवस्थापनाला उपलब्ध नाहीत. *मुंबई उच्च न्यायालय, वायका इन्स्ट्रुमेंट्स, सीएलआर जानेवारी २०१६*

२. प्रोबेशनरचे काम समाधानकारक नसेल तर त्याला सरळ कामावरून काढता येते. पण जर गैरवर्तनासाठी काढले तर कर्मचाऱ्याची कामगिरी, वर्तन याबद्दल शंका निर्माण होतात, पुढे नोकरी मिळण्यात अडचणी निर्माण होतात. म्हणून अशा वेळी कर्मचाऱ्याची खातेनिहाय चौकशी आणि नैसर्गिक न्यायतत्त्वांचे पालन झाले पाहिजे. *गुजरात उच्च न्यायालय, सौराष्ट्र ग्रामीण बँक, सीएलआर फेब्रुवारी २०१६*

३. शिकाऊ उमेदवार हा कामगार नाही. त्याच्या सेवासमाप्तीचा विवाद सरकारने कामगार न्यायालयाकडे सोपवण्याची गरज नाही. *मुंबई उच्च न्यायालय, फोक्सवॅगन, सीएलआर ऑक्टोबर २०१५; कर्नाटक उच्च न्यायालय, एसटी सीएलआर डिसेंबर २०१५*

४. प्रोबेशनरला विनाचौकशी गैरवर्तनाबद्दल काढता येणार नाही. *अलाहाबाद उच्च न्यायालय, रोशन लाल, सीएलआर डिसेंबर २०१५*

५. प्रोबेशनरला शिक्षा देण्यापूर्वी आपली बाजू मांडायची संधी देणे आवश्यक आहे. *दिल्ली उच्च न्यायालय, रेल्वे केटरिंग मंडळ, सीएलआर डिसेंबर २०१५*

६. प्रोबेशनरने प्रोबेशनमध्ये आर्थिक गैरव्यवहार केले. संस्थेने खराब कामामुळे त्याला सरळ बडतर्फ केले. हेतू गैरव्यवहार असेल; पण बडतर्फीचा आधार खराब कामगिरी आहे. हेतू आणि आधार यामध्ये फरक आहे. कर्मचाऱ्याच्या चौकशीची गरज नाही. *मुंबई उच्च न्यायालय, राजेश निकम, सीएलआर जुलै २०१५*

७. शिकाऊ उमेदवाराचे विद्यावेतन किमान वेतनापेक्षा कमी असू नये. *पंजाब उच्च न्यायालय, भारत इलेक्ट्रॉनिक्स, सीएलआर फेब्रुवारी २०१३*

८. खराब काम करणे हा आरोप नाही. त्यामुळे प्रोबेशनरला विनाचौकशी काढले तर त्याच्या कारकिर्दीवर कसलाही डाग उमटत नाही. प्रशिक्षण काळात त्या पदावर कर्मचाऱ्याचा हक्क नसतो. *मुंबई उच्च न्यायालय, पंकज बधाने, सीएलआर सप्टेंबर २०१४*

९. सरकारी कर्मचाऱ्याला मॉडेल स्टँडिंग ऑर्डर्स नव्हे, तर सरकारी सेवानियम लागू होतात. सेवानियमांमध्ये प्रोबेशन जास्तीत जास्त किती काळ असेल हे लिहिले नसेल, प्रशिक्षण काळ वाढवण्याची तरतूद असेल आणि कायम झाल्याचे पत्र व्यवस्थापनाकडून मिळणे आवश्यक असल्याचे नमूद केले असेल, तर तसे पत्र मिळण्यापर्यंत प्रोबेशनर प्रोबेशनवर आहे, असेच समजावे लागेल. *मुंबई उच्च न्यायालय, पंकज बधाने, सीएलआर सप्टेंबर २०१४*

१०. चौकशीमध्ये व्यवस्थापनापूर्वी कर्मचाऱ्याला आपला पुरावा व बाजू मांडायला सांगणे बेकायदा आहे. *मुंबई उच्च न्यायालय, रेल्वे, सीएलआर ऑगस्ट २०१२*

कलम ४ ब : बदली कामगार : कायम कामगारांच्या रिक्त जागा बदली कामगारांमधून वरिष्ठता आणि हजेरी या तत्त्वावर भरल्या जातील. कंपनीमध्ये बदली पद्धत नसेल तर तात्पुरत्या कामगारांना त्यासाठी प्राधान्य द्यावे लागेल.

कलम ४ क : १२ महिन्यांच्या कालावधीत २४० दिवस काम करणाऱ्या बदली किंवा तात्पुरत्या कामगाराला नोकरीमध्ये कायम करावे लागेल. त्यासाठी बाराही महिने कामगाराचे नाव हजेरीपत्रकावर असायचे कारण नाही; म्हणजेच त्याने बारापैकी प्रत्येक महिन्यांत काम केले असणे आवश्यक नाही.

न्यायालयीन निष्कर्ष

१. रोजंदारीवर काम करणाऱ्या कर्मचाऱ्याला आठवड्याची सुट्टी आणि सणाची सुट्टी यांचा पगार मिळत नाही. त्यामुळे १२ महिन्यांत त्याने किती दिवस काम केले, हे मोजताना या सुट्ट्या विचारात घेता येणार नाहीत. *पंजाब व हरयाणा उच्च न्यायालय, पंजाब विद्यापीठ, सीएलआर सप्टेंबर २०१५*

कलम ४ ड : कंपनीला तात्पुरत्या कर्मचाऱ्यांची प्रतीक्षायादी ठेवावी लागेल. रिक्त कायम जागा भरताना या यादीतील कर्मचाऱ्यांना त्यांचे कामाचे स्वरूप आणि कालावधी ध्यानात घेऊन प्राधान्य द्यावे लागेल. या यादीतील सर्व कामगारांना जर कामावर ठेवले असेल तरच एखाद्या नवीन कामगाराला कामावर ठेवता येईल, अन्यथा नाही.

एखादी शिफ्ट, खाते, विभाग किंवा संपूर्ण कंपनी बंद करणे, पुन्हा सुरू करणे, कर्मचारी काढणे, त्यांना पुन्हा कामावर घेणे याबाबत या कायद्यात काही तरतुदी आहेत. मात्र, हे विषय इंडस्ट्रियल डिस्प्युट्स ॲक्टच्या अखत्यारीत येतात आणि त्या-त्या विषयांना लागू होतात.

कलम ११ : उशिरा येणे : ठरलेल्या वेळेपेक्षा १५ मिनिटांनंतर कर्मचारी कामावर आल्यास कंपनी त्याला प्रवेश नाकारू शकते. तसेच कामावर आल्यानंतर कर्मचारी कामावर विनापरवाना गैरहजर आढळल्यास त्या कालावधीसाठी तो गैरहजर आहे, असे समजण्यात येईल.

कलम १२ आणि १३ : कर्मचाऱ्याला नियमानुसार रजा मिळेल; पण ती कामावर अवलंबून राहील. सामान्यतः रजेसाठी सात दिवस आधी अर्ज करावा लागेल आणि तीन दिवसांत व्यवस्थापनाला त्याचा निर्णय घ्यावा लागेल. रजा मान्य झाल्यास रजेचा पास आणि फेटाळल्यास त्याची कारणे द्यावी लागतील. रजा संपल्यानंतर कर्मचाऱ्याने लगेच कामावर रुजू होणे आवश्यक आहे. तसे न झाल्यास आठ दिवसांत येऊन 'आपण का रुजू झालो नाही' याचा समाधानकारक खुलासा त्याने केला नाही तर तो आपला नोकरीवरील हक्क गमावून बसेल. असा कर्मचारी १५ दिवसांत परत आल्यास त्याचे नाव बदली अथवा प्रतीक्षायादीत ठेवले जाईल.

कलम १४नुसार, प्रत्येक कर्मचाऱ्याला कॅज्युएल रजा मिळेल. एका वेळी ती जास्तीत जास्त तीन दिवस घेता येईल. ती साप्ताहिक सुट्टी किंवा सणाच्या सुट्ट्यांना एका बाजूने जोडून घेता येईल.

न्यायालयीन निष्कर्ष

१. थोडे दिवस गैरहजेरी हे गैरवर्तन आहे; पण काही कारण नसताना दीर्घ काळ गैरहजर राहणे हे स्वतःहून नोकरी सोडण्यासारखेच आहे. त्यासाठी खातेनिहाय चौकशीची गरज नाही. कर्मचारी काही वेठबिगार नाही, तो स्वतःही नोकरी सोडू शकतो. *हिमाचल प्रदेश उच्च न्यायालय, कृष्णा पेपर बोर्ड, सीएलआर फेब्रुवारी २०१६*

२. मॉडेल स्टँडिंग ऑर्डर्स विद्यापीठाला लागू होत नाहीत. *मुंबई उच्च न्यायालय, संत तुकडोजी महाराज विद्यापीठ, सीएलआर डिसेंबर २०१५*

३. 'नोकरीचा त्याग' याची कायद्यात व्याख्या नाही. नोकरीची इच्छा नाही, काम, जबाबदाऱ्या संपूर्णपणे सोडून दिल्या, म्हणजे साधारणपणे नोकरीचा त्याग केल्यासारखे होईल. गैरहजेरीचा काळ, सभोवतालची परिस्थिती आणि घटना, परिस्थितिजन्य पुरावा यावरून कर्मचाऱ्याची इच्छा काय आहे, याचा अंदाज येईल. *दिल्ली उच्च न्यायालय, ओनिडा, सीएलआर ऑगस्ट २०१५*

४. गैरहजेरी दीर्घ काळ असेल तर मालक-सेवक नाते आपोआप समाप्त होते. कर्मचाऱ्याने नोकरीचा त्याग केला आहे, असा त्याचा अर्थ होतो. अशा वेळी खातेनिहाय चौकशीची गरज नाही. *सर्वोच्च न्यायालय, इंडियन एअरलाईन्स, सीएलआर नोव्हेंबर २०१३*

कलम २२ : एखाद्या खात्यात किंवा संपूर्ण कंपनीमध्ये संप झाल्यास, त्यामुळे परिणाम होणारी खाती वा संपूर्ण कंपनी व्यवस्थापन बंद करू शकेल.

कलम २३ : सेवासमाप्ती : रोजंदारीवर काम करणाऱ्या कर्मचाऱ्याची नोकरी १४ दिवसांची नोटीस अथवा १३ दिवसांचा पूर्ण पगार देऊन समाप्त करता येऊ शकेल. कर्मचाऱ्याला नोकरी सोडायची असल्यास त्याला १४ दिवसांची नोटीस द्यावी लागेल. मासिक तत्त्वावर काम करणाऱ्या कर्मचाऱ्याची नोकरी एक महिन्याची नोटीस वा पूर्ण पगार देऊन संपवता येईल. कर्मचाऱ्याला नोकरी सोडायची असल्यास एक महिन्याची नोटीस द्यावी लागेल. नोटीस न दिल्यास कर्मचाऱ्याच्या देण्यांतून नोटीस काळाचा पगार कापता येत नाही, त्यासाठी व्यवस्थापनाला कोर्टात नुकसानभरपाईचा दावा लावावा लागेल.

जे कामगार कायम नाहीत, त्यांना नोटीस वा नोटीस-पगार न देता काढता येते. पण, एखाद्याला गैरवर्तनाबद्दल काढायचे असेल तर त्याआधी त्याची बाजू ऐकून घ्यावी लागेल. काढलेल्या कामगाराचा पगार दोन दिवसांत, तर स्वतःहून सोडून गेलेल्या कामगाराचा पगार सात दिवसांत दिला जाणे आवश्यक आहे. बाकी देय रक्कम एका महिन्यात दिली जावी.

कायद्याखाली 'मॅनेजर' कोण, हे नोटीस बोर्डवर जाहीर करावे लागते. हा मॅनेजर म्हणजेच 'डिसिप्लिनरी ऑथॉरिटी' जो शिस्तभंगाच्या पत्रांवर सह्या करू शकतो वा शिक्षेबाबत निर्णय घेऊ शकतो. अशी नोटीस विसरल्यास कर्मचाऱ्याच्या नियुक्तिपत्रावर सही करणारा अधिकारी तशी ऑथॉरिटी म्हणून ग्राह्य धरला जातो.

कलम २४ : गैरवर्तन : गैरवर्तनाचे अनेक प्रकार या कलमामध्ये नमूद करण्यात आले आहेत, ते साधारणपणे प्रातिनिधिक स्वरूपाचे आहेत. याचा अर्थ असा, की या कलमामध्ये उल्लेख नसलेले एखादे गैरवर्तन

कर्मचाऱ्याकडून घडले तरी त्याच्याविरुद्ध कारवाई करता येईल. कायद्यात उल्लेख नाही म्हणून कारवाई नाही, असे होणार नाही.

गैरवर्तनामध्ये सौम्य आणि गंभीर असे दोन प्रकार आहेत. कामावर उशिरा येणे, गैरहजेरी, कामाकडे दुर्लक्ष, थुंकणे, असे प्रकार सौम्य गैरवर्तनामध्ये मोडतात, ज्यासाठी फार कडक शिक्षा करता येत नाही. हे प्रकार १२ महिन्यांत तीनदा घडले की ते 'हॅबिच्युअल' (सवयीचे गैरवर्तन) या सदरात मोडतात. बऱ्याचदा कंपन्या कर्मचाऱ्याला गैरहजेरीबद्दल आरोपपत्र देतात, तीन वेळा गैरहजर राहिल्याबद्दल आरोपपत्र; पण ही गैरहजेरी गेल्या १२ महिन्यांतील आहे का, याची काळजी आणि खबरदारी कंपन्या घेत नाहीत.

बाकीचे गैरवर्तनाचे प्रकार 'गंभीर' या सदरात मोडतात. त्यातील काहींना पहिल्यांदा घडताच बडतर्फीची शिक्षा योग्य मानली जाते. उदाहरणार्थ, लैंगिक गैरवर्तन, चोरी, अफरातफर, कंपनीची गोपनीय माहिती बाहेर विकणे इत्यादी.

न्यायालयीन निष्कर्ष

१. दीर्घ अनुपस्थिती हे गंभीर गैरवर्तन आहे. *आंध्र प्रदेश उच्च न्यायालय, एसटी सीएलआर मार्च २०१३*
२. रक्कम किती का असेना, व्यवस्थापनाची फसवणूक हे गंभीर आणि तिरस्कार वाटावे असे गैरवर्तन आहे. *आंध्र प्रदेश उच्च न्यायालय, एसटी सीएलआर फेब्रुवारी २०१३*
३. एनसीपीए औद्योगिक संस्था नसल्याने त्याला मॉडेल स्टँडिंग ऑर्डर्स लागू होत नाहीत. *मुंबई उच्च न्यायालय, सीएलआर फेब्रुवारी २०१३*

कलम २५ : शिक्षा : कर्मचाऱ्याला त्याच्या गैरवर्तनाबद्दल पुढील शिक्षा देता येऊ शकतात :

१. ताकीद किंवा वर्तनाबद्दल नापसंती
२. दंड
३. निलंबन, जास्तीत जास्त चार दिवस
४. विनासूचना बडतर्फी

दंड करण्यापूर्वी कर्मचाऱ्याला त्याचे गैरवर्तन काय आहे, हे कळवणे आणि त्याची बाजू मांडण्याची संधी देणे आवश्यक आहे.

खातेनिहाय चौकशी केल्याशिवाय कोणत्याही कर्मचाऱ्याला बडतर्फ करता येणार नाही.

चौकशी आणि नैसर्गिक न्यायतत्त्वे

ज्या कर्मचाऱ्याची खातेनिहाय चौकशी करायची असेल त्याला त्यापूर्वी त्याचे गैरवर्तन काय आहे, हे विशद करून सांगणारे आरोपपत्र देणे व त्याची बाजू मांडण्याची संधी देणे आवश्यक आहे. चौकशीमध्ये कर्मचारी स्वतः किंवा त्याच्या खात्यातील त्याचा सहकारी किंवा युनियनचा प्रतिनिधी त्याची बाजू मांडू शकतो. चौकशीमध्ये कर्मचारी स्वतःचे साक्षीदार सादर करू शकतो तसेच कंपनीच्या साक्षीदारांची उलटतपासणी घेऊ शकतो. चौकशीचे कामकाज कर्मचाऱ्याच्या इच्छेनुसार इंग्लिश किंवा हिंदी किंवा मराठीमध्ये व्हावे.

वरील मुद्द्यांना नैसर्गिक न्यायतत्त्वे असे म्हणतात; आणि चौकशीमध्ये त्यांचे पालन झाले नाही तर चौकशी बेकायदा आणि रद्द ठरते.

चौकशी शक्यतो तीन महिन्यांत पूर्ण केली जावी.

चौकशीच्या काळात कर्मचाऱ्याला निलंबित करता येते. गैरवर्तन गंभीर असेल आणि कर्मचाऱ्याच्या उपस्थितीने साक्षीदारांवर दबाव किंवा पुराव्यामध्ये अडथळे निर्माण होणार असतील तरच कर्मचाऱ्याला निलंबित करता येते. चौकशीच्या काळात पहिल्या तीन महिन्यांसाठी पगाराच्या ५० टक्के, पुढील तीन महिन्यांसाठी ७५ टक्के आणि त्यानंतर १०० टक्के पगार कर्मचाऱ्याला निर्वाहभत्ता म्हणून द्यावा लागतो. निलंबनाच्या काळात कर्मचाऱ्याने दुसरीकडे नोकरी केल्यास त्याला निर्वाहभत्ता द्यायची गरज नाही.

चौकशी पूर्ण झाल्यानंतर चौकशी अधिकारी त्याचा अहवाल संबंधित अधिकाऱ्याला (डिसिप्लीनरी ॲथॉरिटी) सादर करेल. हा अहवाल आणि प्रयोजित शिक्षा तो अधिकारी कर्मचाऱ्याला पाठवेल व त्यावर त्याची बाजू ऐकून घेईल. अंतिम शिक्षा त्यानंतर देण्यात येईल.

निर्वाहभत्ता न देणे, चौकशी अहवाल कर्मचाऱ्याला न पाठवणे या गोष्टीही चौकशीला मारक ठरू शकतात. त्यामुळे कर्मचाऱ्याची बाजू कच्ची पडली, त्याचे नुकसान झाले, त्याच्या हितसंबंधांना बाधा पोहोचली, असे जर ध्यानात आले तर चौकशी व शिक्षा रद्द होऊ शकते.

आरोप गंभीर व गुंतागुंतीचे असतील, कागदपत्रे बरीच असतील, कंपनीचा प्रतिनिधी वकील असेल किंवा वकिली स्वरूपाचा अनुभवी असेल, तर कर्मचाऱ्यालाही आपल्या बचावासाठी वकील नेमता येऊ शकतो.

चौकशीत कर्मचारी निर्दोष ठरला तर त्याला निलंबन काळाचा संपूर्ण पगार द्यावा लागेल. कर्मचारी दोषी असेल आणि त्याला शिक्षा द्यायची असेल तर गैरवर्तनाचे गांभीर्य, कर्मचाऱ्याचे सेवा रेकॉर्ड आणि एकूण परिस्थिती ध्यानात घ्यावी लागेल. कर्मचाऱ्याला आरोपपत्र दोन साक्षीदारांच्या उपस्थितीत देणे योग्य ठरेल.

न्यायालयीन निष्कर्ष

१. खातेनिहाय चौकशी प्राधान्याने आणि लवकरात लवकर पूर्ण करण्याची जबाबदारी व्यवस्थापनाची आहे. कर्मचारी निलंबित असला तर ही जबाबदारी आणखी वाढते. चौकशी शक्यतो सहा महिन्यांत पूर्ण करावी, काही अडचणींमुळे जरी ती लांबली तरी एक वर्षापेक्षा जास्त लांबता कामा नये. *सर्वोच्च न्यायालय, प्रेमनाथ बाली, सीएलआर फेब्रुवारी २०१६*

२. सार्वजनिक क्षेत्रांतील कर्मचाऱ्याला बडतर्फ करताना, त्याचे पूर्वीचे सेवा रेकॉर्ड आधार म्हणून घेतले असेल तर ते कर्मचाऱ्याला कळले पाहिजे. त्याचे रेकॉर्ड त्याला माहिती नसेल, ते कळल्यावर विपरीत गोष्टींबाबत तो खुलासा करू शकेल. आता परिस्थितीत कसा फरक पडला, वरिष्ठांचे शेरे कसे अयोग्य होते, हे तो पटवून देऊ शकेल. ते नैसर्गिक न्यायतत्त्वांना धरून आहे. *पंजाब उच्च न्यायालय, सेंट्रल बँक, सीएलआर ऑक्टोबर २०१५*

३. बडतर्फीआधी चौकशी आवश्यक आहे, निलंबनाआधी नाही. विनाचौकशी निलंबन योग्य आहे. *मुंबई उच्च न्यायालय, विवेकानंद रुग्णालय, सीएलआर ऑक्टोबर २०१५*

४. चौकशी चालू असताना केलेले निलंबन ही शिक्षा नाही. औद्योगिक विवादाच्या व्याख्येत त्याचा समावेश नाही. त्यामुळे निलंबन हा औद्योगिक विवाद नाही आणि तो कामगार न्यायालयाकडे सोपवण्याची गरज

नाही. *दिल्ली उच्च न्यायालय, भारत हेवी इलेक्ट्रिकल्स, सीएलआर ऑक्टोबर २०१५*

५. निलंबनाच्या काळात कर्मचारी काम करत नाही, म्हणून त्याला मिळणारा निर्वाहभत्ता हा पगार नाही व त्यामुळे त्यामधून काही काटछाट करता येणार नाही. पीएफ, कामगार विमा, इन्कम टॅक्स अशा कायद्याने बंधनकारक असलेल्या गोष्टी निर्वाहभत्त्याच्या प्रमाणात निर्वाहभत्त्यामधून कापता येतील. *मुंबई उच्च न्यायालय, महाराष्ट्र राज्य मार्केटिंग फेडरेशन, सीएलआर डिसेंबर २०१५*

६. नैसर्गिक न्यायतत्त्वे, योग्य संधी यांचा विनाकारण बाऊ केला जाऊ नये. चौकशी अहवाल दिला नाही म्हणून कर्मचाऱ्याचे काय नुकसान झाले, काय अडचण झाली, तो दिला असता तर शिक्षेमध्ये बदल झाला असता का, याचा न्यायालयाने विचार करावा. कर्मचाऱ्यावर अन्याय झाला आहे, असे वाटल्यास कर्मचाऱ्याला परत कामावर घेण्यास आणि निलंबित करून पुढे त्याची चौकशी करण्याचे स्वातंत्र्य व्यवस्थापनाला द्यावे. सरळ बडतर्फी रद्द करू नये. *दिल्ली उच्च न्यायालय, राजेश गांधी, सीएलआर सप्टेंबर २०१५*

७. आपल्या साक्षीदाराची साक्ष आपल्याला घेऊ दिली नाही, त्यामुळे आपले काय नुकसान झाले, हे कर्मचाऱ्याने सिद्ध करणे आवश्यक आहे. किरकोळ हरकतींसाठी चौकशीचे व्यापक कामकाज रद्द करता येत नाही. *मुंबई उच्च न्यायालय, इंडियन स्मेल्टिंग, सीएलआर जुलै २०१५*

८. आरोपांसंबंधी महत्त्वाची कागदपत्रे न दिल्याने जर कर्मचारी आपला बचाव करू शकला नाही तर नैसर्गिक न्यायतत्त्वांचा भंग होईल आणि चौकशी व बडतर्फी चुकीची ठरेल. *सर्वोच्च न्यायालय, मदनलाल, सीएलआर जुलै २०१५*

९. खातेनिहाय चौकशीमध्ये व्यवस्थापनाचा प्रतिनिधी साक्ष देऊ शकतो, तो पूर्वग्रहदूषित असला तरी चालतो; पण चौकशी अधिकारी तटस्थ असल्याने तो कोणाच्याही बाजूने साक्ष देऊ शकत नाही. फारतर परिस्थिती समजावून घेण्यासाठी तो प्रश्न विचारू शकतो. चौकशीवर नियंत्रणही त्यानेच ठेवायचे असते. कर्मचाऱ्याच्या हक्काला बाधा पोहोचत नसेल तरच तो साक्ष देऊ शकतो. *कोलकाता उच्च न्यायालय, सीएलआर जून २०१५*

१०. नियमात नसलेली शिक्षा व्यवस्थापन कर्मचाऱ्याला देऊ शकत नाही. *मुंबई उच्च न्यायालय, एस.टी. महामंडळ, सीएलआर जुलै २०१०*

११. नैसर्गिक न्यायतत्त्वे यांचे पालन आणि चौकशी केल्याशिवाय कर्मचाऱ्याला काढता येणार नाही. *उत्तराखंड उच्च न्यायालय, एचएमटी, सीएलआर सप्टेंबर २०१४*

१२. चौकशी कशी करायची, हे ठरलेले आहे. चौकशी अधिकाऱ्याने कर्मचाऱ्याला प्रथम त्याच्यावरील आरोप समजावून सांगावेत, त्याला ते मान्य नसल्यास व्यवस्थापनाने आपला पुरावा सादर करणे, मग कर्मचाऱ्याने आपला पुरावा मांडणे, उभय पक्षांचा युक्तिवाद, त्यावर चौकशी अधिकाऱ्याने निर्णय घेणे व त्याची सविस्तर कारणे देणे, अशी ही प्रक्रिया आहे. तिलाच 'नैसर्गिक न्याय' असे म्हणता येईल आणि त्याविरुद्ध जाता येणार नाही. *कोलकाता उच्च न्यायालय, समीरण गोस्वामी, सीएलआर जुलै २०१३*

१३. बडतर्फीच्या प्रकरणात कामगार न्यायालयात प्राथमिक मुद्दा ठरतो तो म्हणजे खातेनिहाय चौकशी योग्य प्रकारे व नैसर्गिक न्यायतत्त्वांचा अवलंब करून झाली आहे का? चौकशी सदोष ठरली तर आपल्या

समर्थनार्थ आणखी पुरावा व्यवस्थापनाला सादर करावा लागेल. व्यवस्थापनाने ती संधी घेतली नाही तर परत ती मिळणार नाही. *मुंबई उच्च न्यायालय, एस.टी. महामंडळ, सीएलआर मार्च २०१४*

१४. चौकशी करणे काही कारणास्तव शक्य नसल्यासच चौकशी टाळता येते. ही कारणे मनाला पटण्याजोगी हवीत. *सर्वोच्च न्यायालय, रिझाल सिंग, सीएलआर जुलै २०१४* (**टीप :** चौकशी केल्यास दंगा माजेल किंवा औद्योगिक संबंधात तणाव वा वातावरण अतिखराब होईल, असे वाटल्यास कंपनी चौकशी टाळू शकते. मग बडतर्फीनंतर प्रकरण न्यायालयात गेले की सर्वप्रथम आपला निर्णय योग्य होता, हे सिद्ध करण्यासाठी व्यवस्थापन सामान्यतः पुरावा सादर करण्याची संधी देण्यासाठी न्यायालयाला विनंती करू शकते.)

१५. कर्मचाऱ्याने आरोपपत्र देण्यापूर्वी आणि आरोपपत्र दिल्यानंतर अशा दोन्ही वेळी आपला अपराध मान्य केला तर खातेनिहाय चौकशीची गरज नाही. *कोलकाता उच्च न्यायालय, शंकर रे, सीएलआर ऑगस्ट २०१४* (**टीप :** बडतर्फी करायची असेल तर खातेनिहाय चौकशी करणे श्रेयस्कर ठरेल.)

१६. चौकशी रद्द किंवा दूषित ठरली तर कर्मचाऱ्याचा अपराध सिद्ध करण्यासाठी आणखी पुरावा सादर करण्याची व्यवस्थापनाला संधी देणे आवश्यक आहे. *मुंबई उच्च न्यायालय, कुंदिल ॲलॉयज, सीएलआर नोव्हेंबर २०१३*

१७. चौकशीमध्ये व्यवस्थापनाचा प्रतिनिधी जर वकील किंवा कायदेशीरदृष्ट्या प्रशिक्षित असेल, कर्मचाऱ्याला कायद्यातील तरतुदींची अथवा प्रक्रियेची माहिती नसेल, तर कर्मचारी आपल्या बचावासाठी वकील नेमू शकतो. *अलाहाबाद उच्च न्यायालय, सिंडिकेट बँक, सीएलआर जून २०१३* (**टीप :** आरोप गंभीर असतील, व्यवस्थापनाचा पुरावा प्रचंड तसेच गुंतागुंतीचा असेल, कायद्याचे प्रश्न गुंतलेले असतील, आणि कर्मचारी बडतर्फ होण्याची शक्यता असेल तर कर्मचाऱ्याला स्वतःच्या बचावासाठी वकील नेमता येऊ शकतो.)

१८. नैसर्गिक न्यायतत्त्वे ही चौकशी लांबवण्यासाठी मिळालेली सवलत नाही, ती एवढी खेचता येणार नाहीत की त्यामुळे काम करणे अवघड जाईल. कर्मचाऱ्यानेही चौकशी लवकर संपवण्यासाठी सहकार्य करायला हवे. *कर्नाटक उच्च न्यायालय, कर्नाटक एसटी सीएलआर डिसेंबर २०१३*

१९. कर्मचाऱ्याने खातेनिहाय चौकशी मुद्दाम लांबवली तर त्याला वाढीव निर्वाह भत्ता देण्याची गरज नाही. निर्वाह भत्ता दिला नाही, चौकशी अहवाल दिला नाही, त्यामुळे आपली बाजू कशी लंगडी पडली, हे कर्मचाऱ्याने सिद्ध केले तरच शिक्षा रद्द होईल, अन्यथा नाही. तसेच नियमात असेल तरच नियोजित शिक्षेविरुद्ध कर्मचाऱ्याला दुसरी 'कारणे दाखवा' नोटीस द्यावी लागेल. *मुंबई उच्च न्यायालय, हिंदुजा हॉस्पिटल, सीएलआर मार्च २०१६*

२०. कर्मचाऱ्याने आपली चूक मान्य केली तर खातेनिहाय चौकशीची गरज नाही. *मुंबई उच्च न्यायालय, एअरपोर्ट ऑथॅरिटी, सीएलआर जानेवारी २०१४*

२१. एका गैरवर्तनासाठी दोन शिक्षा देता येत नाहीत. *दिल्ली उच्च न्यायालय, स्टेट्समन, सीएलआर सप्टेंबर २०१२*

२२. 'आपण आजारी आहोत म्हणून आपल्याला हलकं काम द्या' असे सांगण्याचा कामगाराला हक्क नाही. *मद्रास उच्च न्यायालय, सॅमको, सीएलआर एप्रिल २०१२*

२३. शांततामय निदर्शने हे गैरवर्तन नाही. *मुंबई उच्च न्यायालय, केंद्रीय हिंदू सैनिक शिक्षण संस्था, सीएलआर ऑक्टोबर २०११*

२४. कर्मचाऱ्याला अपराध मान्य नसेल तरच नैसर्गिक न्यायतत्त्वांचा अवलंब आणि खातेनिहाय चौकशी आवश्यक असते. *मुंबई उच्च न्यायालय, टाटा पॉवर, सीएलआर जानेवारी २०१०*

२५. व्यवस्थापनाचा प्रतिनिधी कायदेशीरदृष्ट्या प्रशिक्षित, वकिली प्रकारचा, चौकशीच्या कामातील अनुभवी असेल तर कर्मचाऱ्याला बचाव प्रतिनिधी म्हणून वकील नेमण्याची सवलत हवी. *मुंबई उच्च न्यायालय, क्लेरंट केमिकल्स, सीएलआर जून २०१०*

कलम २६ : उशिरा येणे, गैरहजेरी, कामाकडे दुर्लक्ष, कामाच्या जागेवर न सापडणे, प्रवेशद्वारातून न येणे, आवारात गडबड गोंधळ करणे, यासाठी नापसंती, ताकीद अथवा दंड या शिक्षा ठोठावता येतील.

कलम २७ : निवृत्ती : निवृत्तीचे वय ६० राहील. व्यवस्थापन आणि युनियन करारान्वये ते बदलू शकतील.

कलम २७ अ : कोणत्याही कर्मचाऱ्याची वैद्यकीय तपासणी करायची असेल तर त्याचा खर्च व्यवस्थापन करेल.

कलम ३० : नैमित्तिक कर्मचारी सोडून अन्य कर्मचाऱ्याने सेवासमाप्तीनंतरर सर्व्हिस सर्टिफिकेट मागितले तर व्यवस्थापनाला ते द्यावे लागेल.

न्यायालयीन निष्कर्ष

१. मॉडेल स्टँडिंग ऑर्डर्सप्रमाणे कंपनी आणि कामगार आपापसांत करार करून निवृत्तीचे वय बदलू शकतात. *मुंबई उच्च न्यायालय, बॉश कंपनी, जळगाव, सीएलआर जानेवारी २०१६*

२. कित्येक वर्षे गप्प राहायचे आणि नोकरीच्या शेवटी जन्मतारीख बदलायची विनंती करून निवृत्ती लांबणीवर टाकायचा प्रयत्न करायचा, असे चालणार नाही. *उत्तराखंड उच्च न्यायालय, छत्रपाल, सीएलआर ऑगस्ट २०१५*

३. संस्थेला मॉडेल स्टँडिंग ऑर्डर्स लागू नसतील, नियुक्तिपत्र आणि संस्थेचे नियम यामध्ये निवृत्तीच्या वयाचा उल्लेख नसेल, तर जोपर्यंत कर्मचारी शारीरिक आणि मानसिकदृष्ट्या तंदुरुस्त आहे तोपर्यंत तो नोकरी करू शकेल. *मुंबई उच्च न्यायालय, शिरसाट लॉज, सीएलआर मे २०१५*

४. व्यवस्थापनाला एकतर्फी करार मोडून कर्मचाऱ्यांचे निवृत्तीचे वय बदलता येणार नाही. *केरळ उच्च न्यायालय फॅक्ट, सीएलआर ऑक्टोबर २०१२*

५. निवृत्तीच्या वयात वाढ करावी, ही कर्मचाऱ्यांची मागणी ध्यानात घ्यायची असेल तर कामाचे स्वरूप, वेतनश्रेणी, अन्य सवलती, निवृत्तीनंतरचे फायदे, कामाच्या ठिकाणचे वातावरण, समान कंपन्यांतील निवृत्तीचे वय, शारीरिक कष्ट या सर्वांचा विचार करावा लागेल. *कर्नाटक उच्च न्यायालय, युनायटेड रेसिंग, सीएलआर डिसेंबर २०११*

■■■

फॅक्टरीज ॲक्ट, १९४८
(कारखाने अधिनियम कायदा, १९४८)

कारखान्यांतील परिस्थिती, सवलती तसेच कामगारांच्या काही प्रमाणात सेवाशर्ती नियमित करण्यासाठी हा कायदा बनवण्यात आला आहे.

जिथे वीज, गॅस अशा प्रकारची ऊर्जा वापरून उत्पादन केले जाते आणि दहा किंवा अधिक कर्मचारी नियुक्त केलेले आहेत, अशा कारखान्यांना हा कायदा लागू होतो. मानवी अथवा जनावरांचे प्रयत्न, ताकद सोडून अन्य सर्व प्रकारच्या ऊर्जा यामध्ये समाविष्ट आहेत.

ज्या कारखान्यांत ऊर्जा न वापरता उत्पादन केले जाते आणि २० कर्मचारी नियुक्त केले आहेत, त्यांनाही हा कायदा लागू होतो.

(आता ही कर्मचारी संख्या अनुक्रमे २० आणि ४० करण्याचा महाराष्ट्र सरकारने निर्णय घेतला आहे.)

या कायद्यातील प्रमुख तरतुदी पुढीलप्रमाणे आहेत :

कलम २ (सीबी) : ज्या प्रक्रियेमुळे त्यातील कर्मचाऱ्यांच्या तब्येतीला / आरोग्याला धोका पोहोचू शकतो किंवा वातावरणामध्ये प्रदूषण होऊ शकते, त्या प्रक्रियेला 'धोकादायक प्रक्रिया' असे म्हणतात. अशा प्रक्रिया कोणत्या ते कायद्यात नमूद करण्यात आले आहे.

कलम २ (के) : वापरण्यासाठी किंवा विक्रीसाठी एखादी वस्तू बनवणे, दुरुस्त करणे, बदलणे, साफ करणे, तोडणे किंवा शीतगृहात एखादी वस्तू ठेवणे याला 'उत्पादनप्रक्रिया' म्हणतात. प्रिंटिंग, वीज उत्पादन, जहाजबांधणी वगैरेंचाही उत्पादनप्रक्रियेमध्ये समावेश होतो.

कलम २ (एल) : व्यवस्थापनाने स्वत: किंवा कंत्राटदारामार्फत उत्पादनप्रक्रियेमध्ये किंवा उत्पादनप्रक्रियेशी संबंधित काम करण्यासाठी नियुक्त केलेल्या व्यक्तीला 'कामगार' म्हणतात. (अधिकारी व कामगार यामध्ये कायदा फरक करत नाही. कायद्यासाठी सगळेच कामगार आहेत).

कलम २ (एन) : ज्याचे कारखान्यावर अंतिम नियंत्रण असते तो मालक (ऑक्युपायर). कंपनीमध्ये संचालक मंडळाचा सदस्य, तर फर्ममध्ये फक्त भागीदारच मालक होऊ शकतो.

कलम ४ : एखाद्या मालकाच्या कारखान्यातील विविध विभाग किंवा विविध शाखा हे वेगवेगळे कारखाने

आहेत किंवा मालकाने अर्जात नमूद केलेले दोन किंवा अधिक कारखाने हा एकच कारखाना आहे, असे ठरवण्याचा सरकारला अधिकार आहे.

कलम ६ : संमती, परवाना आणि नोंदणी : कारखान्याची नोंदणी करण्यासाठी, कारखान्याला परवाना (लायसेन्स) देण्यासाठी कारखान्याच्या मालकाने कारखान्याचे प्लॅन सादर करणे, उत्पादनप्रक्रियेची माहिती देणे, कारखान्याचे बांधकाम, विस्तार यासंबंधी सर्व माहिती व नकाशे चीफ इन्स्पेक्टर ऑफ फॅक्टरीज यांना सादर करणे आवश्यक आहे. त्यांनी तीन महिन्यांत जर आपला निर्णय कळवला नाही तर त्यांनी कारखान्यासाठी परवानगी दिली आहे, असे समजावे लागेल. पण, त्यांनी कारखान्याची जागा किंवा बांधकाम किंवा विस्तार किंवा परवाना वा नोंदणी याला नकार दिला आणि मालकाला त्याविरुद्ध सरकारकडे अपील करायचे असेल, तर ते ३० दिवसांत करावे लागेल.

केवळ मशीन्स बदलतात किंवा नवीन मशीन्स आणतात, म्हणजे कारखान्याचा विस्तार झाला असे होत नाही.

कलम ७ : कारखाना सुरू करण्यापूर्वी १५ दिवस मालकाने कारखान्याचे नाव आणि पत्ता, मालकाचे नाव आणि पत्ता, उत्पादनप्रक्रिया, कामगारांची नियोजित संख्या, व्यवस्थापकाचे नाव, किती एचपी वीज वापरणार ही माहिती फॅक्टरी इन्स्पेक्टरना कळवणे आवश्यक आहे. व्यवस्थापक जर बदलला तर नवीन व्यवस्थापकाचे नाव सात दिवसांत कळवावे लागेल.

कलम ७ ए : मालकाचे कर्तव्य : कामगारांचे आरोग्य, कल्याण आणि सुरक्षा हे मालकाचे प्राथमिक कर्तव्य आहे. त्यासाठी कामगारांना आवश्यक ती माहिती व प्रशिक्षण त्याने देणे अपेक्षित आहे. मालकाने सुरक्षा धोरण (सेफ्टी पॉलिसी) बनवणे व कामगारांना त्याची माहिती देणेही गरजेचे आहे.

कारखान्याला माल व वस्तू पुरवणाऱ्या व्यक्तींनाही या वस्तू सुरक्षेच्या दृष्टीने परिपूर्ण आहेत, याची खातरी करून घ्यावी. तसेच या वस्तू आणि त्यांचा वापर यासंबंधीची माहिती त्यांनी सविस्तरपणे कारखान्यांतील कर्मचाऱ्यांना द्यावी.

भाग २

कायद्याच्या अंमलबजावणीसाठी सरकार कारखाने निरीक्षक (फॅक्टरी इन्स्पेक्टर) आणि वैद्यकीय अधिकारी (सर्टिफाईंग सर्जन) यांची नेमणूक करेल. कारखान्यांना भेटी देणे, तपासणी, चौकशी करणे, कर्मचाऱ्यांशी संवाद वगैरेंचे त्यांना स्वातंत्र्य आहे.

भाग ३ : आरोग्य

कलम ११ : स्वच्छता : कारखान्यात दररोज झाडझूड, तर आठवड्यातून एकदा जमिनीवर ओल्या फडक्याने सफाई करावी लागेल. १४ महिन्यांतून एकदा झाडझूड / व्हाईट वॉश, तर पाच वर्षांतून एकदा रंग द्यावा लागेल. या तारखांची नोंद ठेवणेही आवश्यक आहे.

कलम १२ : सांडपाण्याची योग्य (ड्रेनेज) व्यवस्था तसेच कचरा आणि एफ्ल्युएंट यांचा निचरा करण्यासाठी

योग्य व्यवस्था हवी.

कलम १३ : कारखान्यात खेळती हवा आणि समाधानकारक तापमान हवे. उत्पादनप्रक्रियेमुळे खूप उष्ण तापमान निर्माण होत असेल, तर ही प्रक्रिया आणि कामगार यांच्यामध्ये अंतर हवे. ही प्रक्रिया शक्यतो बंदिस्त करण्यात यावी.

कलम १४ : धूर, वाफा, कचरा अशा प्रमाणात असेल की ज्यामुळे कर्मचाऱ्यांच्या आरोग्याला धोका पोहोचेल, तर त्याचा निचरा करण्यासाठी व्यवस्थापनाने एक्झॉस्ट वा अन्य तत्सम गोष्टी उपलब्ध करून द्याव्यात.

कलम १५ : ज्या कारखान्यात कृत्रिम पद्धतीने हवेतील दमटपणा वाढवला जातो, त्या कारखान्याने पिण्याचे पाणी सार्वजनिक पाणी पुरवठ्यातून घ्यायला हवे.

कलम १६ : काम करणाऱ्या व्यक्तींची दाटीवाटी, गर्दी होईल इतकी जागा लहान असता कामा नये. प्रत्येक कामगारासाठी साधारण १४.२ क्युबिक मीटर जागा असायला हवी.

कलम १७ : प्रत्येक कारखान्यात नैसर्गिक वा कृत्रिम पद्धतीने स्पष्ट प्रकाश असेल अशी व्यवस्था हवी. प्रकाशामुळे डोळ्यांवर चमक किंवा सावलीमुळे डोळ्यांवर ताण, असे होता कामा नये.

कलम १८ : प्रत्येक कारखान्यात कामगारांना सोयीचे पडेल अशा ठिकाणी पिण्याच्या पाण्याची व्यवस्था करायला हवी. तिथे 'पिण्याचे पाणी' असा फलक हवा. २५०पेक्षा जास्त कामगार असतील तर उन्हाळ्यात थंड पाण्याची सोय करायला हवी. स्वच्छतागृह, गटार वगैरेंपासून पिण्याचे पाणी किमान सहा मीटर दूर असायला हवे.

कलम १९ : महिला व पुरुष कामगारांसाठी स्वतंत्र शौचालये हवीत. त्यामध्ये प्रकाश, पाणी व खेळती हवा असणे आवश्यक आहे. २५०पेक्षा जास्त कामगार असतील तर शौचालयासाठी कोणत्या टाईल्स, साहित्य वापरावे याबाबत सरकार सूचना करेल. किती शौचालये असावी, हे कामगारांच्या संख्येवर ठरेल. ती दररोज साफ करण्यासाठी कर्मचारी नेमावेत; तसेच आठवड्यातून एकदा पावडर, फिनेल वगैरेने ती साफ करावीत.

कलम २० : कारखान्यात सोयीच्या ठिकाणी थुकदाण्या असाव्या. कोणी कर्मचारी दुसरीकडे कोठे थुंकला तर त्याला जास्तीत जास्त पाच रुपये दंड करता येईल.

भाग ४ : सुरक्षा

कलम २१ : मशीनचा फिरणारा तसेच धोकादायक भाग बंदिस्त पाहिजे.

कलम २२ : मशीनच्या फिरत्या भागांची तपासणी, वंगण अशा प्रकारचे काम विशेष प्रशिक्षित पुरुष कामगार करेल. अशा वेळी तो घट्ट कपडे परिधान करेल आणि फिरत्या पट्ट्याला हात लावणार नाही. असे काम महिला अथवा अठरा वर्षांपेक्षा कमी वय असलेल्या कामगाराला देता येणार नाही.

कलम २३ : योग्य प्रशिक्षण दिल्याशिवाय अठरा वर्षांखालील मुलाला मशीनवर काम देता येणार नाही. शिवाय, काम करते वेळी एका तज्ज्ञ पर्यवेक्षकाची त्याच्यावर देखरेख राहील.

कलम २४ : चाकावरील पट्टे योग्य प्रकारे फिरण्यासाठी त्याला यांत्रिक साधन पुरवणे आवश्यक आहे. तातडीची परिस्थिती उद्‌भवली तर चालू मशीनचा वीजपुरवठा बंद करण्याचे बटण वा व्यवस्था जवळ असावी.

कलम २५ : मशीनचा कोणताही फिरता भाग अथवा त्यावरील वस्तू ही दीड फुटापेक्षा जास्त अंतरावर फिरू नये.

कलम २६ : विजेवर चालणाऱ्या मशीनच्या शाफ्ट किंवा स्प्रिंडलवरील स्क्रू, बोल्ट, चावी, वगैरे बंदिस्त हवी.

कलम २७ : कॉटन-ओपनरवर स्त्रिया किंवा १५ वर्षांखालील मुलांना कामावर ठेवू नये.

कलम २८ : कर्मचारी तसेच मालवाहतूक करण्यासाठी वापरण्यात येणाऱ्या लिफ्ट चांगल्या साहित्याने तयार केलेल्या तसेच चांगल्या स्थितीत ठेवलेल्या असाव्यात. दर सहा महिन्यांनी त्यांची तपासणी करण्यात यावी. लिफ्ट किती वजन वाहून नेऊ शकेल, हे लिफ्टवर नमूद केलेले असावे. लिफ्टच्या दोन्ही बाजूला बाहेर पडण्यासाठी दरवाजा असावा.

याच तरतुदी कलम २९नुसार क्रेनला लागू राहतील. क्रेनची तपासणी १२ महिन्यांत एकदा करावी लागेल. क्रेनच्या चेन्स, दोरसुद्धा भक्कम असणे आवश्यक आहे.

कलम ३० : ज्या कारखान्यात ग्राइंडिंगचे काम चालू असेल तिथे बाजूला वेग व चाकाचा व्यास नमूद केलेला हवा.

कलम ३१ : एखादे मशीन हवेच्या सामान्य दाबापेक्षा जास्त दाबाने कार्यरत असेल तर त्या वाढीव दाबामुळे सुरक्षेला धोका पोहोचणार नाही याची व्यवस्थापनाने काळजी घ्यावी. त्याची वेळोवेळी तपासणी करून ते योग्य स्थितीत असल्याचे प्रमाणपत्र घ्यावे.

कलम ३२ : सर्व जिने, पायऱ्या, रस्ते चांगल्या स्थितीत असावेत. जिन्याच्या दोन्ही बाजूला हात ठेवायला रेलिंग असावे.

कलम ३३ : टँक, खड्डा वगैरे अशा खोलवर जागा बंदिस्त व सुरक्षित हव्या.

कलम ३५ : एखाद्या कामामुळे कर्मचाऱ्याच्या डोळ्याला दुखापत व्हायची शक्यता असेल तर त्याला काळ्या काचांचा चष्मा द्यावा. अन्यथा कर्मचारी व प्रक्रिया यामध्ये पडदा उभारावा.

कलम ३६ : मोठ्या प्रमाणात गॅस, ज्वाळा, वाफ, कचरा जमा झाल्याने आरोग्याला त्रास होणार असेल तर कर्मचाऱ्याने टँक, चेंबर, पाइप, खड्डा अशा बंदिस्त जागेत बाहेर पडण्यासाठी जागा नसल्यास कर्मचाऱ्याने आतमध्ये जायचे नाही. आत जायचे असल्यास जागा सुरक्षित असल्याचे प्रमाणपत्र व कर्मचाऱ्याकडे श्वासोच्छ्‌वासाची सामग्री असणे आवश्यक आहे. शिवाय कर्मचाऱ्याने एक पट्टा बांधावा ज्याचा दोर त्या जागेबाहेर उभ्या असलेल्या माणसाच्या हातात असावा.

२४ व्होल्टपेक्षा जास्त दाबाचे कोणतेही विजेचे उपकरण अशा बंदिस्त जागेत नेता येणार नाही.

कलम ३७ : एखाद्या उत्पादनप्रक्रियेतून गॅस, ज्वाळा, धूर, कचरा, वाफ असे पदार्थ निघत असतील, ज्याच्या एखाद्या ठिणगीनेही त्याचा स्फोट होईल, तर ती जागा बंदिस्त करावी किंवा अशा गोष्टीचा निचरा करावा;

किंवा आग वा ठिणगी पडू शकेल अशी जागा बंदिस्त करावी. अशा ठिकाणी वेल्डिंग वगैरे करू नये. एखाद्या मशीनमध्ये असा गॅस, ज्वाळा जर असतील तर ठरावीक सूचित खबरदारी घेतल्यावरच ते उघडावे.

कलम ३८ : आग लागल्यास त्यामध्ये अडकू नये यासाठी काय करावे, याची माहिती व प्रशिक्षण कर्मचाऱ्यांना दिले जाणे आवश्यक आहे. आग विझवण्याची यंत्रसामग्री तसेच कर्मचाऱ्यांना सुखरूपपणे पळून जाता येईल, अशी व्यवस्था असणेही गरजेचे आहे.

कलम ३९-४० ए : एखादी इमारत किंवा तिचा एखादा भाग किंवा मशीन जर धोकादायक आहे, असे जर कारखाना निरीक्षकांना वाटले तर ते त्याचे प्लॅन व अन्य माहिती मागवू शकतील किंवा काही चाचण्या करायला सांगू शकतील किंवा काही उपाय करायला सांगू शकतील, तो भाग, मशीन वापरू नका, असे सांगतील.

कलम ४० बी : एक हजारपेक्षा जास्त कामगार असलेल्या कारखान्यांना सुरक्षा अधिकारी (सेफ्टी ऑफिसर) नेमावा लागेल.

भाग ४ ए : धोकादायक प्रक्रिया

कलम ४१ ए : धोकादायक प्रक्रिया असलेला कारखाना सुरू करण्यासाठी किंवा त्याच्या विस्तारासाठी जर कोणी अर्ज केला तर त्या अर्जाचा विचार व मूल्यमापन करण्यासाठी सरकार एक समिती नेमेल. ही समिती ९० दिवसांत आपली शिफारस सरकारकडे पाठवेल. जर सरकारने संमती दिली तर अर्जदाराला प्रदूषण कायद्याखाली वेगळ्या परवानगीची गरज नाही.

कलम ४१ बी : उत्पादनप्रक्रियेत आपण वापरत असलेल्या पदार्थांमुळे, ज्यांच्या वाहतुकीतून, साठवून ठेवताना हाताळल्यामुळे काय धोका पोहोचू शकतो, तो कसा टाळावा, याची सविस्तर माहिती कंपनीने आपले कामगार, कारखाने, निरीक्षक, स्थानिक प्रशासन व सभोवतालच्या नागरिकांना देणे आवश्यक आहे. कामगारांची सुरक्षा व आरोग्य यासंबंधी सुरुवातीलाच आपले धोरण तयार करून ते कारखाने निरीक्षक व स्थानिक प्रशासनाला पाठवावे. आणीबाणी उद्‌भवली तर काय उपाय योजावेत, परिस्थितीवर कसे नियंत्रण ठेवावे, यासंबंधीची आपत्कालीन योजना (इमर्जन्सी प्लॅन) व्यवस्थापनाने कारखाने निरीक्षकांच्या मदतीने तयार करावी आणि ती कामगार व स्थानिक नागरिक यांना समजावून सांगावी. अशी प्रक्रिया सुरू करण्यापूर्वी ३० दिवसांत मालकाने या प्रक्रियेची सविस्तर माहिती जर कारखाने निरीक्षकांना कळवली नाही तर कारखान्याचा परवाना रद्द होऊ शकतो.

कलम ४१ सी : धोकादायक पदार्थांशी ज्या कामगारांचा संपर्क येऊ शकतो अशा कर्मचाऱ्यांच्या अद्ययावत वैद्यकीय नोंदी (मेडिकल रेकॉर्ड) व्यवस्थापनाने ठेवाव्यात. अशा कामाचा अनुभव व पात्रता असलेल्या व्यक्तींची पर्यवेक्षकीय कामासाठी निवड करावी. अशा कर्मचाऱ्यांची या कामाला पाठवण्यापूर्वी आणि नंतर १२ महिन्यांतून एकदा वैद्यकीय तपासणी करावी.

कलम ४१ डी : एखादी असाधारण परिस्थिती निर्माण झाल्यास तिच्या चौकशीसाठी सरकार समिती नेमू शकेल. समितीच्या शिफारशी सल्लात्मक स्वरूपाच्या असतील, बंधनकारक नसतील.

कलम ४१ जी : धोकादायक प्रक्रिया किंवा धोकादायक पदार्थ वापरात असलेल्या कारखान्यांमध्ये व्यवस्थापनाला सुरक्षा समिती (सेफ्टी कमिटी) स्थापन करावी लागेल. समितीमध्ये व्यवस्थापन व कामगार यांचे समसमान प्रतिनिधी असतील. कामाच्या ठिकाणी सुरक्षितता आणि आरोग्य व्यवस्थित ठेवण्यासाठी काय उपाययोजना योजता येतील, याचा समिती विचार करेल.

भाग ५ : कल्याणकारी सवलती

कलम ४२ : स्नान करण्यासाठी, हातपाय धुण्यासाठी महिला व पुरुष कर्मचाऱ्यांसाठी स्वतंत्र व्यवस्था हवी.

कलम ४३ : ओले कपडे तसेच वापरात नसलेले कपडे ठेवण्यासाठी व्यवस्था.

कलम ४४ : उभे राहून काम करावे लागणाऱ्या कामगारांना जेव्हा कधी शक्य असेल तेव्हा बसण्यासाठी व्यवस्था.

कलम ४५ : १५० कामगारांमागे एक प्रथमोपचार पेटी. ज्या कर्मचाऱ्यांना प्रथमोपचाराचे प्रशिक्षण मिळाले आहे ते यावर देखरेख ठेवतील, तसेच कामाच्या वेळेत उपलब्ध असतील. ५००पेक्षा जास्त कामगार असल्यास एक दवाखाना (डिस्पेन्सरी), तसेच कामाच्या वेळेत डॉक्टर आणि नर्स यांची व्यवस्था करणे बंधनकारक आहे.

कलम ४६ : २५०पेक्षा जास्त कामगार असल्यास कंपनीला कँटीनची व्यवस्था करावी लागेल. कामगारांचेही प्रतिनिधित्व असलेली कँटीन समिती कँटीनची व्यवस्था सांभाळेल.

कलम ४७ : १५०पेक्षा जास्त कामगार असलेल्या कारखान्यात कामगारांना जेवणासाठी व विश्रांतीसाठी एक खोली उपलब्ध असावी. या खोलीमध्ये खेळती हवा, पुरेसा प्रकाश व पिण्याचे पाणी असणे आवश्यक आहे.

कलम ४८ : ३०पेक्षा जास्त महिला कामगार असलेल्या कारखान्यात सहा वर्षांखालील मुलांसाठी पाळणाघर असणे आवश्यक आहे. प्रशिक्षित महिला कर्मचारी पाळणाघर सांभाळतील.

कलम ४९ : ५००पेक्षा जास्त कामगार असलेल्या कारखान्यात एक वेल्फेअर ऑफिसर नेमावा लागेल.

भाग ६ : कामाचे तास

कलम ५१ : आठवड्याचे कामाचे तास जास्तीत जास्त ४८ असतील.

कलम ५२ : प्रत्येक कामगाराला एक साप्ताहिक सुट्टी असेल. या सुट्टीच्या दिवशी काम करायचे असेल तर त्याआधीच्या किंवा नंतरच्या तीन दिवसांत सुट्टी द्यावी लागेल. कोणताही कर्मचारी सलग दहा दिवसांपेक्षा जास्त दिवस काम करणार नाही.

कलम ५३ : ज्या कारखान्याला कलम ५२ खाली सूट मिळाली आहे, तेथील कामगारांनी सुट्टीच्या दिवशी काम केले तर त्यांना दोन महिन्यांच्या आत बदली सुट्टी द्यावी लागेल.

कलम ५४ : दिवसाचे कामाचे तास जास्तीत जास्त नऊ असतील.

कलम ५५ : कमाल पाच तास सलग काम केल्यानंतर कर्मचाऱ्याला किमान अर्धा तास विश्रांतीसाठी ब्रेक देणे आवश्यक आहे.

कलम ५६ : कामाचा तास, विश्रांतीचा ब्रेक हे सर्व धरून कार्यालयीन वेळ (स्प्रेड ओव्हर) त्या कर्मचाऱ्यासाठी स डेदहा तासांपेक्षा जास्त ठेवता येणार नाही.

कलम ५७ : शिफ्टच्या वेळा स्वतंत्र असतील. एक शिफ्ट चालू असतानाच दुसरी शिफ्ट त्या कामासाठी सुरू करता येणार नाही.

कलम ५९ : दिवसा नऊ तासांपेक्षा आणि आठवड्यात ४८ तासांपेक्षा जास्त काम केल्यास तो ओव्हरटाईम समजला जाईल. त्या जादा कामांसाठी मोबदला म्हणून दुप्पट पगार द्यावा लागेल. पगारामध्ये मूळ वेतन व बाकीचे सर्व भत्ते यांचा समावेश राहील.

कलम ६० : एका कामगाराला एकाच दिवशी दोन कारखान्यांमध्ये काम करता येणार नाही. एका कामगाराला तीन महिन्यांत कमाल ११५ तास ओव्हरटाईम करता येईल.

कलम ६२ : प्रत्येक कामगाराचे नाव, शिफ्ट, कामाचे स्वरूप वगैरे माहिती देणारे रजिस्टर व्यवस्थापनाला ठेवावे लागेल. या रजिस्टरमध्ये नावाची नोंद झाल्याशिवाय कर्मचाऱ्याला कारखान्यात काम करता येणार नाही.

कलम ६६ : महिलांचे कामाचे तास सकाळी ६ ते संध्याकाळी ७ असतील. राज्य सरकार त्यामध्ये सकाळी ५ ते रात्री १० अशी सुधारणा करू शकेल. (व्यवस्थापन जर महिला कर्मचाऱ्यांच्या सुरक्षेची जबाबदारी घेणार असेल तर संध्याकाळी ७ ते सकाळी ६ मध्ये त्यांना काम करण्यास परवानगी देण्याचा निर्णय महाराष्ट्र सरकारने घेतला आहे.)

भाग ७

कलम ६७ : १४ वर्षे पूर्ण न झालेल्या कोणत्याही मुलाला कारखान्यात काम करता येणार नाही.

कलम ६८ : १४ ते १८ वर्षे वयाच्या मुलाला कारखान्यात काम करायचे असेल तर त्यासाठी तो शारीरिकदृष्ट्या सक्षम आहे, अशा आशयाचे सिव्हिल सर्जनचे प्रमाणपत्र असणे आवश्यक आहे.

कलम ६९ : 'या मुलाला नोकरी देण्याची आमची इच्छा आहे' असे व्यवस्थापनाचे पत्र घेऊन हा मुलगा सिव्हिल सर्जनला भेटेल. ते कारखाना, उत्पादनप्रक्रिया यांचा अभ्यास करतील व त्या अनुषंगाने मुलाची वैद्यकीय तपासणी करतील. त्यांना जसे योग्य वाटेल त्याप्रमाणे किंवा काही अटींवर ते प्रमाणपत्र देतील. प्रमाणपत्राची मुदत १२ महिने राहील.

कलम ७० : १७-१८ वयोगटातील मुलींची कामाची वेळ सकाळी ६ ते संध्याकाळी ७ आणि जास्तीत जास्त सकाळी ५ ते रात्री १० राहील.

कलम ७१ : १५ वर्षांखालील मुलाला जास्तीत जास्त साडेचार तास काम देता येईल. या कालावधीत त्यांच्या फार तर दोन शिफ्ट (पाच तास वेळेची एक) असू शकतील आणि एक शिफ्ट ते एका महिन्यासाठी करतील.

मुलींना सकाळी ८ ते संध्याकाळी ७ या वेळेतच काम देता येईल. मुलांना रात्रीचे १० ते पहाटेचे ६ ही वेळ अंतर्भूत असलेले १२ तास काम देता येणार नाही. त्यांची माहिती असलेले रजिस्टरही व्यवस्थापनाला ठेवावे लागेल.

भाग ८ : वार्षिक पगारी रजा

कलम ७८ : प्रत्येक कंपनीचे रजेबाबत धोरण असते. ते नियुक्तिपत्रात किंवा करारामध्ये नमूद केलेले असते. त्यानुसार कर्मचाऱ्यांना जर कायद्यापेक्षा जास्त सवलती मिळत असतील तर त्या चालू राहतील, तसे नसेल तर या कायद्यातील तरतुदी लागू होतील.

कलम ७९ : एका कॅलेंडर वर्षात ९० किंवा जास्त दिवस काम केलेल्या कर्मचाऱ्याला पुढील वर्षात काम केलेल्या २० दिवसांसाठी एक दिवस, या प्रमाणात रजा मिळेल.

ले-ऑफ, पगारी रजा, बाळंतपणाची जास्तीत जास्त १२ आठवडे रजा; दिवस धरण्यासाठी मोजता येऊ शकतील, पण यापेक्षा अधिक रजा मिळणार नाही.

एखाद्या कर्मचाऱ्याने जर १ जानेवारीऐवजी नंतर कधी काम सुरू केले आणि उरलेल्या दिवसांपैकी दोन-तृतीयांश दिवस त्याने काम केले तर त्याला वरीलप्रमाणे रजा मिळेल.

एखादा कर्मचारी मृत्यू पावला किंवा निवृत्त झाला तर दोन महिन्यांत त्याच्या कुटुंबीयांना त्याला त्याच्या रजेचे पैसे द्यावे लागतील. कर्मचाऱ्याने राजीनामा दिला किंवा त्याला बडतर्फ केले तर हे पैसे दोन दिवसांत द्यावे लागतील.

कर्मचाऱ्याला एखाद्या वर्षात काही रजा घेता आली नाही तर ती रजा पुढील वर्षाच्या रजेच्या दिवसांमध्ये मिळवली जाईल. शिल्लक रजा जास्तीत जास्त ३० दिवस ठेवता येईल. रजा नाकारली गेली असल्यास ती सर्व पुढे ढकलता येईल. अशा वेळी ३० दिवसांचे बंधन राहणार नाही.

रजा वर्षातून तीनदा घेता येईल. रजेसाठी १५ दिवस आधी अर्ज करावा लागेल (सार्वजनिक उपक्रमांत ३० दिवस). आजारपणासाठी रजा असेल तर १५ दिवसांचे बंधन राहणार नाही. रजेचा पगारही त्याला अर्ज केल्यानंतर १५ दिवसांत द्यावा लागेल. रजेच्या कालावधीत, प्रारंभी किंवा शेवटी येणाऱ्या सुट्ट्या रजेमध्ये धरल्या जाणार नाहीत. रजेला नकार नियमांनुसारच देता येईल.

कलम ८० : कर्मचाऱ्याला रजेच्या काळासाठी पगार द्यावा लागेल. रजा जर चार दिवसांपेक्षा जास्त असेल तर कलम ८१नुसार कर्मचाऱ्याची इच्छा असल्यास रजेवर जाण्यापूर्वी त्याला रजेचा पगार द्यावा लागेल.

भाग ९ : विशेष तरतुदी

कलम ८५ : २०पेक्षा कमी कर्मचाऱ्यांसह उत्पादनप्रक्रिया चालू असलेल्या कारखान्यांना या कायद्याच्या सर्व किंवा काही तरतुदी लागू करण्याचा राज्य सरकारला अधिकार आहे.

कलम ८७ : एखाद्या उत्पादनप्रक्रियेमुळे कर्मचाऱ्याला दुखापत, आजार, विषबाधा होईल असे वाटल्यास राज्य सरकार ती प्रक्रिया धोकादायक आहे, तिथे मुलांना वा महिलांना नोकरीला ठेवू नये, कर्मचाऱ्यांची नियमित वैद्यकीय तपासणी, सुरक्षा सवलती यासंबंधी नियम करू शकेल.

कलम ८८ : एखाद्या अपघातामुळे कर्मचारी मृत्यू पावला किंवा ४८ तासांपेक्षा जास्त काळ काम करण्यास असमर्थ ठरत असेल तर अशा अपघाताची सूचना व्यवस्थापनाला संबंधित सरकारी अधिकाऱ्याला द्यावी लागेल. कारखान्यात एखादी धोकादायक घटना घडली (कलम ८८ए) किंवा उत्पादनप्रक्रियेमुळे कर्मचाऱ्याला काही आजार झाला (कलम ८९) तर त्याचीही सूचना व्यवस्थापनाला संबंधितांना द्यावी लागेल. कारखाने निरीक्षकांचे कार्यालय याची चौकशी करेल (कलम ९०).

कलम ९१ ए : संबंधित अधिकारी कारखान्याला भेट देऊन सुरक्षा तसेच उत्पादनप्रक्रियेमुळे कर्मचाऱ्यांच्या तब्येतीवर होणारे परिणाम याचा अभ्यास करतील.

भाग १० : शिक्षा

कायद्यातील कोणत्याही अटीचा भंग केल्यास व्यवस्थापक तसेच मालक यांना दोन वर्षांपर्यंत कैद व एक लाख रुपयांपर्यंत दंड अशी कायद्यात तरतूद आहे. उल्लंघन चालूच राहिले तर दररोज आणखी एक हजार रुपयांपर्यंत दंड ठोठावला जाईल. अपघातात कर्मचाऱ्याचा मृत्यू झाल्यास हा दंड किमान २५ हजार आणि गंभीर दुखापत झाल्यास किमान पाच हजार रुपये राहील.

तोच गुन्हा पुन्हा झाला तर शिक्षा म्हणून तीन वर्षांपर्यंत कैद व दंड दोन लाख रुपयांपर्यंत राहील. अपघाती मृत्यूसाठी दंड किमान पस्तीस हजार रुपये व दुखापतीसाठी किमान दहा हजार रुपये राहील.

धोकादायक प्रक्रियेतील कोणत्याही आवश्यक तरतुदींचा भंग झाल्यास सात वर्षांपर्यंत कैद आणि दोन लाख रुपयांपर्यंत दंड होईल. उल्लंघन चालूच राहिल्यास दररोज पाच हजार रुपयांपर्यंत दंड होऊ शकेल.

'आपण संपूर्ण काळजी, खबरदारी घेतली होती, सूचना केल्या होत्या, चूक अन्य अधिकाऱ्याकडून झाली आहे', असे मालक वा व्यवस्थापक यांनी सिद्ध केले तर त्यांच्याऐवजी त्या अन्य अधिकाऱ्याला शिक्षा होईल.

तरतुदीचा भंग झाल्यानंतर तीन महिन्यांत तक्रार केली तरच न्यायालय त्याची दखल घेईल. कारखाने निरीक्षकाच्या आदेशाविरुद्ध मालक वा व्यवस्थापक ३० दिवसांत अपील करू शकतील.

आरोग्य आणि सुरक्षा यांची माहिती किंवा आवश्यक प्रशिक्षण व्यवस्थापनाकडून घेणे हा कामगारांचा हक्क आहे. सोयी अपूर्ण असतील तर ते कारखाने निरीक्षकांकडे तक्रार करू शकतात. पण सुरक्षा आणि आरोग्य यासंबंधित तरतुदींमध्ये त्यांनी अडथळे आणले तर त्यांना तीन महिन्यांपर्यंत कैद किंवा शंभर रुपये दंड किंवा दोन्ही शिक्षा होऊ शकतील.

महाराष्ट्र फॅक्टरी रुल्स, १९६३

फॅक्टरीज ॲक्ट हा एक असा प्रमुख कायदा आहे की त्यातील प्रमुख तरतुदींचे स्पष्टीकरण राज्य सरकारने बनवलेल्या नियमांत करण्यात आले आहे. म्हणून या कायद्यासाठी महाराष्ट्र सरकारने बनवलेल्या काही नियमांचे आपण अवलोकन करू.

नियम ३ : ज्या जागेवर कारखाना बांधायचा आहे, त्यासाठी मुख्य कारखाने निरीक्षक यांच्याकडे अर्ज करावा लागेल. अर्जासोबत सविस्तर उत्पादनप्रक्रिया (फ्लो चार्ट) त्याची माहिती, कच्चा माल, उत्पादन केलेला माल, त्याचे प्रमाण, प्रक्रियेतून होणारी गॅसची निर्मिती, उत्पादित मालाची साठवण, वाहतूक, हाताळणी, त्यातील धोका, त्यावरचे उपाय ही सर्व माहिती द्यावी लागेल.

अर्जासोबत कारखान्याच्या जागेचे प्लॅन (नकाशे), आजूबाजूचे रस्ते, इमारती, प्रकाश, खेळती हवा, आगीतून बाहेर पडण्याचे मार्ग, मशीन्सचा लेआऊट, विविध मजले, त्यांची उंची या सर्वांच्या दोन प्रती जोडाव्या लागतील. तेलनिर्मितीसाठी ज्वालाग्राही द्रवपदार्थ वापरायचे असतील तर स्थानिक अधिकाऱ्याचे 'ना हरकत' प्रमाणपत्रही द्यावे लागेल.

मुख्य कारखाने निरीक्षक सर्व गोष्टींची तपासणी करून आणि मालकाची बाजू ऐकल्यावर आपला निर्णय देतील.

नियम ३ ए : प्रत्येक व्यवस्थापनाला पाच वर्षांतून एकदा आपल्या कारखान्यातील इमारती, टँक, चिमणी, वगैरे भक्कम स्थितीत आहेत, असे प्रमाणपत्र सादर करावे लागेल. हे प्रमाणपत्र स्ट्रक्चरल अथवा सिव्हिल इंजिनिअर्स संस्थेच्या सदस्याने द्यावे लागेल.

नियम ५ : कारखान्याची नोंदणी व दहा वर्षांपर्यंतच्या परवान्यासाठी व्यवस्थापनाला मुख्य कारखाने निरीक्षकांकडे विहित नमुन्यात अर्ज करावा लागेल. ज्यामध्ये प्लॅन्स संमती दिनांक, उत्पादनप्रक्रियेचा फ्लो चार्ट, नियम ३ प्रमाणे अन्य माहिती, जास्तीत जास्त कामगारांची संख्या, हॉर्सपॉवर, मालकाचे नाव, फी वगैरे सर्व नमूद करावे लागेल. निरीक्षक संपूर्ण तपासणी व चौकशी करून खातरी पटल्यास परवाना (लायसेन्स) देतील (नियम ६).

कलम ७ : कारखान्याची जागा वा नाव बदलल्यास परवान्यात दुरुस्ती करावी लागेल. परवान्यात नमूद केलेली कामगारसंख्या वा वीजमर्यादा (हॉर्सपॉवर) ओलांडली आणि त्यामुळे जास्त परवाना फी देणे आवश्यक असेल तरीही परवान्यात दुरुस्ती करावी लागेल.

परवान्याची मुदत संपण्यापूर्वी दोन महिने आधी नवीन परवान्यासाठी आणि जास्तीत जास्त दहा वर्षांसाठी आवश्यक ती फी भरून अर्ज करावा लागेल. मुदत संपल्यानंतर अर्ज केल्यास दिरंगाई किती आहे यावर अवलंबून फीच्या ५ ते २५ टक्के रक्कम दंड म्हणून भरावी लागेल. कारखान्याने सतत तरतुदींचा भंग केला आहे का, परवाना चुकून दिला गेला होता का, कारखान्यांतील प्रक्रिया किती धोकादायक आहे, वगैरे गोष्टींचा विचार केल्यानंतर कारखाने निरीक्षक परवान्याचे नूतनीकरण करतील (नियम ८).

१ नोव्हेंबरनंतर सुरू झालेल्या कारखान्याने १ जानेवारीपूर्वी नूतनीकरणासाठी अर्ज करावा. कारखाने निरीक्षकांनी चार महिन्यांत निर्णय न दिल्यास परवाना मान्य झाला आहे, असे समजावे (नियम ९).

नियमांचा भंग केल्यास परवाना रद्द होऊ शकतो (कलम ९ ए). आपला पुढील वर्षी कारखाना चालणार नाही असे ३१ ऑक्टोबरपूर्वी मालकाने कळवल्यास परवाना निलंबित ठेवला जाईल (नियम १३). परवाना हरवल्यास आवश्यक फी भरल्यानंतर त्याची प्रत मिळू शकते (कलम ११). मालक जर नादार अथवा मरण पावला तर कारखाना सांभाळणाऱ्या अन्य व्यक्तीने परवान्यात दुरुस्तीसाठी योग्य वेळेत अर्ज करावा. या वेळेमध्ये या व्यक्तीला कोणत्याही कार्यवाहीसाठी दंड केला जाणार नाही. परवान्याची मुदत पूर्वीचीच राहील.

नवीन व्यवस्थापकाचे नाव कळवताना त्याच्या नियुक्तीची तारीख व आधीच्या व्यवस्थापकाचे नाव कळवावे लागेल (नियम १५).

नियम १८ ए : सर्टिफाईंग सर्जनकडून सर्व कामगारांची वर्षांतून एकदा वैद्यकीय तपासणी केली जाईल.

नियम २२ : कारखान्याचे ड्रेनेज सार्वजनिक ड्रेनेजला जोडायचे असेल तर त्यासाठी स्थानिक प्रशासनाची संमती लागेल. वेस्ट आणि एफ्ल्युएंट निचरा व्यवस्थापनासाठी प्रदूषण मंडळाची परवानगी लागेल.

नियम ३९ : प्रत्येक कर्मचाऱ्यासाठी दररोज किमान पाच लीटर इतकी पिण्याच्या पाण्याची व्यवस्था आवश्यक आहे. पिण्याचे पाणी सार्वजनिक पाणी पुरवठ्यांतून घेतलेले असावे (नियम ४०). सहा महिन्यांतून एकदा सरकारमान्य प्रयोगशाळेतून पाण्याची तपासणी व्हावी (नियम ४३). विहिरीचे पाणी असल्यास विहीर स्वच्छ, झाकलेली असावी, त्यातील पाणी आठवड्यातून एकदा शुद्ध करण्यात यावे (नियम ४२). १ मार्च ते ३० नोव्हेंबर थंड पाण्याची व्यवस्था असावी (नियम ४४).

नियम ५३ ए : कारखान्यातील एकूण कर्मचाऱ्यांच्या संख्येशी निगडित सफाई कर्मचाऱ्यांची संख्या असावी.

नियम ६६ : पुरुष कर्मचाऱ्याला ५५ किलोंपेक्षा आणि महिला कर्मचाऱ्याला ३० किलोंपेक्षा जास्त वजन उचलण्यास सांगू नये. हे कर्मचारी अशा कामांवर १२ महिन्यांपेक्षा जादा काळ काम करणार असतील तर हे काम देण्याच्या प्रारंभी आणि नंतर १२ महिन्यांत एकदा त्यांची वैद्यकीय तपासणी व्यवस्थापनाने स्वखर्चाने करणे आवश्यक आहे.

नियम ७१ बी : प्रत्येक कारखान्यांत शंभर चौरस मीटर क्षेत्रासाठी नऊ लीटर क्षमतेच्या दोन पाणी (अथवा वाळू) भरलेल्या बादल्या असाव्यात. प्रत्येक मजल्यावर अशा किमान चार बादल्या असाव्यात, तसेच कारखान्यात अन्य परिणामकारक अग्निशामक यंत्रणा असावी.

नियम ७३ आय : प्रत्येक कारखान्याने आपल्या आवारात झाडे लावावीत.

नियम ७३ जे : सुरक्षा समिती : धोकादायक प्रक्रिया असलेल्या कारखान्यात ५०पेक्षा जास्त आणि अन्य कारखान्यांत २५०पेक्षा जास्त कामगार असतील तर त्यांना एक सुरक्षा समिती (सेफ्टी कमिटी) नेमावी लागेल. एखादा वरिष्ठ अधिकारी समितीचा अध्यक्ष आणि सेफ्टी ऑफिसर किंवा कंपनी-डॉक्टर समितीचा सेक्रेटरी राहील. प्रॉडक्शन, पर्चेस, इंजिनिअरिंग अधिकारी तसेच कामगारांनी निवडलेले कामगार प्रतिनिधी समितीचे सदस्य राहतील. समितीची मुदत दोन वर्षे राहील. व्यवस्थापनाचे सुरक्षा आणि आरोग्यविषयक धोरण अमलात आणण्यासाठी व्यवस्थापनाला मदत करणे, त्यासंबंधीच्या सर्व गोष्टी हाताळणे, सुरक्षेविषयक जागरुकता, प्रशिक्षण, सेफ्टी ऑडिट, सर्व्हे, अपघात यासंबंधी चौकशी, अहवालांवर चर्चा ही समितीची प्रामुख्याने कामे राहतील.

नियम ७३ एल : शंभरपेक्षा जास्त कामगार असलेल्या कारखान्यांचे व्यवस्थापन, आरोग्य आणि सुरक्षा पॉलिसी तयार करेल. कामगारांचा समावेश, शिक्षण, त्यांना माहिती देणे, जबाबदाऱ्या निश्चित करणे, सेफ्टी ऑडिट, धोक्याचे मूल्यमापन करणे, वगैरे या धोरणांचा भाग असेल. कारखान्यात प्रमुख ठिकाणी पॉलिसी नोटीसद्वारे लावणेही आवश्यक आहे.

नियम ७३ व्ही : धोकादायक उत्पादनप्रक्रियेत काम करणाऱ्या कामगारांची कामावर ठेवण्यापूर्वी आणि नंतर दर सहा महिन्यांनी कारखान्याच्या वैद्यकीय अधिकाऱ्याने वैद्यकीय तपासणी करावी. काही विपरीत आढळल्यास सर्टिफाईंग सर्जनकडून त्याची तपासणी करावी. धोकादायक प्रक्रियेत काम करण्यास कर्मचारी सक्षम नाही, असे त्यांनी सांगितल्यास व्यवस्थापनाला त्या कर्मचाऱ्याला दुसरे काम द्यावे लागेल.

धोकादायक उत्पादनप्रक्रिया कारखान्याच्या व्यवस्थापनाने उत्पादनप्रक्रिया, वापरण्यात येणारा कच्चा माल, अंतिम उत्पादन, साठवण्यातील-हाताळण्यातील-वाहतुकीतील धोके, त्यावरील उपाय यांची सविस्तर माहिती आपले कर्मचारी, स्थानिक जनता, स्थानिक प्रशासन आणि कारखाने निरीक्षक यांना देणे अपेक्षित आहे.

अशा कारखान्यांना वैद्यकीय अधिकारी, नर्स, आरोग्य केंद्र, ॲम्ब्युलन्स, प्रथमोपचार पेट्या, प्रशिक्षित कर्मचारी ठेवावे लागतील. कारखान्यातील कामगारांच्या एकूण संख्येवर ते अवलंबून राहील.

नियम ७८ : ५००पेक्षा जास्त कामगार असलेल्या कारखान्यात एक डॉक्टर, एक प्रशिक्षित नर्स, दवाखाना आणि आजारी कर्मचाऱ्याला नेण्यासाठी वाहन यांची सोय आवश्यक आहे. दवाखान्यात येणाऱ्या प्रत्येक केसचे रेकॉर्ड ठेवावे लागेल. आवश्यक ती उपकरणेही उपलब्ध करावी लागतील.

नियम ७९ : कँटीन : २५०पेक्षा जास्त कामगार असलेल्या कारखान्यात कँटीन असणे आवश्यक आहे. कँटीनची इमारत संडास, बॉयलर हाउस वगैरेंपासून किमान १५ मीटर दूर असावी. एका वेळी किमान ३० टक्के कर्मचारी बसतील एवढा मोठा जेवणाचा हॉल असावा. त्यामध्ये महिला कर्मचाऱ्यांसाठी स्वतंत्र व्यवस्था असावी.

व्यवस्थापनाने कँटीनसाठी भांडीकुंडी, अन्य उपकरणे पुरवावीत. कँटीन कर्मचाऱ्यांचा गणवेश हीसुद्धा व्यवस्थापनाची जबाबदारी आहे. खाद्यपदार्थ विनानफा तत्त्वावर दिले जावेत, त्यांच्या किमती सूचनाफलकावर लावाव्यात. सहकारी संस्था कँटीन चालवत असल्यास त्यांना पाच टक्के नफा आकारण्याची परवानगी आहे. खाद्यपदार्थांच्या खर्च काढण्याच्या हिशेबात इमारतीचे भाडे, डेप्रिसिएशन, उपकरणांवरील खर्च, वीज व पाणी खर्च धरता येणार नाही.

कँटीनचा कारभार दर दोन वर्षांसाठी एक समिती पाहील. समितीमध्ये व्यवस्थापन आणि कर्मचारी यांचे समसमान प्रतिनिधी असतील. खाद्यपदार्थांचा दर्जा, आकार, वजन, किंमत, मेनू, जेवणाच्या व नाश्त्याच्या वेळा, स्वच्छता वगैरे विषयांवर समिती वेळोवेळी सल्ला देईल. कामगारांचे किमान दोन तर कमाल पाच प्रतिनिधी असतील. सहकारी संस्था कँटीन चालवत असल्यास समितीची आवश्यकता नाही.

नियम ८७ : पाळणाघर : पाळणाघर किमान १० चौरसमीटर असावे. ध्वनी अथवा वायू प्रदूषणाच्या जागेपासून ते दूर असावे. प्रत्येक मुलासाठी एक पाळणा किंवा कॉट, तर मोठ्या मुलांसाठी खेळणी तसेच खेळण्यासाठी मोकळी जागा असावी. पाळणाघरात मुले तसेच कपडे धुण्यासाठी जागा, पाणी, साबण, स्वच्छ टॉवेल्स तसेच कपडे असावेत. प्रत्येक मुलासाठी किमान ३०० मिलीलीटर दूध, दोन वर्षांपेक्षा मोठ्या मुलांसाठी नाश्ता व जेवण यांची व्यवस्था असावी. पाळणाघर सांभाळणारी महिला ही मिडवाइफ किंवा एखाद्या इस्पितळात किमान १८ महिने प्रशिक्षण किंवा पूर्वप्राथमिक शाळेच्या शिक्षकाचे प्रशिक्षण घेतलेली असावी. तिला साहाय्य करणाऱ्या कर्मचारी याही महिलाच असाव्यात. मुलांच्या मातांना पाळणाघरामध्ये येण्यासाठी १५ मिनिटांचे दोन ब्रेक द्यावेत.

ज्या कारखान्यात १९० दिवसांपेक्षा जास्त दिवस काम होत नाही किंवा विवाहित महिलांची संख्या १५पेक्षा कमी आहे किंवा सहा वर्षांखालील मुले चारपेक्षा जास्त नाहीत, त्यांना वरील सर्व तरतुदी बंधनकारक नाहीत. दूध, नाश्ता, जेवण, खेळणी, प्रशिक्षित महिला कर्मचारी, खेळण्यासाठी जागा या सोडून बाकीच्या तरतुदी त्यांना लागू होतील.

नियम ९३ : आठवड्याच्या सुट्टीच्या दिवशी काम केल्याबद्दल मिळणाऱ्या भरपाईच्या सुट्ट्या आठवड्यात जास्तीत जास्त दोन दिवस मिळतील.

नियम ९६ : ओव्हरटाइम केल्यास तो किती केला, हे दर्शवणारी ओव्हरटाइम स्लिप कर्मचाऱ्याला त्या-त्या दिवशी किंवा आठवड्याला द्यावी लागेल.

नियम १०० : कारखान्यातील कोणती पदे ही व्यवस्थापकीय वा विश्वस्त वा पर्यवेक्षकीय स्वरूपाची असतील, त्याची यादी या नियमात देण्यात आली आहे. या पदावरील कर्मचाऱ्यांना कामाचे तास, ओव्हरटाइम यासंबंधित तरतुदी लागू होत नाहीत.

अन्य कर्मचारी एका दिवसात जास्तीत जास्त दहा तास काम करू शकतात. त्यांची कार्यालयीन वेळ (स्प्रेड ओव्हर) जास्तीत जास्त १२ तास असेल. एका आठवड्यात जास्तीत जास्त साठ तास तर तीन महिन्यांत ओव्हरटाइमपोटी ५० तास काम करता येईल. (सरकार आता ही मर्यादा १२५ तास करत आहे.)

महिला कर्मचारी एका दिवसात जास्तीत जास्त नऊ तास काम करतील.

नियम १०५ : पगारी रजेचे रजिस्टर तीन वर्षे ठेवावे लागेल. रजेची नोंद करण्यासाठी प्रत्येक कर्मचाऱ्याला रजेचे कार्ड द्यावे लागेल. आजारपणासाठी रजा घेतल्यास डॉक्टरचे सर्टिफिकेट लागेल. गावात डॉक्टर नसल्यास सरपंचाचे प्रमाणपत्र सादर करावे लागेल. व्यवस्थापनाला मान्य असल्यास कामगार रजेच्या तारखांची अदलाबदल करू शकतात. ज्यांची एकूण साठलेली रजा सर्वाधिक मर्यादेपर्यंत पोहोचली आहे, त्यांची यादी सूचनाफलकावर लावावी लागेल.

नियम ११९ : कर्मचारी संख्येचे विवरण व अन्य माहिती देणारा अहवाल व्यवस्थापनाला दर महिन्याच्या दहा तारखेपर्यंत कारखाने निरीक्षक कार्यालयाला पाठवावा लागेल. कर्मचारी संख्या, हॉर्सपॉवर वीज, कारखाने निरीक्षकांनी दिलेल्या भेटी व तपासणी, धोकादायक प्रक्रिया, आरोग्य व सुरक्षा, झालेले अपघात, कल्याणकारी स्वलती पगार, पगारी रजा वगैरे विहित नमुन्यात माहिती देणारा वार्षिक अहवाल १० जानेवारीपर्यंत पाठवावा लागेल. पुढील वर्षीच्या सुट्ट्या आधी कळवाव्या लागतील. मस्टर रोल, अपघातांची नोंद करणारे रजिस्टर, निरीक्षकांसाठी तपासणी रजिस्टर ठेवणेही आवश्यक आहे. अर्ज, अहवाल ई-पद्धतीनेही पाठवता येतील.

नियम ११५ : अपघात : एखाद्या अपघातात कर्मचाऱ्याचा मृत्यू झाला तर चार तासांत त्याची सूचना कारखाने निरीक्षक, कामगार विमा, जिल्हा मॅजिस्ट्रेट, नजीकचे पोलीस स्टेशन व कर्मचाऱ्याचे नातेवाईक यांना द्यावी लागेल. अपघातामुळे गंभीर दुखापत झाली असेल किंवा कारखान्यात स्फोट, गॅसगळती, इमारत, जिना, क्रेन पडणे असे काही झाले असेल तर चार तासांत, त्याची सूचना कारखाने निरीक्षक आणि कामगार विमा कार्यालयाला द्यावी लागेल. एखादा अपघात कमी गंभीर असेल, पण त्यामुळे कर्मचारी ४८ तासांपेक्षा जास्त काळ काम करू शकणार नसेल तर ४८ तास उलटल्यानंतर २४ तासांत त्याची सूचना कारखाने निरीक्षकांना

द्यावी लागेल.

केमिकल्समुळे विषबाधा झाल्यास त्याची सूचनाही चार तासांत कारखाने निरीक्षक व कामगार विमा यांना द्यावी लागेल.

एखाद्या कर्मचाऱ्याला कामावर असताना हृदयविकाराचा झटका आला तर तो नैसर्गिक आहे, का कामाच्या स्वरूपामुळे झालेला अपघात आहे, हे ठरवण्याचा अधिकार फॅक्टरी इन्स्पेक्टरना आहे, व्यवस्थापनाला नाही.

सेफ्टी ऑफिसर : सेफ्टी ऑफिसरकडे पुढील पात्रता असणे आवश्यक आहे :

अ) इंजिनिअरिंगमधील किंवा टेक्नॉलॉजीमधील पदवी. शिवाय, कारखान्यात पर्यवेक्षकीय कामाचा किमान दोन वर्षांचा अनुभव किंवा प्रशिक्षण संस्था व सल्लागार संस्था वा अपघात निवारणासाठी संशोधन करणाऱ्या संस्थेतील पाच वर्षांचा अनुभव किंवा

ब) फिजिक्समधील वा केमिस्ट्रीमधील पदवी किंवा इंजिनिअरिंगमधील वा टेक्नॉलॉजीमधील डिप्लोमा आणि एखाद्या कारखान्यातील पाच वर्ष पर्यवेक्षकीय कामाचा अनुभव आणि

क) मराठीचे पुरेसे ज्ञान

ड) औद्योगिक सुरक्षा विषयातील डिप्लोमा (नसल्यास कामावर रुजू झाल्यांनतर तीन वर्षांत मिळवणे आवश्यक आहे.)

कारखाना किंवा मशिनरी यामध्ये हितसंबंध असलेली व्यक्ती सेफ्टी ऑफिसर होऊ शकत नाही.

सेफ्टी ऑफिसरची जागा रिक्त असल्यास कारखाने निरीक्षकांना कळवावे लागेल आणि तीन महिन्यांत ती भरावी लागेल. त्यासाठी दोन वर्तमानपत्रांत (त्यातील एक इंग्लिश) जाहिरात द्यावी लागेल. जागा भरल्यानंतर लगेच कारखाने निरीक्षकांना कळवावे लागेल.

एकापेक्षा जास्त सेफ्टी ऑफिसर्स आवश्यक असल्यास त्यातील वरिष्ठ सेफ्टी ऑफिसर म्हणून तर अन्य अतिरिक्त सेफ्टी ऑफिसर म्हणून काम पाहतील. सेफ्टी ऑफिसरला विभागप्रमुखाचा दर्जा राहील व तो मुख्य कार्यकारी अधिकाऱ्याच्या हाताखाली काम करेल.

सेफ्टी ऑफिसरची कामे पुढीलप्रमाणे राहतील :

१. अपघात तसेच दुखापती टाळण्यासाठी योजना आणि मार्गदर्शन
२. अपघातांची चौकशी
३. ठरावीक कामांचे सुरक्षेच्या दृष्टीने मूल्यमापन, अभ्यास, तपासणी
४. सुरक्षा उपकरणांच्या खरेदीबाबत मार्गदर्शन
५. सुरक्षा समितीची स्थापना व कारभार सांभाळणे
६. सुरक्षेविषयी प्रशिक्षण, स्पर्धा व अन्य कार्यक्रम
७. कारखान्याची सुरक्षा तपासणी, संबंधितांना मार्गदर्शन, कार्यावाहीची तपासणी

सेफ्टी ऑफिसरला काढायचे असेल तर त्याआधी त्याची कारणे मुख्य कारखाने निरीक्षकांना कळवावी लागतील. त्यानंतर ३० दिवसांत आणि या कालावधीत मुख्य कारखाने निरीक्षकांनी काही सल्ला दिला असल्यास तो विचारात न घेता कोणतीही कारवाई करता येणार नाही.

कामगारांचे कामाचे तास, सुट्ट्या, कल्याणकारक सवलती अशा विविध तरतुदी जरी या कायद्यात असल्या तरी हल्ली त्याचा रोख प्रामुख्याने कामगारांच्या सुरक्षेकडे आहे.

वेल्फेअर ऑफिसर : कारखान्यात ५००पेक्षा जास्त कामगार असतील तर एक वेल्फेअर ऑफिसर नेमावा लागेल. ही संख्या वाढल्यास आणखी वेल्फेअर ऑफिसर नेमावे लागतील.

वेल्फेअर ऑफिसरची पात्रता खालीलप्रमाणे राहील :

१. सोशल सायन्समधील सरकारमान्य डिग्री वा डिप्लोमा, मुख्य कारखाने निरीक्षकांसमवेत मुलाखतीत उत्तीर्ण व कामगार आयुक्तांनी तयार केलेल्या यादीत समाविष्ट

२. मराठीचे आवश्यक ज्ञान

वेल्फेअर ऑफिसरची जागा रिक्त असल्यास मुख्य कारखाने निरीक्षकांना कळवावे लागेल आणि ती सहा महिन्यांत भरावी लागेल. त्यासाठी दोन वृत्तपत्रांत (त्यातील एक इंग्लिश) जाहिरात द्यावी लागेल. वेल्फेअर ऑफिसरला विभागप्रमुखाचा दर्जा राहील आणि तो कारखान्याच्या प्रमुख व्यवस्थापकाच्या (फॅक्टरी मॅनेजर) हाताखाली काम करेल.

वेल्फेअर ऑफिसरच्या जबाबदाऱ्या खालीलप्रमाणे राहतील :

१. व्यवस्थापन व कर्मचारी यांच्यामध्ये सलोखा निर्माण करण्यासाठी प्रयत्न

२. कर्मचाऱ्यांच्या तक्रार निवारणासाठी प्रयत्न

३. कर्मचारी आंदलोनावेळी निष्पक्ष भूमिका, आंदोलने टाळण्याचे प्रयत्न

४. कल्याणकारी योजनांची अंमलबजावणी

५. कर्मचारी प्रशिक्षण

६. विविध कमिट्यांची स्थापना

७. कर्मचारीविषयक धोरणे, उत्पादकता वाढवणे

जबाबदारी ही थेट, प्रत्यक्ष नसून सल्लात्मक स्वरूपाची आहे.

कर्मचाऱ्यांविरुद्ध शिस्तभंग प्रकरण वा न्यायालयात कंपनीतर्फे उपस्थित राहणे वेल्फेअर ऑफिसर करू शकणार नाहीत.

एखाद्या वेल्फेअर ऑफिसरला नोकरीतून काढायचे असल्यास त्याची कारणे आधी मुख्य कारखाने निरीक्षकांना कळवावी लागतील. त्यानंतर ३० दिवसांत आणि त्यांनी सल्ला दिला असल्यास तो विचारात न घेता कारवाई करता येणार नाही.

न्यायालयीन निष्कर्ष

१. १४पेक्षा जास्त वय असलेल्या मुलांना कामावर ठेवण्यास कायद्याने परवानगी आहे. ते त्यापेक्षा लहान असतील तर त्यासाठी पुरावा म्हणून वैद्यकीय दाखले आवश्यक आहेत. *पंजाब उच्च न्यायालय, सीएलआर फेब्रुवारी २०१६*

२. संस्थेच्या नियमात नसेल तर न वापरलेल्या रजेचे पैसे मिळणार नाहीत. *गुजरात उच्च न्यायालय, गुजरात*

फिशरीज, सीएलआर जुलै २०१३

३. किचनमध्ये गॅस वापरला जातो, खाद्यपदार्थ बनवण्यात येतात, फ्रीझ आणि शीतगृहात पदार्थ ठेवण्यात येतात, गॅस ही ऊर्जा आहे, खाद्यपदार्थ विकले जातात, किचनमधील काम ही उत्पादनप्रक्रिया आहे आणि ज्या क्लबमध्ये असे किचन आहे तो क्लब कारखाना आहे. *सर्वोच्च न्यायालय, दिल्ली जिमखाना क्लब, सीएलआर डिसेंबर २०१४*

४. राजीनामा देणाऱ्या कर्मचाऱ्यांना रजेचे पैसे मिळतात, निवृत्त होणाऱ्यांना नाही. कर्मचाऱ्यांमध्ये असा भेदभाव योग्य आणि न्याय्य नाही. तो घटनेच्या कलम १४ विरोधी आहे, म्हणून महाराष्ट्र सरकारचा रजेसंबंधीचा ६७(३) हा पक्षपाती नियम रद्द करण्यात येत आहे. *मुंबई उच्च न्यायायलय, सीएलआर ऑगस्ट २०१४*

५. केंद्र सरकारच्या अखत्यारीतील कारखान्याच्या व्यवस्थापकांवर केंद्र सरकारची परवानगी घेतल्याशिवाय फॅक्टरी इन्स्पेक्टर खटला भरू शकणार नाहीत. *मध्य प्रदेश उच्च न्यायालय, रेल्वे कोच फॅक्टरी, सीएलआर नोव्हेंबर २०१३*

६. रजेचे रोखीकरण हा पगार आहे. पगार ही मालमत्ता आणि कर्मचाऱ्याचा हक्क आहे. जर काही कारणांसाठी रजेचे पैसे अडवायचे असतील तर संस्थेच्या नियमांमध्ये तशी तरतूद हवी. *पंजाब उच्च न्यायालय, प्यारेलाल, सीएलआर फेब्रुवारी २०१३*

७. कलम १०६ खाली चूक घडल्याची माहिती झाल्यापासून तीन महिन्यांत खटला भरणे आवश्यक आहे. *झारखंड उच्च न्यायालय, एचएमसिंग, एलएलजे २०१०-१-७८*

८. अनियमितपणे मिळणारे, सर्वांना न मिळणारे भत्ते हे ओव्हरटाइमच्या पैशांसाठी पगारात धरता येणार नाहीत. *केरळ उच्च न्यायालय, नौदल, सीएलआर डिसेंबर २०११*

९. आपल्याविरुद्ध पुरावा म्हणून गणला जाईल, असे कोणतेही कागदपत्र फॅक्टरी इन्स्पेक्टरला देण्याचे बंधन कारखानदारावर नाही. फॅक्टरी ॲक्ट कलम ९ मध्ये कारखानदाराला संरक्षण देण्यात आले आहे. *झारखंड उच्च न्यायालय, सीएलआर ऑक्टोबर २०११*

१०. महाविद्यालयीन अध्यापकांना हक्काची पगारी रजा आणि निवृत्ती वेळी रजेचे पैसे मिळाले पाहिजेत. *मुंबई उच्च न्यायालय, मूळजी जेठा महाविद्यालय, सीएलआर ऑगस्ट २०११*

११. कपड्याच्या दुकानात गॅस लायटरचा वापर करून सोल्डरिंग केलेल्या दागिन्यांची विक्री होते. म्हणजे इथे ऊर्जा वापरून उत्पादनप्रक्रिया होते, म्हणून कपड्याचे दुकान हा कारखाना आहे. *मुंबई उच्च न्यायालय, कोहिनूर, सीएलआर जुलै २०१०*

१२. गवंड्याचे काम करणाऱ्या कंत्राटी कामगाराने मशीन चालवले आणि अपघात झाला. या बेपर्वाईला, निष्काळजीपणाला कंपनी व्यवस्थापनाला जबाबदार धरता येणार नाही. *कर्नाटक उच्च न्यायालय, कुमारस्वामी सीएलआर २०१५ वार्षिक*

१३. एअर इंडियाची उपकंपनी असणाऱ्या हॉटेल कॉर्पोरेशनमधील कँटीन कामगार हे फक्त फॅक्टरी ॲक्टपुरते एअर इंडियाचे कामगार ठरतील, कायमस्वरूपी नव्हे. *सर्वोच्च न्यायालय, सीएलआर २०१४-३-७५१*

१४. फॅक्टरीज ॲक्टमधील कोणत्याही तरतुदीचा भंग झाला तर फक्त मॅनेजर आणि ऑक्युपायर यांच्यावरच

कारवाई करता येईल. ज्याचे कारभारावर संपूर्ण, अंतिम नियंत्रण आहे तो ऑक्युपायर. *झारखंड उच्च न्यायालय, एच. दत्ता. सीएलआर २०१०-२-२४१*

१५. घरेलू कामगारांनी आपल्या लहान मुलांना काम करायला दिले तर कंपनी त्याला जबाबदार नाही. *छत्तीसगढ उच्च न्यायालय, मणिलाल दयाळ, सीएलआर एप्रिल २०१५*

■■■

ट्रेड युनियन्स ॲक्ट, १९२६
(युनियन कायदा, १९२६)

हा कायदा प्रामुख्याने युनियन्सच्या नोंदणीसाठी करण्यात आला आहे. यातील प्रमुख तरतुदी खालीलप्रमाणे :

कलम २(ए) : युनियनचे व्यवस्थापन व कामकाज, धोरणे ठरवणाऱ्या आणि बघणाऱ्या समितीला 'कार्यकारिणी' म्हणतात.

कलम २(बी) : कार्यकारिणी सदस्य म्हणजे पदाधिकारी.

कलम २(जी) : औद्योगिक किंवा व्यापारी विवाद म्हणजे मालक आणि मालक, किंवा मालक आणि कर्मचारी, किंवा कर्मचारी आणि कर्मचारी यातील मतभेद. हे मतभेद सेवाशर्ती किंवा नोकरी वा नोकरी जाणे किंवा कामाच्या जागेवरील परिस्थिती या संदर्भात असू शकतात.

कलम २(एच) : मालक आणि कामगार, किंवा मालक आणि मालक, किंवा कामगार आणि कामगार यांच्यातील संबंध नियमित करण्यासाठी किंवा एखाद्या व्यवसायावर बंधणे टाकण्यासाठी एकत्र आलेल्या गटाला ट्रेड युनियन (कामगार संघटना) म्हणतात. युनियन तात्पुरती किंवा कायमस्वरूपी असेल, शिवाय एकत्र आलेल्या दोन किंवा जास्त युनियनच्या फेडरेशनचाही त्यामध्ये समावेश होतो.

भाग २ : नोंदणी

कलम ४ : युनियनचे सात किंवा जास्त सदस्य युनियनच्या नोंदणीसाठी रजिस्ट्रारकडे अर्ज करू शकतात. ज्या कंपनीसाठी किंवा उद्योगासाठी युनियन स्थापन करण्यात आली आहे, त्यातील दहा टक्के किंवा शंभर (जे कमी असेल ते) कर्मचारी युनियनचे सदस्य असणे आवश्यक आहे. किमान सदस्यसंख्या सात असणे जरुरी आहे. ही युनियनसाठी कायमची अट आहे.

नोंदणीसाठी अर्ज केल्यानंतर त्यातील काही सदस्य जर नोंदणीपूर्वी युनियन सोडून गेले तर नोंदणीचा अर्ज अवैध ठरणार नाही. पण ही संख्या निम्म्यापेक्षा जास्त असता कामा नये.

कलम ५ : नोंदणीच्या अर्जासोबत युनियनचे नियम जोडणे आवश्यक आहे. त्याशिवाय पुढील माहितीही पाठवणे जरुरीचे आहे :

अ) अर्जदारांची नावे, पत्ते, व्यवसाय, कामाच्या जागेचे नाव, पत्ता
ब) युनियनचे नाव आणि मुख्य कार्यालयाचा पत्ता
क) युनियन पदाधिकाऱ्यांची नावे, वय, हुद्दा, पत्ता व व्यवसाय
ड) युनियन एक वर्ष जुनी असल्यास युनियनची मालमत्ता व देणी यांचा तपशील

कलम ६ : नियम : युनियनची कार्यकारिणी ही कायद्यात नमूद केलेल्या तरतुदींनुसार बनवली पाहिजे. शिवाय युनियनच्या नियमांत पुढील गोष्टींचा उल्लेख हवा :

अ) युनियनचे नाव
ब) युनियनची उद्दिष्टे
क) युनियन निधी खर्च करण्याची कारणे
ड) सदस्यांची यादी व तपासणीची सोय
इ) सामान्य सदस्यांची प्रवेशप्रक्रिया, तसेच पदाधिकाऱ्यांसाठी सन्माननीय तसेच तात्पुरत्या सदस्यांना प्रवेश देण्याबाबत
फ) वर्गणी (ग्रामीण भागात वार्षिक किमान एक रुपया, असंघटित क्षेत्रांसाठी वार्षिक किमान तीन रुपये, अन्य ठिकाणी वार्षिक किमान १२ रुपये)
ग) सदस्यांना फायदा हवा असेल तर त्यासाठी अटी, दंड करायचा असेल तर त्याची कारणे, अटी व प्रक्रिया
ह) नियमांत बदल वा रद्द करण्याची पद्धत
ज) पदाधिकाऱ्यांची निवड व हकालपट्टी वा दूर करणे
क) पदाधिकाऱ्यांचा कालावधी, जास्तीत जास्त तीन वर्षे
ल) हिशेबाची तपासणी, ऑडिट, पैसे सुरक्षित ठेवणे
म) युनियन बंद वा विसर्जित करणे

कलम ७ : युनियनच्या नोंदणीसाठी आवश्यक असलेली आणखी माहिती रजिस्ट्रार युनियनकडून मागवून घेतील. युनियनचे नाव अन्य कोणा युनियनशी मिळतेजुळते असल्यास ते युनियनला नावात बदल करायला सांगतील.

कलम ८ : सर्व काही नियमांनुसार आहे अशी रजिस्ट्रारची खातरी पटली की ते युनियनची नोंदणी करतील व सर्व तपशिलांसह, त्यांच्याकडील रजिस्टरमध्ये युनियनची नोंद करतील.

कलम ९ : रजिस्ट्रार युनियनला नोंदणीपत्र पाठवतील.

कलम १० : पुढील परिस्थितीत युनियनची नोंदणी रद्द होऊ शकेल :

अ) युनियनच्या अर्जावरून
ब) सदस्यसंख्या आवश्यकतेपेक्षा कमी झाली तर

क) नोंदणी चुकून अथवा खोटेपणातून दिली गेली असली तर
ड) युनियनचे अस्तित्व संपले असेल तर
इ) रजिस्ट्रारने नोटीस दिल्यानंतरही युनियनने जाणूनबुजून नियमांचा भंग केला तर

युनियनचे नोंदणीपत्र काढून घेण्यापूर्वी किंवा रद्द करण्यापूर्वी दोन महिने रजिस्ट्रारने युनियनला तशा आशयाचे पत्र आणि त्यामागील कारणे कळवणे आवश्यक आहे.

कलम ११ : रजिस्ट्रारच्या निर्णयाविरुद्ध न्यायालयात अपील करता येईल.

कलम १४ : कंपनी कायदा, १९५६, सहकारी संस्था कायदा, १९१२ आणि सोसायटी नोंदणी कायदा, १८६० युनियनला लागू होणार नाहीत.

भाग ३ : हक्क आणि जबाबदाऱ्या

कलम १५ : नोंदणीकृत युनियन फक्त पुढील कारणांसाठी आपल्या निधीतून पैसे खर्च करू शकेल :

अ) पदाधिकाऱ्यांचे पगार, भत्ते व खर्च
ब) प्रशासकीय कामे, ऑडिट
क) युनियन वा सदस्य यांच्या न्यायालयीन कामकाजाबाबत
ड) वादविवाद, त्यामुळे नोकरी गेलेल्या सदस्याला मदत
इ) आजारपण, अपघात, म्हातारपण, बेकारी, मृत्यू यासाठी कर्मचारी किंवा कुटुंबीयांना मदत.
फ) सदस्याचा अंत्यविधी, मृत्यूनंतरचे धार्मिक विधी
ग) आजारपण, अपघात, बेकारी यापासून सदस्यांच्या संरक्षणासाठी विमा पॉलिसी काढणे
ह) शैक्षणिक, सामाजिक वा धार्मिक सवलती
ज) प्रकाशन कार्य : साप्ताहिक / मासिक वगैरे
झ) कामगारांच्या अन्य कल्याणकारी योजनांसाठीही हा खर्च त्या वर्षीच्या उत्पन्नाच्या जास्तीत जास्त २५ टक्के असू शकेल.

कलम १६ : राजकीय निधी : आपल्या सदस्यांच्या राजकीय आकांक्षांसाठी युनियन स्वतंत्र राजकीय निधी उभारू शकेल. त्यासाठी सदस्यांकडून वेगळी व स्वखुशीने वर्गणी घेता येईल. हा निधी पुढील कारणांसाठी खर्च करता येईल :

अ) सदस्याचा विधिमंडळ वा पालिका निवडणुकीसाठी झालेला खर्च
ब) उमेदवार घेत असलेल्या सभा व प्रचारसाहित्य
क) विधिमंडळ किंवा पालिका सदस्याच्या उपजीविकेसाठी
ड) मतदारनोंदणी

जो सदस्य वर्गणी देणार नाही त्याला त्याबद्दल त्रास देता येणार नाही.

कलम १७ : युनियनची उद्दिष्टे सफल करण्यासाठी युनियन पदाधिकारी वा सदस्य यांनी सहमतीने वा मतैक्याने

वा काही करार केला तर त्याबद्दल भारतीय दंडसंहितेच्या कलम १२० ब(२) खाली त्यांना शिक्षा करता येणार नाही.

कलम १८ : एखाद्या वादविवादामुळे युनियन किंवा पदाधिकारी किंवा सदस्य यांनी काही कृत्य केले, त्यामुळे अन्य कोणाच्या व्यवसायात हस्तक्षेप झाला किंवा अन्य कोणी आपल्या सेवाशर्तींचा भंग केला, या कारणासाठी युनियन वा पदाधिकारी वा सदस्य यांच्याविरुद्ध दिवाणी कारवाई करता येणार नाही.

युनियन सदस्यांनी आपापसात एखादा करार केला आणि त्या करारामुळे कोणाच्या व्यवसायात जरी बाधा आली तरी तो रद्दबातल ठरणार नाही.

कलम २० : युनियन सदस्यांची यादी तसेच हिशेबाच्या वह्या या सदस्य तसेच पदाधिकारी यांच्या तपासणीसाठी ठरावीक वेळेत उपलब्ध करून द्याव्या लागतील.

कलम २१ ए : नैतिकतेच्या कारणावरून शिक्षा झालेल्या आणि कैदेतून सुटून पाच वर्षे न झालेल्या व्यक्तीला युनियनचा पदाधिकारी होता येणार नाही. अठरा वर्षांखाली वय असलेली व्यक्तीही युनियन पदाधिकारी होऊ शकत नाही.

कलम २२ : असंघटित क्षेत्रातील नोंदणीकृत युनियनचे किमान निम्मे पदाधिकारी युनियन ज्या क्षेत्राशी संबंधित आहे, त्या क्षेत्रामध्ये काम अथवा नोकरी करणारे हवे. अन्य ठिकाणी ही संख्या पाच किंवा एक-तृतीयांश (यापैकी जी कमी ती) असावी. मंत्रिपद सांभाळणाऱ्या व्यक्ती युनियन पदाधिकारी होऊ शकत नाहीत.

कलम २३ : युनियनचे नाव बदलायचे असल्यास त्यासाठी किमान दोन-तृतीयांश सदस्यांची संमती लागेल.

कलम २४ : दोन किंवा दोनपेक्षा जास्त युनियन्सचे एका युनियनमध्ये विलीनीकरण करता येईल. त्यासाठी निधीची वाटणी वा विसर्जन (डिझोल्यूशन) करण्याची गरज नाही. यासाठी प्रत्येक युनियनचे मतदान करण्याला जे सदस्य पात्र आहेत त्यातील निम्म्यांनी मतदान करणे व त्यापैकी ६० टक्क्यांनी विलीनीकरणाच्या बाजूने मतदान करणे आवश्यक आहे.

कलम २५ : नावातील बदल वा विलीनीकरण रजिस्ट्रारला कळवावे लागेल. ही सूचना युनियनचे सचिव आणि अन्य सात सदस्यांनी द्यावी लागेल. असा बदल झाल्याने युनियनचे हक्क, जबाबदाऱ्या, न्यायालयीन प्रकरणे, आर्थिक पुरवठादर यामध्ये काही फरक पडणार नाही.

कलम २७ : युनियनचा गाशा गुंडाळायचा असेल, ती विसर्जित, बंद करायची असेल तर त्यासाठी युनियन नियमात दिलेल्या प्रक्रियेचे पालन करावे लागेल. युनियन सचिव व अन्य सात सदस्य, त्यासंबंधी रजिस्ट्रारला कळवतील. युनियन निधीचे नियमानुसार वाटप होईल. नियमात नसेल तर रजिस्ट्रार त्यासंबंधी निर्णय घेतील.

कलम २८ : नियमात बदल केल्यास १५ दिवसांत तो रजिस्ट्रारला युनियनने कळवणे आवश्यक आहे. दरवर्षी युनियनचा ऑडिट अहवाल, पदाधिकाऱ्यांच्या बाबतीत केलेले बदल, सुधारित नियम रजिस्ट्रारला पाठवावे लागतील. असे न केल्यास वा खोटी माहिती दिल्यास पदाधिकारी कारवाईला पात्र ठरतील.

न्यायालयीन निष्कर्ष

१. युनियन स्थापन करणे हा कर्मचाऱ्यांचा मूलभूत हक्क आहे. युनियनचा सदस्य बनणे हा त्यामुळे आनुषंगिक हक्क आहे. जोपर्यंत ट्रेड युनियन कायद्याखाली युनियनची नोंदणी रद्द होत नाही, तोपर्यंत युनियनचे हक्क आणि जबाबदाऱ्या चालू राहतात. कर्मचाऱ्याने विनंती केली तर युनियनची वर्गणी त्याच्या पगारातून कापणे 'पेमेंट ऑफ वेजेस' कायद्यानुसार कंपनीवर बंधनकारक आहे. *मद्रास उच्च न्यायालय, वस्त्रोद्योग मंडळ, सीएलआर ऑगस्ट २०११*

२. कामगार संघटनेची मान्यता हा औद्योगिक विवाद ठरत नाही. *मद्रास उच्च न्यायालय, पुडुचेरी केमिकल्स संघटना, सीएलआर जून २०१०*

३. कंपनीमध्ये एकापेक्षा जास्त युनियन्स असतील आणि कोणतीही मान्यताप्राप्त युनियन नसेल तर 'कोणातरी एकाच युनियनशी बोला', असे व्यवस्थापनाला सांगता येणार नाही. *मद्रास उच्च न्यायालय, सहकारी बँक, सीएलआर एप्रिल २०१३*

४. 'युनियनचा सल्ला घेऊ', असे लेखी स्वरूपात मान्य केले तरी ते कायदेशीरदृष्ट्या बंधनकारक नाही. इतिवृत्त म्हणजे करार नाही. समाजसेवेचा कार्यक्रम राबवताना पालिकेने युनियनचा सल्ला घेतला नाही तर ती अनुचित कामगार प्रथा नाही. *मुंबई उच्च न्यायालय, ठाणे महापालिका, सीएलआर नोव्हेंबर २०१२*

५. युनियनचे काम कामाच्या वेळेत, व्यवस्थापनाच्या जिवावर आणि व्यवस्थापनाची गैरसोय करून करू नये. *आंध्र प्रदेश उच्च न्यायालय, सिंगारेनी कॉलियरीज, सीएलआर सप्टेंबर २०१२*

६. युनियन नेतृत्वाचा लढा ट्रेड युनियन कायद्याखाली दिवाणी न्यायालयात उपस्थित करता येईल. *सीएलआर ऑगस्ट २०१२*

७. ट्रेड युनियन कायद्यात निवडणुका कोणी व कशा घ्यायच्या याचा उल्लेख नाही. गुंतागुंत असेल तर व्यावहारिक विचार करून कामगार संघटनेच्या पदाधिकाऱ्यांची निवडणूक गुप्त मतदानाने घ्यावी. फक्त सदस्यांनीच मतदान करावे आणि निवडणुकीचा खर्च युनियनने करावा. *सर्वोच्च न्यायालय, टाटा रिफ्रॅक्टरीज, सीएलआर जानेवारी २०१२*

८. आचारसंहितेखाली दिलेली युनियनची मान्यता काढून घ्यायची असेल तर युनियनला नोटीस द्यावी लागेल. युनियनची बाजू ऐकून घ्यावी लागेल, नैसर्गिक न्यायतत्त्वांचे पालन करावे लागेल. अन्यथा मान्यता रद्द करणे बेकायदा ठरेल. *दिल्ली उच्च न्यायालय, एअर इंडिया, सीएलआर मार्च २०११*

९. एखाद्या युनियनची नोंदणी रद्द करायची असेल तर त्यासाठी कोणा व्यक्तीने नव्हे, तर अन्य युनियनने अर्ज करणे आवश्यक आहे. युनियनकडून चूक झाली असल्यास तिची नोंदणी रद्द होऊ शकते, रजिस्ट्रारकडून झालेल्या चुकीसाठी नोंदणी रद्द करता येत नाही. युनियनच्या सर्वसाधारण सभेने किंवा सदस्यांनी बहुमताने तसा ठराव करणे आवश्यक आहे. शिवाय नोंदणी रद्द करण्यापूर्वी रजिस्ट्रारने युनियनला आपली बाजू मांडण्याची संधी देणे, चौकशी करणे जरूर आहे. *सर्वोच्च न्यायालय, पुणे एम्प्लॉईज युनियन, सीएलआर जानेवारी २०१५*

१०. युनियन नेता व संरक्षित कर्मचारी असलेल्या कर्मचाऱ्याला आरोपपत्र न देता आणि विनाचौकशी बडतर्फ करता येणार नाही. *पंजाब उच्च न्यायालय, डॉमिनंट ऑफसेट, सीएलआर डिसेंबर २०१३*

११. युनियनने कायद्याने बंधनकारक अटी पाळल्या नाहीत. त्यांच्या अर्जात कायदेशीर त्रुटी असल्या तरच युनियनची नोंदणी रद्द करता येते. क्षुल्लक कारणांसाठी रजिस्ट्रारने नोंदणी रद्द करू नये. *मुंबई उच्च न्यायालय, जेट एअरवेज, सीएलआर ऑगस्ट २०१४*

१२. संस्थेच्या सेवेतून निवृत्त झालेल्या कर्मचाऱ्यांना युनियनचे सदस्यत्व तसेच युनियनमध्ये कोणतेही अधिकारपद देण्यात येऊ नये. कायद्याने ते सदस्य आणि पदाधिकारी बनू शकतात; पण त्यांच्याशी चर्चा करणे कायद्याने बंधनकारक नाही. आजकाल कर्मचारी सुशिक्षित आहेत, त्यांना बाहेरच्या नेतृत्वाची गरज नाही. *मद्रास उच्च न्यायालय, इंडियन ओव्हरसीज बँक, सीएलआर जानेवारी २०१४*

१३. सैन्यदलातील नागरी कर्मचारी हे औद्योगिक विवाद कायद्याखाली 'कामगार' ठरत नाहीत. त्यांना आर्मी ॲक्ट लागू होतो आणि त्या कायद्यानुसार त्यांना कामगार संघटना स्थापन करता येत नाही. *पाटणा उच्च न्यायालय, बिहार रेजिॲक्ट कर्मचारी, सीएलआर मार्च २०१६*

१४. बीआयआर कायद्यात प्रातिनिधिक युनियनवर मर्यादा आहेत. स्टँडिंग ऑर्डर्समध्ये बदल करण्यासंबंधीच्या कलम ३८(२) मध्ये फक्त कर्मचाऱ्याचा उल्लेख आहे, युनियनचा नाही. कर्मचाऱ्याने बदल करण्याची मागणी करायची आणि नंतर युनियन कामकाजात भाग घेईल. तसेच निवृत्तीवयात बदल करण्याची नोटीस युनियनला कलम ४२(२) खाली देता येणार नाही. *मुंबई उच्च न्यायालय, राजश्री शाहू बँक, सीएलआर जून २०१५*

१५. दोन युनियन्सच्या वादात कोणाची बाजू बरोबर, हे ठरवण्याचा रजिस्ट्रारला अधिकार नाही. *अलाहाबाद उच्च न्यायालय, मजदूर सभा, सीएलआर २०१०-३-६१*

१६. युनियन पदाधिकाऱ्यांच्या निवडणुकांबद्दल सभासदांची काही तक्रार असेल, तर त्यासाठी दिवाणी न्यायालय हा मार्ग आहे. *अलाहाबाद उच्च न्यायालय, नोएडा कर्मचारी संघटना, सीएलआर एप्रिल २०१५*

१७. सदस्य नसलेल्या कंत्राटी कामगारांच्या सेवाशर्तींमध्ये कायम कामगारांचे हितसंबंध असतील तर युनियन त्यांच्यामार्फत न्यायालयात तक्रार करू शकते. *मुंबई उच्च न्यायालय, व्होल्टास, सीएलआर ऑक्टोबर २०१३*

■■■

महाराष्ट्र रेकग्निशन ऑफ ट्रेड युनियन्स अ‍ॅण्ड प्रिव्हेन्शन ऑफ अनफेअर लेबर प्रॅक्टिसेस अ‍ॅक्ट, १९७१

या कायद्याला युनियन मान्यता आणि अनुचित कामगार प्रथा विरोधी (एमआरटीयू) कायदा असेही म्हणतात.

संस्थेमध्ये एकच युनियन असावी, कामगारांचे सर्व प्रश्न तिनेच मांडावेत, एकापेक्षा जास्त युनियन्स असल्या की वाद निर्माण होतात. तसे होऊ नये, युनियनचे हक्क आणि जबाबदाऱ्या काय असाव्यात वगैरे तरतुदी या कायद्यात आहेत. बाकीचे बहुसंख्य कायदे केंद्र सरकारचे आहेत. हा कायदा राज्य सरकारचा आहे.

आता या कायद्यातील महत्त्वाच्या तरतुदी पाहू :

कलम ३(११) : युनियनची दरमहा असलेली किमान ५० पैसे वर्गणी देणारा कर्मचारी हा युनियनचा सदस्य असेल. ही मासिक वर्गणी त्याला महिना संपल्यानंतर तीन महिन्यांच्या आत द्यावी लागेल, नाहीतर ती थकबाकी समजली जाईल. सहा महिन्यांच्या कालावधीत जर तीनपेक्षा जास्त महिन्यांची थकबाकी असेल तर कर्मचारी युनियनचा सदस्य राहिलेला नाही, असे समजले जाईल.

भाग २

यानुसार विविध प्रकरणांच्या सुनावणीसाठी कामगार न्यायालय व औद्योगिक न्यायालय यांची स्थापना करण्यात आली आहे. युनियनची सदस्यसंख्या तसेच अनुचित कामगार प्रथा यांची चौकशी करून त्यासंबंधी न्यायालयांना मदत करण्यासाठी चौकशी अधिकाऱ्यांची नेमणूक करण्याचीही तरतूद या भागात करण्यात आली आहे.

भाग ३ : युनियन मान्यता

कलम १० : पाठीमागील १२ महिन्यांत ५० किंवा त्यापेक्षा जास्त कामगार कामावर असलेल्या संस्थेला हा भाग लागू होईल. सतत एक वर्ष ५०पेक्षा कमी कर्मचारी राहिले तर हा भाग लागू होणार नाही. तसेच बीआयआर कायदा लागू असलेल्या संस्थांना यातून वगळण्यात आले आहे.

कलम ११ : ज्या युनियनला मान्यता हवी असेल ती मान्यतेसाठी औद्योगिक न्यायालयाकडे अर्ज करेल. त्यासाठी अर्ज करण्याच्या महिन्यापूर्वीचे सहा महिने युनियनची सदस्यसंख्या एकूण कर्मचारी संख्येच्या ३० टक्के असायला हवी.

कलम १२ : मान्यता : युनियनचा मान्यतेसाठी अर्ज मिळाल्यानंतर औद्योगिक न्यायालय व्यवस्थापन व अन्य युनियन, कर्मचारी यांना या मान्यतेसंबंधांत आपली बाजू मांडायला सांगेल. सर्व पक्षांच्या बाजू ऐकल्यानंतर आणि योग्य ती चौकशी केल्यानंतर न्यायालयाची जर खातरी पटली की अर्जदार युनियनची सदस्यसंख्या कलम ११नुसार आहे, युनियन कलम १९च्या अटी पूर्ण करत आहे, तर न्यायालय अर्जदार युनियनला मान्यता देईल आणि तसे पत्र युनियनला देईल. मात्र, न्यायालयाला जर असे वाटले, की अन्य कोणा युनियनची सदस्यसंख्या कलम ११नुसार जादा आहे, तिने कलम १९मध्ये नमूद केलेल्या तरतुदींचे पालन केले आहे आणि तिलाही मान्यता हवी आहे, तर न्यायालय त्या अन्य युनियनला मान्यता देईल.

अर्ज करण्यापूर्वी सहा महिन्यांत युनियनने बेकायदा संपात भाग वा पाठिंबा दिला असेल तर तिला मान्यता मिळणार नाही. युनियन कर्मचाऱ्यांऐवजी व्यवस्थापनाच्या हितसंबंधांची जास्त काळजी करत आहे, असे न्यायालयाला वाटल्यास युनियनला मान्यता मिळणार नाही.

एका ठिकाणी एकच मान्यताप्राप्त युनियन असेल.

कलम १३ : मान्यता रद्द होणे : युनियनला 'कारणे दाखवा' नोटीस दिल्यानंतर आणि युनियनची बाजू ऐकल्यानंतर पुढील कारणांसाठी औद्योगिक न्यायालय मान्यताप्राप्त युनियनची मान्यता रद्द करू शकेल :

अ) युनियनला चुकून मान्यता दिली गेली असेल किंवा युनियनने सादर केलेल्या खोट्या कागदपत्रांमुळे मिळाली असेल.

ब) युनियनची सदस्यसंख्या सतत सहा महिने ३० टक्क्यांपेक्षा कमी झाली आहे.

क) युनियनने मान्यतेनंतर कलम १९मधील अटी पाळल्या नाहीत.

ड) युनियन कर्मचाऱ्यांऐवजी कंपनीच्या फायद्यासाठी चालवली जात आहे.

इ) ट्रेड युनियन कायद्याखाली तिची नोंदणी रद्द झाली आहे.

फ) अन्य युनियनला मान्यता देण्यात आली आहे.

अनुचित कामगार प्रथेचा अवलंब केल्याबद्दलही युनियनची मान्यता रद्द होऊ शकते, अन्यथा न्यायालय ठरावीक काळासाठी युनियनचे काही हक्क प्रलंबित ठेवू शकते.

(मान्यता तसेच मान्यता रद्द व्हावी यासाठीचा अर्ज फक्त युनियन करू शकते, वैयक्तिक कर्मचारी नव्हे.)

(कर्मचारी ५०पेक्षा कमी असतील तर हा भाग लागू होत नाही. त्यामुळे अशा ठिकाणी युनियनला मान्यता देण्यात अर्थ नाही.)

कलम १४ : अन्य युनियनला मान्यता : एखाद्या युनियनला मान्यता मिळाल्यानंतर दोन वर्षांनी दुसरी युनियन 'आपली सदस्यसंख्या जास्त आहे' या कारणास्तव औद्योगिक न्यायालयात अर्ज करू शकते. (या युनियनने आधी अर्ज केला असेल आणि तो फेटाळला गेला असेल तर त्यानंतर एक वर्षभर युनियनला थांबावे लागेल.) न्यायालय मग मान्यताप्राप्त युनियनला नोटीस पाठवून ३० दिवसांत आपली बाजू मांडायला सांगेल. व्यवस्थापन, अन्य युनियन्स असल्यास त्यांना आणि कर्मचाऱ्यांनाही न्यायालय आपली बाजू मांडायची संधी देईल. न्यायालय सर्व बाजू ऐकून घेईल, अर्जदार युनियनची सदस्यसंख्या जास्त आहे, ती कलम ११ आणि कलम १२च्या तरतुदींचे पालन करत आहे, अशी चौकशीनंतर न्यायालयाची खातरी पटली तर न्यायालय

अर्जदार युनियनला मान्यता आणि तशा आशयाचे पत्र देईल. सुनावणीमध्ये न्यायालयाच्या जर असे ध्यानात आले की कोणत्यातरी अन्य युनियनचे जास्त सदस्य आहेत, ती सर्व आवश्यक तरतुदींचे पालन करत आहे आणि तिने ही मान्यता मिळावी, अशी इच्छा व्यक्त केली आहे तर न्यायालय त्या युनियनला मान्यता देईल.

(युनियन मान्यतेसाठी गुप्त मतदान पद्धत न्यायालयांना मान्य नाही. मतदान म्हणजे त्या दिवशीच्या तात्पुरत्या भावना, सतत वर्गणी भरत राहणे म्हणजे मनापासून सतत पाठिंबा असे न्यायालयांचे मत आहे.)

न्यायालयीन निष्कर्ष

१. गुप्त मतदान पद्धतीचा कायद्यात उल्लेख नाही, त्यामुळे तिचा अवलंब मान्यतेसाठी करता येणार नाही. *सर्वोच्च न्यायालय, एपीआय युनियन, सीएलआर १९९०-२-३४४*
२. कर्मचाऱ्यांच्या प्रतिज्ञापत्रांवर युनियन मान्यता ठरवता येत नाही.
३. अन्य कंपनीत बेकायदा संप केल्याचा परिणाम ज्या ठिकाणी मान्यतेसाठी अर्ज केला आहे तिथे होणार नाही. *रॅलीस इंडिया, सीएलआर १९८५-१-१३६*

कलम १५ : पुनर्मान्यतेसाठी अर्ज : चुकून मान्यता दिली गेली किंवा सदस्यसंख्या सहा महिने ३० टक्क्यांपेक्षा कमी झाली आहे या कारणास्तव ज्या युनियनची मान्यता रद्द करण्यात आली आहे, ती तीन महिन्यांनंतर पुन्हा मान्यतेसाठी अर्ज करू शकेल. अन्य कोणत्याही कारणास्तव मान्यता रद्द झाली असेल तर पुनर्मान्यतेसाठी अर्ज एक वर्षभर करता येणार नाही. पुनर्मान्यतेसाठी अर्जाला नव्याने केलेल्या अर्जासारखे समजण्यात येईल.

भाग ४ : जबाबदाऱ्या आणि हक्क

कलम १९ : जबाबदाऱ्या : मान्यता मिळवण्यासाठी युनियनला काही जबाबदाऱ्या आणि अटी यांचे पालन करणे आवश्यक असते. त्यासाठी युनियनला आपल्या नियमात पुढील गोष्टींची तरतूद करावी लागेल आणि त्या पाळाव्या लागतील :

अ) सदस्य-वर्गणी महिन्याला किमान ५० पैसे
ब) युनियनच्या व्यवस्थापन समितीची तीन महिन्यांत किमान एकदा बैठक
क) व्यवस्थापन समिती आणि सर्वसाधारण सभा यांनी संमत केलेल्या ठरावांची एका रजिस्टरमध्ये नोंद
ड) राज्य सरकारने नियुक्त केलेल्या ऑडिटरकडून दर आर्थिक वर्षात किमान एकदा हिशेबाची तपासणी

कलम २० : मान्यताप्राप्त युनियनचे हक्क : ते पुढीलप्रमाणे असतील :

१. संस्थेच्या आवारात सदस्यांकडून येणे असलेले पैसे गोळा करणे.
२. संस्थेच्या आवारात नोटीस बोर्ड आणि नोटिसा लावणे.
३. औद्योगिक विवाद टाळण्यासाठी अथवा समझोत्यासाठी व्यवस्थापन तसेच कर्मचाऱ्यांशी (कामात अडथळा न आणता) चर्चा करणे, कामाच्या जागेची तपासणी करणे.
४. खातेनिहाय चौकशीत कर्मचाऱ्याचे प्रतिनिधित्व करणे.

५. वर्क्स कमिटीवर प्रतिनिधी नेमण्याचा हक्क फक्त मान्यताप्राप्त युनियनचा आहे.
६. बडतर्फी, नोकरकपात, निलंबन सोडून अन्य कोणत्याही विषयावर कर्मचाऱ्यांचे प्रतिनिधित्व फक्त मान्यताप्राप्त युनियन करू शकते. समेट वा न्यायालय यासमोर झालेल्या अशा सुनावणीतील निर्णय सर्वांवर बंधनकारक राहील. (कलम २३नुसार मान्यताप्राप्त युनियनचे दोन प्रतिनिधी या सुनावणीसाठी उपस्थित राहू शकतात. संबंधित अधिकाऱ्याने हजेरीचा दाखला दिल्यास त्यांना कामावर हजर समजून पगार द्यावा लागेल.)

कलम २१ : संप तोडण्यासाठी कायमस्वरूपी काम कंत्राटी कामगारांना देणे किंवा कामगारांना बराच काळ बदली वा टेंपररी ठेवणे म्हणजे त्यांना कायम कामगारांचे वेतन व फायदे मिळणार नाहीत, अशा अनुचित प्रथांविरुद्ध केवळ मान्यताप्राप्त युनियन सुनावणीमध्ये भाग घेऊ शकेल. मान्यताप्राप्त युनियन नसेल तर कर्मचारी स्वत: या सुनावणीमध्ये भाग घेऊ शकेल.

कलम २२ : मान्यता नसलेल्या युनियनचे हक्क : ज्या युनियनला मान्यता नाही अशा युनियनचे प्रतिनिधी आपल्या सदस्यांचे खातेनिहाय चौकशीमध्ये प्रतिनिधित्व करू शकतात; तसेच आपल्या सदस्याची बडतर्फी, नोकरकपात, निलंबन याबाबत व्यवस्थापनाशी चर्चा करू शकतात.

(मान्यताप्राप्त युनियनने व्यवस्थापनाशी केलेला वेतनकरार अन्य युनियनच्या सदस्यांवरही बंधनकारक असतो. करारामध्ये मान्यताप्राप्त युनियनला काही पैसे देण्याची तरतूद असेल तर ती विरोधी युनियनच्या सदस्यांवरही बंधकारक असते.)

भाग ५ : संप आणि टाळेबंदी

कलम २४ : बेकायदा संप आणि टाळेबंदी

१. पुढील परिस्थितीतील संप हा बेकायदा समजला जाईल :
   अ) व्यवस्थापनाला नोटीस न देता किंवा नोटीस दिल्यानंतर १४ दिवसांत सुरू केलेला संप
   ब) युनियन जर मान्यताप्राप्त असेल आणि संपाची नोटीस देण्यापूर्वी तिने जर गुप्त मतदानाद्वारे बहुसंख्य सदस्यांचे मत संपाच्या बाजूने मिळवले नसेल तर
   क) संपाशी संबंधित कारणांबाबत समेट अधिकाऱ्यासमोर सुनावणी चालू असताना आणि ती संपल्यानंतर सात दिवसांमध्ये संप सुरू केल्यास
   ड) संपाच्या नोटिशीमध्ये असलेल्या कारणांबाबत मध्यस्थासमोर चर्चा सुरू असता आणि ती संपण्यापूर्वी संप सुरू झाल्यास
   इ) संपाच्या नोटिशीमध्ये नमूद केलेल्या कारणाबाबत न्यायालयासमोर सुनावणी चालू असताना आणि ती संपण्यापूर्वी (युनियनने प्रश्न लवादाकडे सोपवण्याची इच्छा व्यक्त केली आणि व्यवस्थापनाने ती नाकारली तर हे कलम लागू होणार नाही.)
   ई) करार आणि निवाडा अमलात असताना त्यामध्ये अंतर्भूत असलेल्या कोणत्याही विषयावरून संप केल्यास
२. वरील कारणांवरून टाळेबंदीही बेकायदा ठरवली जाईल.

कलम २५ : संप किंवा टाळेबंदी बेकायदा आहे का, याचा निर्णय कामगार न्यायालय घेईल. बेकायदा घोषित झालेला संप किंवा टाळेबंदी ४८ तासांत मागे घेतली तर बेकायदा ठरणार नाही.

(औद्योगिक विवाद कायद्यात फक्त सार्वजनिक सेवेमध्ये गुंतलेल्या कंपन्यांना संपासाठी १४ दिवस नोटीस देण्याचे बंधन आहे. या कायद्यामध्ये ते सर्वच कंपन्यांना लागू करण्यात आले आहे.)

न्यायालयीन निष्कर्ष

१. युनियन मान्यता कायद्यातील संप आणि टाळेबंदीच्या तरतुदी औद्योगिक विवाद कायद्यातील संप आणि टाळेबंदीच्या तरतुदींना मारक ठरत नाहीत.

२. संपाची नोटीस कायद्यात दिलेल्या मसुद्यानुसार असलीच पाहिजे असे नाही. मुख्य गोष्टी त्यामध्ये आल्या की बस्स!

३. टाळेबंदी सुरू झाल्यानंतर टाळेबंदीची नोटीस दिली तर चालेल.

४. टाळेबंदी एका किंवा अधिक कर्मचाऱ्यांसाठी करता येते.

५. बेकायदा संप नंतर मागे घेतला तरी न्यायालय युनियन मान्यता रद्द करू शकते.

६. बीआयआर कायदा लागू असणाऱ्या उद्योगांतील कामगारांना जर संप करायचा असेल तर बीआयआर आणि युनियन मान्यता या दोन्ही कायद्यानुसार संपाची नोटीस द्यावी लागेल. युनियन मान्यता कायद्यानुसार जरी नोटीस दिली तर बीआयआर कायद्याखाली नोटीस न दिल्यास संप बेकायदा ठरतो आणि बँकेने केलेली संपकाळातील तात्पुरत्या कर्मचाऱ्यांची नियुक्ती अनुचित प्रथा ठरते. *मुंबई उच्च न्यायालय, व्यापारी बँक, सीएलआर सप्टेंबर २०१४*

७. कर्मचाऱ्याने ३० दिवसांत अपील करायला हवे, ते त्याने सव्वा दोन वर्षांनी केले. ही दिरंगाई मान्य करण्याचे अधिकार न्यायालयाला नाहीत. *मुंबई उच्च न्यायालय, नेरोलॅक पेंट्स, सीएलआर जानेवारी २०१६*

८. कारखाना बंद करण्याचा विषय युनियन मान्यता कायद्यानुसार कामगार न्यायालयाच्या कक्षेमध्ये येत नाही. *मुंबई उच्च न्यायालय, संकेत फूड, सीएलआर मार्च २०१४*

९. अंतरिम आदेशाविरुद्ध रिट अर्ज करता येत नाही, तो फक्त अंतिम निर्णयाविरुद्ध करता येईल. *सर्वोच्च न्यायालय, देना बँक, सीएलआर ऑक्टोबर २०११*

भाग ६ : अनुचित कामगार प्रथा

कलम २६ अन्वये विविध अनुचित कामगार प्रथा नमूद करण्यात आल्या आहेत. याच प्रथांचा औद्योगिक विवाद कायद्यात समावेश करण्यात आला आहे.

कामगारांच्या युनियन स्थापन करण्याच्या प्रयत्नात विविध मार्गांनी अडथळे आणणे, बेकायदा टाळेबंदी करणे, मान्यताप्राप्त युनियनशी चर्चा करण्यास नकार देणे, कर्मचाऱ्याची सूडबुद्धीने बडतर्फी किंवा बदली करणे, भेदभावाची वागणूक देणे, संप तोडण्यासाठी कायमस्वरूपी काम कंत्राटी कामगारांना देणे, कायदेशीर संपावेळी नवीन कामगारांची भरती करणे, कायदेशीर संपावरून परतणाऱ्या कामगारांकडून चांगल्या वर्तनाचे हमीपत्र घेणे,

कामगारांना बराच काळ बदली वा तात्पुरते ठेवणे, करार अमलात न आणणे वगैरे व्यवस्थापनाच्या अनुचित कामगार प्रथा आहेत.

बेकायदा संपाला चिथावणी देणे, संपविरोधी कामगारांना त्रास देणे, युनियनविरोधी कामगारांची छळवणूक, व्यवस्थापनाशी चर्चेस नकार, घेराव, मंदगती काम, अधिकाऱ्यांच्या घरांवर निदर्शने अशा कारवाया युनियनने केल्या तर त्या अनुचित कामगार प्रथा ठरतात.

कलम २८ : अनुचित कामगार प्रथेविरुद्ध ९० दिवसांत न्यायालयाकडे तक्रार करावी लागेल. योग्य वाटल्यास चौकशीसाठी आणि उभय पक्षांमध्ये समझोता घडवून आणण्यासाठी न्यायालय चौकशी अधिकाऱ्याची नेमणूक करेल. चौकशी अधिकाऱ्याचा अहवाल उभय पक्षांना देण्यात येईल. न्यायालयाचा निर्णय अंतिम असेल, आणि तो सर्वांवर बंधनकारक राहील.

(अनुचित कामगार प्रथेविरुद्धची तक्रार फक्त मान्यताप्राप्त युनियनच करू शकते.)

(सक्तीने घेतलेला राजीनामा ही बडतर्फी समजली जाते.)

(कमी कौशल्याच्या जागेवर बदली, पदावनती ही अनुचित प्रथा आहे.)

भाग ७ : न्यायालयांचे अधिकार

कलम ३० : 'अनुचित कामगार प्रथा तत्काळ बंद करा', असे न्यायालय संबंधिताला सांगू शकेल, तसेच कर्मचाऱ्याला नुकसानभरपाई देण्याचा आदेशही व्यवस्थापनाला देऊ शकेल. कर्मचाऱ्याची गैरमार्गाने बडतर्फी झाली असल्यास त्याला कामावर परत घेणे, बडतर्फीच्या काळातील पगार देणे वा न देणे किंवा त्याला नुकसानभरपाई देण्याचा आदेशही न्यायालय देऊ शकेल.

मान्यताप्राप्त युनियन जर अनुचित कामगार प्रथेचा अवलंब करत असेल तर तिची मान्यता रद्द करण्याचा किंवा काही हक्क काही काळासाठी निलंबित ठेवण्याचा आदेशही न्यायालय देऊ शकेल.

आपल्यासमोरील सुनावणीमध्ये हंगामी आदेश देण्याचाही न्यायालयाला अधिकार आहे. तात्पुरता दिलासा, प्रतिबंधात्मक आदेश, अनुचित कामगार प्रथा तात्पुरती थांबवणे, असे आदेशही न्यायालय कलम ३०(२)नुसार देऊ शकेल.

कलम ३१ : न्यायालयाने एखाद्या पक्षकाराच्या अनुपस्थितीत जर निर्णय दिला आणि त्या पक्षकाराने ३० दिवसांत अर्ज केला तर न्यायालय त्या अर्जाचा विचार करेल. अनुपस्थितीची कारणे योग्य वाटली तर आणि प्रतिपक्षाला नोटीस दिल्यानंतर न्यायालय आपला आधीचा निर्णय रद्द करून प्रकरणाची पुन्हा सुनावणी सुरू करू शकेल.

कलम ५९ : या कायद्यातील कोणत्याही मुद्द्याबाबत, कोणत्याही ठिकाणी सुनावणी चालू असेल तर औद्योगिक विवाद कायद्याखाली त्याची सुनावणी करता येणार नाही.

(अर्जदार हे आपले कर्मचारीच नाहीत, अशी जर कंपनीची भूमिका असेल तर अनुचित कामगार प्रथा कायद्याखाली औद्योगिक न्यायालय सुनावणी करू शकत नाही.)

न्यायालयीन निष्कर्ष

१. कलम ४४नुसार औद्योगिक न्यायालयाला कामगार न्यायालयावर पर्यवेक्षकीय तसेच कामगार न्यायालयाचे निर्णय बदलण्याचे अधिकार दिले आहेत. असा निर्णय बदलला की कलम २८ खाली अनुचित कामगार प्रथा रद्द झाली आहे, असा त्याचा अर्थ होतो. कर्मचाऱ्याला व्यवस्थापन किती देणे आहे, याचा हिशेब कलम ५०नुसार करता येतो. *मुंबई उच्च न्यायालय, आदर्श सहकारी बँक, सीएलआर जुलै २०१४*

२. अनुचित प्रथेचा अवलंब केला जात आहे, असे वरकरणी प्रबळपणे दिसून आले तर ती अनुचित प्रथा बंद करण्याबाबत अंतरिम दिलासा देण्याचा न्यायालयाला अधिकार आहे. चौकशी योग्य प्रकारे होत असली तरी न्यायालये असा दिलासा देऊ शकतात. *मुंबई उच्च न्यायालय, डोंबिवली नागरी बँक, सीएलआर जुलै २०१४*

३. बडतर्फी करताना गैरवर्तनाचे सामान्य, कमी गंभीर स्वरूप, पूर्वीची निष्कलंक सेवा यांचा विचार झालेला नाही. कर्मचाऱ्याला दहा लाख रुपये भरपाई द्यावी. *मुंबई उच्च न्यायालय, इंडियन सीमलेस, सीएलआर सप्टेंबर २०१४*

४. बदली हा नोकरीचा आनुषंगिक भाग आहे, यात काही गैर नाही. *मुंबई उच्च न्यायालय, पीटीआय, सीएलआर नोव्हेंबर २०१३*

५. ओव्हरटाइम हा हक्क किंवा सवलत नाही. काम किती, कधी, कसे करायचे हे व्यवस्थापनाने ठरवायचे. तो रद्द केला म्हणजे अनुचित प्रथा नाही. *मुंबई उच्च न्यायालय, नेकोशूटवर्ट, सीएलआर मे २०१४*

६. अंतरिम स्थगिती देताना न्यायालयाने फार काळजी घ्यावी. बडतर्फीच्या वाटेवर असलेल्या कर्मचाऱ्यावरचे आरोप काय आहेत, त्याचे सेवा-रेकॉर्ड काय आहे, कंपनीतील शिस्तीवर काय परिणाम होईल, याची न्यायालयाने तपासणी करावी. अत्यंत प्रबळ कारणे असतील तरच अंतरिम स्थगिती द्यावी. *मुंबई उच्च न्यायालय, एसटी, सीएलआर जानेवारी २०१६* (अंतरिम स्थगिती ही अंतिम निकालासारखी असू नये.)

७. बरीच वर्षे रोजंदारीवर आहे या कारणास्तव सेवेमध्ये नियमित करता येणार नाही. नोकरभरतीसाठी सरकारचे नियम आहेत, रिक्त जागा मान्य झाल्या असणे आवश्यक आहे. शिवाय, त्या नियमांनुसारच भरल्या जातील. *मुंबई उच्च न्यायालय, पॉलिटेक्निक कर्मचारी, सीएलआर ऑगस्ट २०१५*

८. नोकरकपातींसंबंधांतील तरतुदी या अप्रत्यक्षपणे कर्मचाऱ्याच्या नियुक्तिपत्राचा भाग असतात. अनुचित प्रथा टाळणे हे कायद्याचे उद्दिष्ट आहे. त्यामुळे बडतर्फीची प्रकरणे केवळ कामगार न्यायालय नव्हे, तर औद्योगिक न्यायालयेसुद्धा सुनावणीला घेऊ शकतात. *मुंबई उच्च न्यायालय, रामटेक नगरपालिका, सीएलआर जून २०१५*

९. शिक्षा अवाजवी का वाटते याची कारणमीमांसा कामगार न्यायालयाने करायला पाहिजे. *मुंबई उच्च न्यायालय, महेंद्र राऊत, सीएलआर जून २०१४*

१०. चौकशी अधिकाऱ्याचे निष्कर्ष विकृत आहेत का, अशी शंका प्रथमदर्शनी वाटल्यास औद्योगिक न्यायालयाने तो प्राथमिक मुद्दा बनवावा आणि तसे निष्पन्न झाल्यास व्यवस्थापनाला पुन्हा चौकशीची संधी द्यावी. (ही चौकशी व पुरावा सादर करणे न्यायालयासमोरच होते.) *मुंबई उच्च न्यायालय, एसटी महामंडळ*

११. न्यायालयासमोरील आपल्या लेखी निवेदनात व्यवस्थापनाने दुरुस्ती करण्याची इच्छा खूपच उशिरा व्यक्त केली तर कामगार न्यायालयाने ती स्वीकारू नये. *मुंबई उच्च न्यायालय, एसटी सीएलआर २०१४-२-३१२*

१२. औद्योगिक न्यायालयासमोर उपस्थित न केलेले मुद्दे उच्च न्यायालयासमोर रिट अर्जाच्या वेळी उपस्थित करता येणार नाहीत. *मुंबई उच्च न्यायालय, स्कायपॅक, सीएलआर २०१४-३-६१२*

१३. दीर्घ काळ कामगारांना हंगामी कामगार म्हणून कामावर ठेवणे, ही अनुचित प्रथा आहे. *सर्वोच्च न्यायालय, बजाज ऑटो, सीएलआर जून २०१३*

■■■

कॉंट्रॅक्ट लेबर ॲक्ट, १९७०
(कंत्राटी कामगार कायदा, १९७०)

आपल्या देशात कंत्राटी कामगार व्यवस्थेवर नेहमीच चर्चा होत असते. या कामगारांचे कंपन्यांकडून शोषण होते, त्यामुळे ही व्यवस्थाच बंद करावी असे अनेकांचे मत असले, तरी कंत्राटी कामगार पद्धत वाढतच चालली आहे.

कंत्राटी कामगार किमान वेतनावर काम करतात, त्यांची युनियन नसते, त्यांच्याकडून पाहिजे तसे उत्पादन करवून घेता येते, त्यांना कधीही कामावरून दूर करता येते, अशी अनेक कारणे यापाठीमागे आहेत.

ज्या कंपन्यांमध्ये २० किंवा अधिक कंत्राटी कामगार आहेत आणि ज्या कंत्राटदाराकडे २० किंवा अधिक स्वत:चे कामगार आहेत, त्यांना हा कायदा लागू होतो. महाराष्ट्र सरकारने हा आकडा आता ५० केला आहे.

सेझ किंवा १०० टक्के उत्पादन निर्यात करणाऱ्या कंपन्या, यामधील कँटीन, गार्डन, स्वच्छता, सुरक्षा, कुरिअर, मालवाहतूक, मालाची चढउतार अशी आनुषंगिक कामे या कायद्यातून वगळण्यात आले आहेत. तसेच ज्या कंपन्यांमध्ये १२० दिवसांपेक्षा कमी काम चालते, त्यांना हा कायदा लागू होत नाही.

कंत्राटी कामगारांच्या सेवाशर्तींचे नियमन करणे, आवश्यक तिथे कंत्राटी पद्धत रद्द करणे हे या कायद्याचे उद्दिष्ट आहे.

कलम २(बी) : कंत्राटी कामगार : कंपनीच्या कामासाठी कंत्राटदाराने नेमलेली व्यक्ती म्हणजे कंत्राटी कामगार.

कलम २(सी) : कंत्राटदार : कंपनीला कंत्राटी कामगार पुरवणारी व्यक्ती किंवा कंत्राटी कामगारांमार्फत कंपनीचे काम करून देणारी व्यक्ती म्हणजे कंत्राटदार. कंपनीला केवळ माल पुरवणारी व्यक्ती ही कंत्राटदार नव्हे, तसेच कंपनीने दिलेल्या वस्तूंवर स्वत:च्या घरी अथवा कंपनीच्या मालकीच्या नसलेल्या ठिकाणी काम करणारी व्यक्ती ही कामगार नव्हे.

न्यायालयीन निष्कर्ष

कंत्राटदार फक्त कामगार पुरवत असेल, तर कंपनी त्यांच्यावर देखरेख व नियंत्रण ठेवेल; पण ते दुय्यम असेल. कोणता कर्मचारी कोणत्या कंपनीला किती काळासाठी द्यायचा, त्याचा पगार, सेवाशर्ती काय हे कंत्राटदार

ठरवतो; म्हणजे खरे प्राथमिक नियंत्रण हे कंत्राटदाराचेच असते. असे कामगार कंपनीकडे कायमस्वरूपी नोकरी मागू शकत नाहीत. *मुंबई उच्च न्यायालय, भारत फोर्ज, सीएलआर जुलै २०१०.*

कलम ७ : रजिस्ट्रेशन : कायदा लागू असलेल्या प्रत्येक कंपनीने कामगार आयुक्तांकडे आवश्यक त्या कागदपत्रांसह रजिस्ट्रेशनसाठी अर्ज करावा. कंत्राटदार आणि कंत्राटी कामगारांची माहिती, कामाचे स्वरूप, कालावधी, सुरू होण्याची तारीख, मुख्य कामात कंत्राटी कामगार नेमत नसल्याबद्दल हमीपत्र अशा स्वरूपाची माहिती कंपनीने देणे आवश्यक आहे. त्याबद्दल समाधान झाल्यानंतर कामगार आयुक्त कार्यालयाकडून रजिस्ट्रेशन सर्टिफिकेट दिले जाईल.

कंपनीने महत्त्वाची माहिती पुरवली नाही अथवा खोटी माहिती दिली, असे सिद्ध झाले तर कलम ८नुसार रजिस्ट्रेशन रद्द होऊ शकेल. रजिस्ट्रेशन नसल्यास अथवा रद्द झाल्यास कंपनीला कलम ९नुसार कंत्राटी कामगार नेमता येणार नाहीत.

कलम १३ : लायसेन्स : कंपनीला जसे रजिस्ट्रेशन (नोंदणी) बंधनकारक आहे, तसे कंत्राटदाराला लायसेन्स (परवाना) मिळवणे बंधनकारक आहे. कंपनीचा व्यवसाय, कंत्राटदाराचे नाव, कामाचे स्वरूप, कालावधी, कंत्राटी कामगारांची संख्या वगैरे माहितीसह कंत्राटदाराने कामगार आयुक्त कार्यालयाकडे अर्ज करावा. त्यांची खातरी पटल्यानंतर ते परवाना देतील. माहिती लपवली, चुकीची माहिती दिली, अटींचा भंग केला वगैरे कारणांवरून परवाना कलम १४नुसार निलंबित अथवा रद्द करता येतो किंवा अनामत रक्कम जप्त करता येते. कामाचे तास, पगार, सवलती अशा स्वरूपाच्या अटी कलम १२मध्ये नमूद करण्यात आल्या आहेत. अनामत रक्कम साधारणपणे प्रत्येक कामगारामागे शंभर रुपये असते. अर्जदार नादार किंवा अनैतिक कृत्य केल्याबद्दल शिक्षा झालेला असला तर परवाना नाकारला जाऊ शकतो. परवाना ३१ डिसेंबरपर्यंत असतो. अर्ज केल्यानंतर सात दिवसांत परवाना दिला जाणे अपेक्षित आहे.

कलम १० : कंत्राटी कामगार नियुक्तीस प्रतिबंध : या कायद्यातील हे सर्वात महत्त्वाचे कलम आहे. त्यानुसार केंद्रीय अथवा राज्यस्तरीय सल्लागार मंडळाच्या सल्ल्यानंतर राज्य सरकार कोणत्याही संस्थेमधील कोणत्याही स्वरूपाच्या कामामध्ये कंत्राटी कामगार नेमण्यास प्रतिबंध करू शकते.

असा निर्णय घेण्यापूर्वी राज्य सरकारने काही गोष्टींचा विचार करणे आवश्यक आहे. कामाचे स्वरूप कंपनीसाठी आवश्यक, मूलभूत स्वरूपाचे आहे की आनुषंगिक, ते प्रदीर्घ काळासाठी आहे का, त्यामध्ये बऱ्याच लोकांना पूर्ण वेळ नोकरी मिळू शकेल का, सामान्यतः अशी कामे अशा प्रकारच्या कंपन्यांमध्ये कायम कामगार करतात का, कंपनीमध्ये काम करण्यासाठी कशा प्रकारची परिस्थिती आहे, कंत्राटी कामगारांना कोणते फायदे मिळतात, या सर्व गोष्टींचा विचार करूनच राज्य सरकारने निर्णय घेणे आवश्यक आहे.

कंत्राटी पद्धत रद्द करण्याचा निर्णय फक्त राज्य सरकार घेऊ शकते, न्यायालय नाही.

न्यायालयीन निष्कर्ष

कंत्राटी पद्धत रद्द करताना संबंधितांची बाजू ऐकून घेणे सरकारवर बंधनकारक नाही. फक्त कायद्यात नमूद केलेल्या तरतुदींचे पालन करायला हवे. *झारखंड उच्च न्यायालय, दामोदर व्हॅली कॉर्पोरेशन; सीएलआर सप्टेंबर २०१०*

सवलती : शंभरपेक्षा जास्त कंत्राटी कामगार असतील तर त्यांच्यासाठी स्वतंत्र कँटीनची तरतूद कलम १६मध्ये करण्यात आली आहे. कलम १७नुसार विश्रांतीसाठी हवेशीर स्वच्छ खोल्या, कलम १८नुसार पिण्याचे पाणी, स्वच्छतागृह तर कलम १९नुसार प्रथमोपचार पेटीची जबाबदारी कंत्राटदारावर टाकण्यात आली आहे. कंत्राटदाराने त्या पुरवल्या नाहीत तर ती पुरवण्याची जबाबदारी कंपनीवर आहे.

कलम २१ : पगार : पगार देण्याची जबाबदारी अर्थातच कंत्राटदाराची आहे आणि तो पगार त्याने कंपनी प्रतिनिधीच्या उपस्थितीत देणे आवश्यक आहे. (पगाराच्या रजिस्टरवर कंपनी प्रतिनिधीने सही करणे आवश्यक आहे.) कंत्राटदाराने पगार न दिल्यास तो कंपनीला द्यावा लागेल, कंपनी नंतर तो कंत्राटदाराकडून वसूल करू शकेल.

'समान काम, समान दाम' हे तत्त्व काही प्रमाणात येथे लागू होते. कंपनीचा कर्मचारी आणि कंत्राटी कामगार हे एकाच प्रकारचे काम करत असल्यास दोघांनाही समान पगार हवा. काही कंपन्यांमध्ये स्वतःचे तसेच कंत्राटदाराचे सुरक्षारक्षक, ड्रायव्हर असतात, त्यांनी हे ध्यानात ठेवायला हवे.

नियमानुसार कंत्राटदारांबाबतचे रजिस्टर, प्रत्येक कंत्राटी कामगाराला ओळखपत्र, त्यांचे हजेरी रजिस्टर, पगाराचे रजिस्टर ठेवले जाणे आवश्यक आहे. दरवर्षी १५ फेब्रुवारीपर्यंत कंपनीने मागील वर्षांत किती कंत्राटी कामगार ठेवले, त्यांनी किती दिवस काम केले, काय काम केले, कंपनीच्या कामगारांनी किती दिवस काम केले वगैरे माहिती देणारा अहवाल कामगार आयुक्तांना पाठवणे आवश्यक आहे.

महत्त्वाचे : कंत्राटी कामगारांना साधारणपणे दोन कायदे प्रामुख्याने लागू होतात : कंत्राटी कामगार कायदा आणि औद्योगिक विवाद कायदा. कंत्राटी कामगार-कायद्यानुसार जर कंत्राटी व्यवस्था रद्द करण्यात आली तर कंत्राटी कामगारांना कंपनीच्या सेवेमध्ये सामावून घेतले जात नाही; त्यांची नोकरी जाऊ शकते. कंत्राटी कामगारांवर जर कंपनीची देखरेख, मार्गदर्शन आणि नियंत्रण असेल तरच कंत्राटी कामगार कंपनीमधील नोकरीवर दावा सांगू शकतात.

कंत्राटदार निवडताना कंपनीने काही सावधगिरी बाळगणे आवश्यक असते. कंत्राटदार कंत्राटी व्यवसायात आहे ना, तो फक्त तुमच्या कंपनीसाठी काम करत नाही ना, कायदेशीर करार, कंत्राटी कामगारांच्या निवडीत आणि शिस्तपालनामध्ये भाग न घेणे, कंत्राटी कामगारांवर कंत्राटी पर्यवेक्षकाने देखरेख ठेवणे, कंपनीतर्फे त्यांना पगार, उचल न देणे, कंपनीच्या कामाच्या रेकॉर्डमध्ये त्यांची नोंद न ठेवणे वगैरे काळजी कंपनीने घेणे आवश्यक आहे.

न्यायालयीन निष्कर्ष

१. सरकार किंवा न्यायालय यांनी जरी कंत्राटी व्यवस्था रद्द केली तरी कंत्राटी कामगार आपोआप कंपनीचे कायम कामगार होत नाहीत. कंपनी आणि कंत्राटदार यांच्यातील करार नाममात्र, खोटा आणि बोगस आहे, असे सिद्ध झाले तर कंत्राटी कामगार हे कंपनीचे कामगार होतात. *मुंबई उच्च न्यायालय, एमआरएफ युनियन, सीएलआर सप्टेंबर २०१५*
२. फॅक्टरी ॲक्टनुसार कंपनीवर कँटीन चालवण्याचे बंधन आहे. कंत्राटदार बदलले; पण कँटीन कर्मचारी मात्र तेच कायम राहिले. कंपनीने कंत्राटदाराला विनाभाडे जागा, उपकरणे, वीज, पाणी, फर्निचर, क्रॉकरी

दिली आहे. कंपनीचा अधिकारी कँटीनवर नियंत्रण ठेवत आहे. बिलांवर सह्या करत आहे, धान्य, भाजीपाला यांची बिले कंपनी देत आहे. मग कँटीन कर्मचारी कंपनीचे कर्मचारी ठरतील. *मुंबई उच्च न्यायालय, एमआरएफ युनियन, सीएलआर सप्टेंबर २०१५*

३. विमानतळ प्राधिकरण कायद्यानुसार एअर इंडिया व अन्य विदेशी विमान कंपन्यांमध्ये विमानतळावरील काही कामे करण्यासंबंधी करार झाले तर त्याला कंत्राटी कामगार कायदा लागू होत नाही. *मुंबई उच्च न्यायालय, एअर इंडिया, सीएलआर सप्टेंबर २०१५*

४. कंत्राटी व्यवस्था बोगस असेल तरच कंत्राटी कामगार कायम होऊ शकतात, अन्यथा नाही. कंत्राटी व्यवस्था रद्द केली तर कंत्राटी कामगार कायम होत नाहीत, तिथे पुन्हा कायम कर्मचाऱ्यांसाठी भरती सुरू झाली तर त्यांचा प्राधान्याने विचार करावा लागतो, इतकेच! *दिल्ली उच्च न्यायालय, कंटेनर कॉर्पोरेशन, सीएलआर मे २०१५*

५. कामगार अधिकाऱ्याने आपल्या अहवालात कंत्राटी कामगार काय काम करत आहेत याचा उल्लेख न करता जर संदिग्ध अहवाल दिला तर त्यावर कंत्राटी कामगार-कायद्याच्या कलम २३ खाली कंपनीवर कारवाई करता येणार नाही. *मुंबई उच्च न्यायालय, वेस्टर्न कोलफील्डस्, सीएलआर जून २०१५*

६. कंपनीकडे रजिस्ट्रेशन नाही, कंत्राटदाराकडे लायसेन्स नाही, तरतुदींचा भंग झाला तर कंत्राटी व्यवस्था बोगस आहे, कंत्राटी कामगारांना कंपनीच्या सेवेत कायम करा, अशी कोणतीही तरतूद कंत्राटी कामगार कायद्यात नाही. त्यासाठी संबंधितांवर खटले भरण्याची तरतूद आहे आणि न्यायालयांना त्यापलीकडे जाता येणार नाही. रजिस्ट्रेशन नाही, लायसेन्स नाही या कारणांसाठी कंत्राटी व्यवस्था रद्द करता येणार नाही. *झारखंड उच्च न्यायालय, उषा मार्टीन, सीएलआर मार्च २०१४*

७. कंपनी कंत्राटी कामगारांना थेट पगार देत नाही; कंत्राटदाराला कंपनी देत असलेल्या फीमधून त्यांचा पगार दिला जातो; कंत्राटी कामगारांची नियुक्ती कंत्राटदाराने केली आहे, कंपनीने नव्हे; त्यांच्या कामावर कंपनीची देखरेख वा नियंत्रण नाही; कंत्राटदार अन्य दोन कंपन्यांसाठीही काम करत आहे; कंत्राटदाराचे निधन झाले; त्याच्या वारसांनी लायसेन्स न घेता काम चालू ठेवले म्हणून कंत्राटी कामगार कंपनीचे कामगार होत नाही. *मद्रास उच्च न्यायालय, टर्बो एनर्जी, सीएलआर नोव्हेंबर २०१४*

८. कंत्राटी कामगारांनी 'आपल्याला कंपनीच्या सेवेत कायम करून घ्यावे', ही केलेली मागणी सरकारने औद्योगिक विवाद कायद्याखाली औद्योगिक न्यायालयाकडे सोपवली (रेफरन्स). कोलकाता उच्च न्यायालयाने सांगितले, की मूळ मुद्दा कंत्राटी पद्धत रद्द करण्याचा आहे. सेवानियमितता हा त्यामधून निर्माण होणारा पुढचा प्रश्न आहे. तक्रार कंत्राटी कामगार कायद्याशी संबंधित आहे. कंत्राटी पद्धत रद्द करण्याचा निर्णय सरकारचा असतो, न्यायालयाचा नाही. त्यामुळे औद्योगिक विवाद कायद्याखाली रेफरन्स करता येणार नाही. *इंडियन ऑइल, सीएलआर जानेवारी २०१४*

९. कंत्राटी ड्रायव्हर दुधाची वाहतूक करत असले तरी बंगलोर दूध उत्पादक संघाने त्यांना नेमलेले नाही. त्यांच्या कामावर संघाची देखरेख नाही, त्यामुळे कामगार विमा कायद्यानुसार ते संघाचे कर्मचारी ठरत नाहीत. *कर्नाटक उच्च न्यायालय, बंगलोर दूध संघ, सीएलआर फेब्रुवारी २०१४*

■■■

एम्प्लॉईज प्रॉव्हिडंट फंड्स ॲक्ट, १९५२ (कर्मचारी भविष्यनिर्वाह निधी कायदा, १९५२)

ज्या संस्थेमध्ये दहापेक्षा जास्त कर्मचारी आहेत त्यांना हा कायदा लागू होतो. या कायद्याचे चार भाग आहेत: कायदा, पीएफ योजना (स्कीम), पेन्शन योजना आणि विमा योजना. एकदा कायदा लागू झाला की नंतर कर्मचाऱ्यांची संख्या कितीही घसरली तरी तो लागूच राहतो.

पीएफ कायदा : कलम २(बी) : 'मूळ वेतन' म्हणजे कर्मचाऱ्याला त्याच्या नियुक्तिपत्रानुसार मिळणारा पगार. त्यामध्ये महागाई भत्ता, घरभाडे भत्ता, ओव्हरटाइमचे पैसे, कमिशन व अन्य भत्त्यांचा समावेश होत नाही.

कलम २(सी) : कर्मचाऱ्याच्या नावाने पीएफ योजनेत भरण्यात येणाऱ्या रकमेला 'वर्गणी' म्हणतात.

कलम २(एफ) : पगारावर काम करणारी व्यक्ती म्हणजे कर्मचारी. त्यामध्ये व्यवस्थापकीय तसेच कंत्राटी कर्मचाऱ्यांचाही समावेश होतो. कंपनीचे नियम तसेच ॲप्रेंटिसेस ॲक्ट, १९६१ याखाली घेण्यात आलेले प्रशिक्षणार्थी मात्र कर्मचारी ठरत नाहीत.

कलम ५ : भविष्यनिर्वाह निधी योजना तयार करण्याचा व ती कोणत्या संस्थेला लागू करायची याचा निर्णय केंद्र सरकार घेईल.

योजनेत जमा होणारी वर्गणीची रक्कम केंद्रीय पीएफ मंडळाच्या अखत्यारीत राहील.

कलम ६ : मूळ वेतन आणि महाभाई भत्ता यांच्या १२ टक्के इतकी कर्मचाऱ्याची पीएफ वर्गणी राहील. व्यवस्थापन तेवढीच रक्कम त्याच्या खात्यात जमा करेल. कर्मचारी त्याची वर्गणी १२ टक्क्यांपेक्षा जास्त करू शकतो; पण तशी वाढीव वर्गणी भरण्याचे बंधन व्यवस्थापनावर नाही.

संस्थेचे कामकाज बंद असताना एखाद्या कर्मचाऱ्याला त्याने नोकरी सोडून जाऊ नये म्हणून काही भत्ता देण्यात येत असेल तर त्यावरही पीएफ वर्गणी भरावी लागेल.

कलम ६ ए : निवृत्त होणाऱ्या, कायमस्वरूपी अपंगत्वामुळे नोकरी गेलेल्या कर्मचाऱ्यांसाठी व त्यांच्या कुटुंबीयांसाठी सरकार पेन्शन योजना तयार करेल. व्यवस्थापन भरत असलेल्या वर्गणीतील ८.३३ टक्के रक्कम कर्मचाऱ्याच्या नावाने पेन्शनमध्ये तर ३.६७ टक्के रक्कम पीएफमध्ये जमा होईल. अन्य काही रक्कम

पेन्शन फंडात जमा करायची का, याचा निर्णय सरकार येईल.

कलम ६ सी : पीएफचा सदस्य असलेल्या कर्मचाऱ्याचा अचानक मृत्यू झाल्यास त्याच्या कुटुंबीयांच्या मदतीसाठी सरकारने एम्प्लॉईज डिपॉझिट - लिंक्ड इन्शुरन्स योजना (ईडीएलआय) तयार केली आहे. कर्मचाऱ्याच्या पगाराच्या एक टक्का एवढी रक्कम व्यवस्थापन स्वखर्चाने या फंडात भरेल, त्याशिवाय ०.२५ टक्के इतकी रक्कम प्रशासकीय खर्चापोटी भरेल.

कलम ७ ए : संस्थेला पीएफ कायदा लागू आहे का, संस्थेकडे किती रक्कम येणे आहे याचा निर्णय पीएफ सह / उप किंवा आयुक्त व्यवस्थापनाची बाजू ऐकल्यावर घेतील. चौकशीमध्ये व्यवस्थापनाचा प्रतिनिधी उपस्थित राहिला नाही आणि त्या स्थितीत जर आयुक्तांनी निर्णय घेतला तर व्यवस्थापन तीन महिन्यांत त्याविरुद्ध अपील करू शकेल. आयुक्त चौकशी व सुनावणी करून योग्य तो निर्णय घेतील.

अन्य स्थितीत आयुक्तांकडे अपील करून निर्णयाचा फेरविचार करण्याची विनंती करता येईल. ती ४५ दिवसांत करावी लागेल.

सह / उप / आयुक्तांच्या निर्णयाविरुद्ध पीएफ न्यायालयाकडे अपील करता येईल.

आपण काही रक्कम किंवा कागदपत्रे विचारात घ्यायला विसरलो, असे संबंधित अधिकाऱ्याला वाटल्यास तो पाच वर्षांच्या कालावधीत प्रकरण पुन्हा सुनावणीसाठी घेऊ शकेल. तसेच पीएफ न्यायालयही पाच वर्षांच्या कालावधीत प्रकरणाचे पुन्हा अवलोकन करू शकेल.

व्यवस्थापनाने जर पीएफ न्यायालयाकडे अपील केले, तर संबंधित अधिकाऱ्याने ठरवलेल्या रकमेच्या ७५ टक्के रक्कम त्याला आधी न्यायालयात भरावी लागेल. न्यायालय ही रक्कम कमी किंवा माफ करू शकते.

उशिरा भरलेल्या वर्गणीवर व्यवस्थापनाकडून १२ टक्के किमान व्याज आकारता येऊ शकेल. जास्तीत जास्त व्याजदर शेड्यूल्ड बँकेच्या कर्जाच्या व्याजदराएवढा राहील.

कलम ८ : कंत्राटदाराकडील पीएफ रक्कम कंपनी कंत्राटदाराकडून घेईल. कंपनीकडे जर काही थकबाकी असेल तर संबंधित अधिकारी वसुली अधिकाऱ्याला एक पत्र देऊन ती वसूल करायला सांगेल. कंपनी या पत्रातील रकमेबाबत वसुली अधिकाऱ्याशी वाद घालू शकणार नाही. प्रथम कंपनीची मालमत्ता आणि नंतर मालकाची मालमत्ता जप्त व विक्री करून अधिकारी थकबाकी वसूल करू शकेल. मालकाला अटक, त्याची तुरुंगात रवानगी, त्याच्या मालमत्तेवर प्रशासक नेमणे हे पर्यायही वसुली अधिकाऱ्याला उपलब्ध आहेत.

हे पत्र दुरुस्त करण्याचा तसेच पैसे भरण्यासाठी कंपनीला मुदत देण्याचा अधिकार संबंधित अधिकाऱ्याला आहे. कंपनीने त्याच्याकडे किंवा न्यायालयात अपील केल्यास वसुली स्थगित ठेवावी लागेल.

त्याशिवाय एखादी व्यक्ती जर कंपनीला काही देणे लागत असेल तर त्या व्यक्तीकडून त्या देण्यातून थकबाकी वसूल करता येईल.

कलम १० : कर्मचाऱ्याच्या पीएफ रकमेवर जप्ती आणता येणार नाही. एखादी कंपनी दिवाळखोरीत निघाली तर अन्य सर्व कर्जांआधी पीएफ थकबाकी वसुलीला प्राधान्य द्यावे लागेल.

कलम १२ : पीएफ वर्गणी कमी भरायला लागावी यासाठी कोणतीही कंपनी आपल्या कर्मचाऱ्यांचे पगार कमी करू शकणार नाही.

कलम १४ : कायद्यातील तरतुदींचा, विशेषत: वर्गणी भरण्यासंबंधित, भंग केल्यास कैद वा दंड वा दोन्ही प्रकारची शिक्षा होऊ शकते.

कलम १४ बी : कंपनीने वर्गणी भरण्यात दिरंगाई केल्यास आयुक्त व्यवस्थापनाची बाजू ऐकतील आणि मग शिक्षा म्हणून दंडात्मक कारवाई करतील. दंडाची रक्कम थकबाकीच्या रकमेपेक्षा जास्त असणार नाही. एखादी कंपनी आजारी असेल, तिच्या पुनर्वसनाची योजना मान्य झाली असेल तर तिचा दंड कमी करण्याचा किंवा माफ करण्याचा अधिकार पीएफ मंडळाला आहे.

कलम १६ : ५०पेक्षा कमी कर्मचारी असलेल्या व विजेशिवाय काम करणाऱ्या सहकारी संस्था तसेच पीएफ किंवा पेन्शन योजना कार्यरत असणाऱ्या राज्य वा केंद्र सरकारच्या संस्थांना हा कायदा लागू होणार नाही. आर्थिक वा अन्य कारणांसाठी एका विशिष्ट समूहातील संस्थांना केंद्र सरकार या कायद्यातून सूट देऊ शकते.

कलम १७ : एखाद्या संस्थेत पीएफ वर्गणी, फायदे हे कायद्यासारखे किंवा त्यापेक्षा चांगले असले तर सरकार केंद्रीय मंडळाशी चर्चा करून संस्थेला कायद्यातून किंवा कायद्याच्या काही तरतुदीतून सूट देऊ शकेल. संस्थेला मग एक विश्वस्त मंडळ नेमावे लागेल. हे मंडळ पीएफ फंडाचे प्रशासन, गुंतवणूक वगैरेविषयी निर्णय घेईल. काही तरतुदींचा भंग झाल्यास दिलेली सूट रद्द होऊ शकते.

कलम १७ ए : कर्मचाऱ्याने एका संस्थेतील नोकरी सोडून दुसऱ्या संस्थेत नोकरी पत्करली तर त्याच्या नावावरील पीएफ पहिल्या संस्थेने दुसऱ्या संस्थेच्या पीएफ फंडाकडे पाठवणे आवश्यक आहे.

कलम १७ ब : एखाद्या मालकाने आपली संस्था भाडे किंवा विक्री तत्त्वावर दुसऱ्या कोणाला हस्तांतरित केली तर त्या दिवसापर्यंतच्या पीएफसाठी दोघे स्वतंत्र किंवा एकत्रितपणे जबाबदार राहतील.

पीएफ योजना (पीएफ स्कीम)

कलम २ (इ) : पगारी रजा, आजारपण, अपघात, कायदेशीर संप यामुळे झालेली गैरहजेरी अखंडित सेवेमध्ये धरली जाईल. त्यामुळे नोकरीत ब्रेक समजला जाणार नाही.

कलम २ (एफ) : ज्याने पीएफ फंडातून आपले पैसे संपूर्णपणे काढून घेतले आहेत किंवा ज्याचा पगार सुरुवातीलाच १५ हजार रुपयांपेक्षा जास्त आहे अशा कर्मचाऱ्यांना कायद्यातून सूट मिळालेले कर्मचारी (एक्झेम्प्टेड) समजले जाईल. (पगार म्हणजे मूळ वेतन आणि महागाई भत्ता.) (ही पगाराची मर्यादा २५ हजार करण्याचा सरकारचा विचार आहे.)

कंपनीच्या नियमानुसार घेतलेले किंवा सरकारने ठरवलेले प्रशिक्षणार्थी हेही सूट मिळालेले कर्मचारी समजले जातील.

कर्मचाऱ्याला नोकरीच्या पहिल्या दिवसापासून पीएफ कायदा लागू होतो.

भाग २ : विश्वस्त मंडळ, कार्यकारी समिती व विभागीय समिती यांची स्थापना आणि **भाग ३ :** आयुक्त व अन्य अधिकाऱ्यांची नियुक्ती या भागातील तरतुदी दैनंदिन आयुष्यात फारशा उपयुक्त ठरत नसल्याने इथे नमूद केलेल्या नाहीत.

भाग ४ : सदस्यत्व

कलम २६ : सूट मिळालेले कर्मचारी सोडून अन्य कर्मचारी प्रारंभापासूनच पीएफचे सदस्य बनतील. सूट मिळालेल्या कर्मचाऱ्यांना पीएफचे सदस्य बनायचे असेल किंवा सध्याच्या सदस्यांना १५ हजारपेक्षा जास्त पगारावर वर्गणी भरायची असेल तर कर्मचारी व व्यवस्थापन यांना एकत्रितपणे त्यासाठी विनंती करून पीएफ सहआयुक्तांची संमती मिळवावी लागेल.

कलम २६ ए : कर्मचाऱ्याला दर महिना पीएफ वर्गणी भरावी लागेल. जर त्याचा पगार दरमहा १५ हजारपेक्षा जास्त असेल तर वर्गणी १५ हजारपर्यंतच्या पगारावरच भरावी लागेल.

कलम २७ : एखाद्या संस्थेतील पीएफ, ग्रॅच्युईटी, पेन्शन हे फायदे पीएफ कायद्यातील फायद्यांप्रमाणे किंवा अधिक चांगले असले तर त्यातील कर्मचारी किंवा एखादा कर्मचारी गट यांना कायद्यातून किंवा कायद्याच्या काही तरतुदींतून सूट देण्याचा सरकारला अधिकार आहे.

भाग ५ : वर्गणी

कलम २९ : व्यवस्थापन प्रत्येक कर्मचाऱ्याच्या पगारातून १२ टक्के रक्कम पीएफ वर्गणी म्हणून कापून घेईल. व्यवस्थापन तेवढीच रक्कम स्वतःचा वाटा म्हणून कर्मचाऱ्याच्या नावाने पीएफमध्ये भरेल. कर्मचारी स्वतःची वर्गणी १२ टक्क्यांपेक्षा जास्त भरू शकेल; पण जास्त रक्कम भरण्याचे बंधन व्यवस्थापनावर राहणार नाही.

पगार म्हणजे मूळ वेतन आणि महागाई भत्ता, कंपनीचे काम बंद असताना एखाद्या कर्मचाऱ्याला त्याने नोकरी सोडून जाऊ नये म्हणून जर काही भत्ता दिला जात असेल तर त्याचाही पगारामध्ये समावेश होतो.

स्वतःचे तसेच कंत्राटदाराचे कर्मचारी, स्वतःची तसेच कंत्राटदाराची वर्गणी व्यवस्थापनाला पीएफ फंडामध्ये भरावी लागेल. कंत्राटदाराला आपली स्वतःची, आपल्या कर्मचाऱ्यांची वर्गणी व प्रशासकीय खर्चासाठीची रक्कम व्यवस्थापनाला द्यावी लागेल.

कर्मचाऱ्याची वर्गणी त्याच्या त्याच महिन्याच्या पगारातून कापून घ्यावी लागेल, नंतरच्या नाही. व्यवस्थापनाच्या हिश्शाची वर्गणी कर्मचाऱ्याच्या पगारातून कापून घेता येणार नाही.

कलम ३२ ए : पीएफ वर्गणी, प्रशासकीय खर्चाची रक्कम भरण्यास व्यवस्थापनाने उशीर केला तर थकबाकीच्या रकमेवर पुढीलप्रमाणे दंड भरावा लागेल : दोन महिन्यांपेक्षा कमी उशीर थकबाकीच्या ५ टक्के, दोन ते चार महिने - १० टक्के, चार ते सहा महिने - १५ टक्के, सहा महिन्यांपेक्षा जास्त - २५ टक्के.

कलम ३२ बी : एखाद्या संस्थेत व्यवस्थापनाचे हस्तांतरण होत असेल किंवा संस्था एखादी कर्मचारी सहकारी सोसायटी ताब्यात घेत असेल किंवा एखादी आजारी कंपनी दुसऱ्या कंपनीत विलीन होत असेल तर पीएफ मंडळ संपूर्ण दंड माफ करू शकेल.

एखाद्या आजारी कंपनीबद्दल बीआयएफआरने शिफारस केली तर १०० टक्क्यांपर्यंत दंड माफ करता येईल.

अन्य प्रकरणांत परिस्थिती व गुणवत्तेवर अवलंबून ५० टक्क्यांपर्यंत दंड माफ करता येईल.

भाग ६

कलम ३३ व कलम ३४ : प्रत्येक कर्मचाऱ्याने नोकरीवर रुजू होताना आपण पीएफचे सदस्य आहोत का, हे सांगणे आवश्यक आहे. तो सदस्य असल्यास त्याचा पीएफ नंबर, आधीच्या कंपनीचे नाव वगैरे माहिती त्याला व्यवस्थापनाला द्यावी लागेल. तो सदस्य नसल्यास त्याची स्वत:ची, नॉमिनीची माहिती असलेला (डिक्लरेशन) फॉर्म त्याला भरून द्यावा लागेल. हा फॉर्म पीएफ आयुक्त कार्यालयाकडे पाठवला जाईल.

व्यवस्थापन प्रत्येक कर्मचाऱ्यासाठी एक वर्गणी कार्ड बनवेल. या कार्डामध्ये कर्मचाऱ्याची माहिती, त्याची वर्गणी, व्यवस्थापनाचा वाटा, उचल वगैरे माहिती असेल. प्रत्येक आर्थिक वर्षासाठी असे कार्ड बनवण्यात येईल.

कलम ३६ : प्रत्येक महिना संपल्यानंतर १५ दिवसांत, गेल्या महिन्यांत कोण नव्याने सदस्य झाले त्यांचे डिक्लेरेशन फार्म, कोण सदस्य सोडून गेले ही माहिती विहित नमुन्यात व्यवस्थापनाला पीएफ कार्यालयाला कळवावी लागेल.

कंपनीवर नियंत्रण कोणाचे आहे, संचालक भागीदार, व्यवस्थापक कोण आहेत, त्यांच्यात बदल झाल्यास १५ दिवसांत ती माहिती व्यवस्थापनाला पीएफ कार्यालयाला कळवावी लागेल.

ही माहिती, अहवाल ई-पद्धतीने कळवावा लागेल.

पीएफचे सर्व हिशेब, रजिस्टर ठेवणे, पीएफ अधिकारी तपासणीसाठी आल्यास त्यांचे शेरे नोंदवण्यासाठी तपासणी रजिस्टर ठेवणे, ही व्यवस्थापनाची जबाबदारी आहे.

प्रत्येक महिना संपल्यानंतर सात दिवसांत प्रत्येक कंत्राटदार आपले कर्मचारी, त्यांच्या पगारातून जमा केलेली वर्गणी व अन्य माहिती कंपनी व्यवस्थापनाला कळवेल.

कलम ३७ : व्यवस्थापनाकडून वरील माहिती मिळाल्यानंतर पीएफ कार्यालय प्रत्येक नवीन सदस्याला त्याचा पीएफ अकाउंट नंबर कळवेल.

कलम ३८ : कर्मचाऱ्यांची वर्गणी, व्यवस्थापनाच्या वाट्याची वर्गणी, प्रशासकीय खर्चाची रक्कम; व्यवस्थापन महिना संपल्यावर १५ दिवसांत चेकने वा ड्राफ्टने स्टेट बँक किंवा रिझर्व्ह बँकेमध्ये भरेल.

महिना संपल्यावर २५ दिवसांत आपण कर्मचाऱ्यांची एकूण किती आणि आपली एकूण किती वर्गणी भरली हे व्यवस्थापन विहित नमुन्यांत पीएफ कार्यालयाला कळवेल.

वर्षभरात प्रत्येक सदस्याच्या पगारांतून एकूण किती वर्गणी भरली, व्यवस्थापनाने किती भरली याचा वार्षिक अहवाल वर्ष संपल्यानंतर एका महिन्यात व्यवस्थापन पीएफ कार्यालयाला पाठवेल.

ही माहिती, अहवाल ई-पद्धतीने पाठवावी लागेल.

कलम ४० : दर महिन्याला कर्मचाऱ्याच्या वर्गणी कार्डावर त्याची आणि व्यवस्थापनाची वर्गणी यांची नोंद होईल. वर्गणी कार्ड एका वर्षासाठी असेल. वर्ष संपण्यापूर्वी नवीन कार्ड बनवावे लागेल. वर्ष संपल्यानंतर एका महिन्यात ही कार्ड पीएफ कार्यालयाकडे पाठवावी लागतील. एखादा कर्मचारी नोकरी सोडून गेला तर महिना संपल्यानंतर २० दिवसांत त्याचे कार्ड पीएफ कार्यालयाकडे पाठवावे लागेल. कर्मचारी तसेच पीएफ अधिकारी यांनी मागणी केल्यास कार्ड त्यांना दाखवावी लागतील.

प्रत्येक कर्मचाऱ्याला एक पासबुकही द्यावे लागेल.

पासबुक आणि कार्ड यांचा पुरवठा पीएफ कार्यालय करेल.

भाग ७

कलम ५७ : एखाद्या कर्मचाऱ्याने एका कंपनीची नोकरी सोडून दुसऱ्या कंपनीत नोकरी स्वीकारली किंवा एका राज्यातील नोकरी सोडून दुसऱ्या राज्यात नोकरी पत्करली तर आपली पीएफची रक्कम नवीन ठिकाणी जमा होण्यासाठी आपल्या आधीच्या भागातील पीएफ आयुक्तांकडे अर्ज करणे आवश्यक आहे.

कलम ५९ : प्रत्येक कर्मचाऱ्याच्या नावाने पीएफ कार्यालयात एक खाते उघडले जाईल. त्या खात्यात कर्मचाऱ्याची वर्गणी, व्यवस्थापनाने भरलेली वर्गणी व व्याज यांची नोंद होईल. कर्मचाऱ्याच्या वर्गणी कार्डाशी त्याची तुलना होईल व आवश्यक असल्यास दुरुस्ती केली जाईल.

पीएफवर दरवर्षी किती व्याज द्यायचे याचा निर्णय केंद्र सरकार घेईल, त्यानुसार कर्मचाऱ्याच्या खात्यावर व्याज जमा होईल. कर्मचाऱ्याने खात्यातून काही पैसे काढले असल्यास त्यानुसार व्याज कमीजास्त होईल.

भाग ८

कलम ६१ : आपला मृत्यू झाल्यास आपली पीएफची रक्कम कोणाला द्यायची याची नोंद प्रत्येक सदस्य कर्मचारी आपल्या डिक्लेरेशन फॉर्ममध्ये करेल. ही व्यक्ती कर्मचाऱ्याची नॉमिनी समजली जाईल. नॉमिनी कुटुंबाचे सदस्य असणे बंधनकारक आहे. नॉमिनी एकापेक्षा जास्त असू शकतात, अशा वेळी कोणाला किती टक्के रक्कम द्यावी, हे कर्मचाऱ्याला नमूद करावे लागेल. लग्नानंतर नॉमिनी बदलता येतो. नॉमिनी अल्पवयीन असल्यास त्यासाठी पालक नेमता येऊ शकतो.

कलम ६२-६७ : सदस्याने इच्छा व्यक्त केल्यास त्याच्या आयुर्विमा पॉलिसीचा वार्षिक हप्ता त्याच्या स्वत:च्या वर्गणीतून पीएफ कार्यालयामार्फत दिला जाईल. ही पॉलिसी पीएफ कार्यालयाकडे गहाण ठेवता येणे आवश्यक आहे. शिक्षण किंवा विवाह एन्डोमेंट पॉलिसीतून ५५व्या वर्षापर्यंत काही पैसे मिळणार असतील तर पीएफमधून त्यांचा हप्ता भरता येणार नाही.

पहिला हप्ता भरल्यानंतर सहा महिन्यांत पॉलिसी पीएफ कार्यालयाकडे गहाण ठेवावी लागेल. त्यात दिरंगाई झाल्याने हप्ता भरण्यास उशीर झाल्यास कर्मचाऱ्याच्या खात्यातून उशिराची फी व व्याज भरले जाईल. पॉलिसीच्या तरतुदींमध्ये नंतर कर्मचारी पीएफ संमतीविना बदल करू शकणार नाही. हप्ता भरण्याइतके पैसे कर्मचाऱ्याच्या खात्यात नसल्यास पीएफ कार्यालय पॉलिसी बंद करून तिचे रोखीकरण करेल. पॉलिसी गहाण टाकली नाही किंवा काही घोटाळा झाला तर भरलेले पैसे कर्मचाऱ्याला पीएफला परत करावे लागतील.

पॉलिसीचे बोनसचे पैसे तसेच पॉलिसीची मुदत संपल्यावर आलेले पैसे कर्मचाऱ्याच्या खात्यात भरले जातील. उरलेले पैसे कर्मचाऱ्याला परत दिले जातील. कर्मचाऱ्याने सर्व पैसे परत केल्यावर अथवा पीएफमधून सर्व पैसे काढून घेतल्यावर त्याच्या पॉलिसी त्याला परत केल्या जातील.

कलम ६८ बी : घर विकत घेण्यासाठी किंवा जागा विकत घेऊन त्यावर घर बांधण्यासाठी किंवा घराचे

बांधकाम पूर्ण करण्यासाठी कर्मचाऱ्याला त्याच्या खात्यातून पैसे काढता येतील.

घर बांधण्यासाठी जमीन घ्यायची असेल तर कर्मचाऱ्याचा जास्तीत जास्त २४ महिन्यांचा मूळ वेतन अधिक महागाई भत्ता इतका पगार किंवा त्याच्या खात्यातील जमा रक्कम किंवा जागेची किंमत, यामधील जे सर्वात कमी आहे तेवढी रक्कम त्याला त्याच्या पीएफमधून काढता येईल.

तयार घर विकत घेण्यासाठी किंवा बांधण्यासाठी कमाल ३६ महिन्यांचा मूळ वेतन व महागाई भत्ता इतका पगार किंवा खात्यातील रक्कम किंवा बांधकामाचा खर्च, यातील जे कमी आहे तेवढी रक्कम काढता येईल.

कर्मचारी पाच वर्षे पीएफचा सदस्य असेल, त्याच्या खात्यात त्याच्या वाटेची वर्गणी एक हजार रुपयांपेक्षा जास्त असेल, जागेवर (पत्नी सोडून) दुसऱ्या कोणाची भागीदारी नसेल आणि काही अडथळा नसेल तरच कर्मचाऱ्याला या तरतुदीचा फायदा घेता येईल. (जमीन ३० वर्षांपेक्षा जास्त काळासाठी भाडेपट्टीने घेतली असेल किंवा एखादी सरकारी संस्था, ट्रस्ट, सहकारी सोसायटी यांकडून घेतली असेल तर तो अडथळा समजला जाणार नाही.)

घरासाठी जागा किंवा घर विकत घ्यायचे असेल तर ते पैसे काढल्यानंतर सहा महिन्यांत घ्यायला हवे. बांधकाम करायचे असल्यास ते सहा महिन्यांत सुरू व्हायला हवे आणि शेवटचा हप्ता काढल्यानंतर १२ महिन्यांत पूर्ण करायला हवे.

परिस्थितीवर अवलंबून पैसे एकरकमी किंवा हप्त्याहप्त्याने दिले जातील. शक्यतो कर्मचाऱ्याऐवजी बिल्डरला थेट पैसे दिले जातील.

घर बांधून झाल्यावर पाच वर्षांनंतर घरामध्ये काही मोठी सुधारणा करायची असेल तर कर्मचाऱ्याचे मूळ वेतन व महागाई भत्ता मिळून कमाल १२ महिन्यांचा पगार किंवा पीएफ खात्यातील स्वत:चा वाटा, यापैकी जी रक्कम कमी असेल, ती कर्मचाऱ्याला मिळू शकेल. यानंतर दहा वर्षांनी परत तशीच रक्कम मिळू शकेल.

कर्मचाऱ्याचा अपेक्षित व्यवहार झाला नाही किंवा खर्च कमी झाला तर घेतलेली व जादा रक्कम कर्मचारी पीएफला परत करेल. ती प्रथम त्याच्या खात्यातील व्यवस्थापनाच्या वाट्यात जमा केली जाईल. कर्मचाऱ्याने हे पैसे परत केले नाहीत किंवा त्यांचा गैरवापर किंवा चुकीच्या कारणांसाठी वापर केला तर पीएफ कार्यालय दरमहा दोन टक्के व्याजाने पैसे वसूल करेल. गैरवापर केला असल्यास पुढील तीन वर्षे कर्मचाऱ्याला पीएफमधून पैसे काढता येणार नाहीत.

कलम ६८ बीबी : एखादा कर्मचारी किंवा त्याची पत्नी किंवा दोघांनी मिळून सरकारी संस्था, बँक, अर्थसाहाय्य संस्था, सहकारी सोसायटी यांच्याकडून घर विकत घेण्यासाठी वा बांधण्यासाठी जर कर्ज घेतले असेल तर ते फेडण्यासाठी कर्मचाऱ्याला त्याच्या पीएफ खात्यातून पैसे काढता येतील. ते कमाल ३६ महिन्यांचा पगार किंवा खात्यातील रक्कम किंवा कर्जाची रक्कम यापैकी जे कमी असेल तेवढी असेल. त्यासाठी दहा वर्षांचे सदस्यत्व, स्वत:चा खात्यातील वाटा किमान एक हजार रुपये आणि आवश्यक कागदपत्रे यांची गरज आहे. पैसे थेट अर्थसंस्थेला दिले जातील.

कलम ६८ बीसी : सरकारी संस्थेकडून घर वा घरासाठी जागा घेणे असल्यास कर्मचाऱ्याला त्याच्या पीएफ खात्यातून पैसे काढता येतील. कर्मचाऱ्याच्या खात्यातील रक्कम किंवा मालमत्तेची किंमत यापैकी जे कमी आहे तेवढे पैसे कर्मचाऱ्याला मिळतील. त्यासाठी कर्मचाऱ्याने पाच वर्षे पीएफ सदस्य असणे व तो आणि

त्याच्या पत्नीच्या पीएफ खात्यात एकूण (ती सदस्य असल्यास) २० हजार रुपये असणे आवश्यक आहे.

सरकारी गृहनिर्माण संस्थेसंबंधित एजन्सीकडून वा सरकारकडून कर्ज घेतले असल्यास ते फेडण्यासाठीही वरीलप्रमाणे मदत मिळू शकेल. त्यासाठी पाच वर्षे सदस्यत्वाची अट तीन वर्षांपर्यंत शिथील करता येईल. पैसे थेट संस्थेला दिले जातील.

कलम ६८ एच : ६८ एनएनएन : एखाद्या कंपनीत १५ दिवसांपेक्षा जास्त दिवस टाळेबंदी असेल किंवा ती बंद असेल आणि कर्मचाऱ्यांना काम व पगार नसेल किंवा संप सोडून अन्य काही कारणांसाठी त्याला सलग दोन महिने वा जास्त काळ पगार नसेल तर कर्मचारी पीएफ खात्यातील आपल्या वाट्याची रक्कम एक किंवा जास्त हप्त्यात काढू शकतो. ही रक्कम त्याने परत करण्याची गरज नाही.

कर्मचाऱ्याची बडतर्फी वा नोकरकपात झाली असेल आणि त्याने त्याला न्यायालयात आव्हान दिले असेल तर त्याच्या पीएफ खात्यातील त्याच्या वाट्याची निम्मी रक्कम तो एक किंवा अधिक हप्त्यात काढू शकतो. ही रक्कम त्याने परत करणे आवश्यक नाही.

कंपनी सहा महिन्यांपेक्षा जास्त काळ बंद असेल आणि कर्मचाऱ्याने त्याच्या खात्यातील त्याच्या वाट्याचे पैसे काढले असतील, तर तो व्यवस्थापनाच्या वाट्याचे पैसे काढू शकतो. हे पैसे त्याला पगारातून नंतर परत करावे लागतील, त्यावर व्याज पडणार नाही. संप सोडून अन्य कारणांसाठी कंपनी पाच वर्षांपेक्षा जास्त काळ बंद राहिली तर हे पैसे परत करण्याची गरज नाही.

एखादा कर्मचारी वा त्याच्या कुटुंबाचा सदस्य एक महिना किंवा जास्त काळ इस्पितळात असेल अथवा त्याची मोठी शस्त्रक्रिया होणार असेल किंवा तो क्षय, कुष्ठरोग, कॅन्सर, अर्धांगवायू, हृदयविकार, मानसिक असमतोल यामुळे रजेवर असेल व उपचार घेत असेल तर पीएफ खात्यातील आपल्या वाट्याची किंवा सहा महिन्यांइतक्या पगाराची रक्कम (यातील जी कमी आहे) तो त्याच्या पीएफ खात्यातून काढू शकतो. ती रक्कम परत करणे आवश्यक नाही. तथापि, कर्मचाऱ्याला कामगार विमा योजनेखाली मदत मिळत नसणे गरजेचे आहे.

स्वतः, मुलगी, मुलगा, बहीण, भाऊ यांपैकी कोणाचे लग्न किंवा मुलांचे महाविद्यालयीन शिक्षण यासाठी कर्मचारी आपल्या पीएफ खात्यातून आपल्या वाट्याची निम्मी रक्कम काढू शकतो, जी परत करणे गरजेचे नाही. अशी उचल जास्तीत जास्त तीन वेळा मिळेल. त्यासाठी कर्मचारी सात वर्षे पीएफचा सदस्य असणे आणि त्याच्या खात्यात त्याच्या वाट्याची रक्कम एक हजार रुपयापेक्षा जास्त असणे आवश्यक आहे.

भूकंप, पूर, दंगा यामुळे कर्मचाऱ्याच्या मालमत्तेचे नुकसान झाले आणि त्यानंतर चार महिन्यांत त्याने अर्ज केला तर त्याच्या पीएफ खात्यातील त्याच्या वाट्याची निम्मी रक्कम किंवा पाच हजार रुपये (यातील जे कमी) त्याला मिळतील. हे पैसे परत करणे आवश्यक नाही.

एखाद्या संस्थेच्या वीजपुरवठ्यात काटछाट झाली असेल, त्यामुळे कर्मचाऱ्याचा पगार २५ टक्के किंवा जास्त कमी झाला असेल तर त्याला त्याच्या खात्यातून त्याच्या वाट्याची रक्कम किंवा एक महिन्याचा पगार किंवा ३०० रुपये (यांपैकी जे कमी) काढता येतील. हे पैसे परत करावे लागणार नाहीत.

एखादा अपंग कर्मचारी आपल्या अपंगत्वाचा त्रास कमी करण्यासाठी तीन वर्षांतून एकदा वैद्यकीय उपकरण विकत घेण्यासाठी त्याच्या पीएफ खात्यातून पैसे काढू शकतो. सहा महिन्यांचा पगार किंवा स्वतःच्या वाट्याची रक्कम किंवा उपकरणाची किंमत, यातील जे कमी आहे तेवढी रक्कम तो काढू शकेल, ती परत

करण्याची गरज नाही.

वयाच्या ५४व्या वर्षानंतर किंवा निवृत्तीच्या आधी एका वर्षात कर्मचारी आपल्या खात्यातून ९० टक्क्यांपर्यंत पैसे काढू शकतो.

कर्मचाऱ्याने अर्ज केल्यास आणि त्याने ५५ वय पूर्ण केले असल्यास त्याच्या खात्यातील ९० टक्केपर्यंत रक्कम काढून आयुर्विमा महामंडळाच्या वरिष्ठ पेन्शन विमा योजनेत गुंतवता येईल.

कलम ६९ : कर्मचारी खालील परिस्थितीत आपल्या पीएफ खात्यातील सर्व रक्कम काढू शकतो:

अ) ५५ वर्षे पूर्ण झाल्यावर निवृत्तीनंतर

ब) शारीरिक अथवा मानसिक आजारामुळे कायमस्वरूपी संपूर्ण अपंगत्व आल्यानंतर

क) परदेशी नोकरीसाठी किंवा स्थायिक होण्यासाठी जाण्यापूर्वी

ड) नोकरकपात झाल्यावर

इ) स्वेच्छानिवृत्ती

ई) नोकरी संपल्यानंतर दोन महिने बेकार असल्यास (लग्नासाठी नोकरी सोडणाऱ्या महिलांना दोन महिने कालावधीची अट लागू नाही.)

फ) संस्था बंद झाल्यामुळे किंवा अन्य कारणांमुळे कर्मचाऱ्याची बदली पीएफ लागू नसलेल्या संस्थेत झाल्यानंतर दोन महिन्यांनी

कलम ७० : कर्मचारी मृत्यू पावल्यास त्याच्या वाट्याची रक्कम त्याच्या नॉमिनीला मिळेल. नॉमिनी नसल्यास त्याच्या कुटुंबीयांना समप्रमाणात मिळेल. (१८ वर्षांवरील मुले व जावई जिवंत असल्यास मुलगी, यांना मात्र वाटा मिळणार नाही.)

कर्मचाऱ्याच्या कुटुंबीयांवर कर्मचाऱ्याच्या खुनात सहभागी असल्याचा आरोप सिद्ध झाला तर त्याचा वाटा त्याला मिळणार नाही; निर्दोष सुटला तर मिळेल, तोपर्यंत त्याचा वाटा प्रलंबित राहील.

कलम ७२ : कर्मचाऱ्याला पीएफमधील पैसे काढण्यासाठी व्यवस्थापनामार्फत अर्ज करावा लागेल. पीएफचे पैसे चेकने अथवा कर्मचाऱ्याच्या बँकखात्यात जमा केले जातील. नॉमिनी बालक असेल तर त्याच्या पालकाला पैसे दिले जातील. पैसे योग्य व्यक्तींना योग्य प्रकारे देण्याची जबाबदारी पीएफ आयुक्तांची आहे.

एखाद्या कर्मचाऱ्याने आपले पैसे ३६ महिने मागितले नाहीत किंवा एखाद्या कर्मचाऱ्याला पाठवलेले पैसे परत आले आणि त्यावर त्याने ३६ महिने दावा केला नाही तर हे सर्व पैसे 'अक्रियाशील खात्यात' जमा होतील. त्यावर व्याज दिले जाईल.

कर्मचाऱ्याची कागदपत्रे व्यवस्थित असल्यास त्याचे पैसे ३० दिवसांत द्यावे लागतील, अन्यथा त्यावर १२ टक्के व्याज द्यावे लागेल.

कलम ७३ : दर वर्षाच्या अखेरीस पीएफ कार्यालयाकडून प्रत्येक कर्मचाऱ्याला त्याची वार्षिक पीएफ स्लीप पाठवली जाईल. वर्षारंभी किती पैसे होते, वर्षात किती वर्गणी जमा झाली, व्याज, किती पैसे काढले, वर्षाअखेरीस किती पैसे होते, याचा या स्लीपवर उल्लेख असेल. पीएफ कार्यालयाकडून व्यवस्थापनाला या स्लीप पाठवल्या जातील.

कलम ७६ : कर्मचाऱ्याच्या पगारातून व्यवस्थापनाची वर्गणी कापून घेणे, आवश्यक कागदपत्रे, अहवाल पीएफला न पाठवणे, कायद्यातील तरतुदींचा भंग करणे वगैरेसाठी व्यवस्थापनाला एक वर्षापर्यंत कैद किंवा चार हजार रुपयांपर्यंत दंड किंवा दोन्ही शिक्षा होऊ शकतील.

पेन्शन स्कीम, १९९५

ही पेन्शन स्कीम एम्प्लॉईज पेन्शन स्कीम, १९९५ म्हणून ओळखली जाते. ज्या संस्थांना पीएफ कायदा लागू होतो, त्यांना पेन्शन योजनाही लागू होते. यापूर्वी एम्प्लॉईज फॅमिली पेन्शन स्कीम, १९७१ अस्तित्वात होती, तिच्याखाली मिळणाऱ्या पेन्शनचाही या पेन्शनमध्ये समावेश राहील.

कलम २(९) : कर्मचारी ५८ वर्षांचा झाल्यानंतर पेन्शन फंडाचा सदस्य राहणार नाही.

कलम २(१५) : पेन्शन सेवा म्हणजे कर्मचाऱ्याचा नोकरीचा कालावधी ज्यासाठी वर्गणी देण्यात आलेली आहे.

कलम ३ : कर्मचाऱ्याच्या पीएफमध्ये व्यवस्थापनाचा वर्गणीचा १२ टक्के वाटा असतो. (कर्मचाऱ्याच्या मूळ वेतन व महागाई भत्त्याच्या १२ टक्के) त्यातील ८.३३ टक्के व्यवस्थापनाने महिना संपल्यानंतर स्वतंत्रपणे पेन्शन फंडामध्ये जमा करणे आवश्यक आहे. सरकार कर्मचाऱ्याच्या पगाराच्या १.१६ टक्के इतकी रक्कम पेन्शन फंडामध्ये जमा करेल.

कलम ४ : आपले स्वतःचे कर्मचारी आणि कंत्राटी कर्मचारी यांची वर्गणी पेन्शन फंडामध्ये भरण्याची जबाबदारी मुख्य व्यवस्थापनाची राहील. अपंग कर्मचाऱ्याची वर्गणी कमाल तीन वर्षांपर्यंत सरकार भरेल.

कलम ५ : पेन्शन अथवा अन्य पैसे भरण्यास व्यवस्थापनाने दिरंगाई केल्यास दिरंगाईवर अवलंबून थकबाकीच्या ५ ते २५ टक्के रक्कम भरपाई म्हणून आकारली जाईल, ती खालीलप्रमाणे :

दिरंगाई दोन महिन्यांपेक्षा कमी : ५ टक्के
२ ते ४ महिने : १० टक्के
४ ते ६ महिने : १५ टक्के
६ महिन्यांपेक्षा जास्त : २५ टक्के

कलम ६ : कर्मचारी जेव्हा पीएफचा सदस्य होईल तेव्हाच पेन्शनचा सदस्य होईल आणि वयाच्या ५८व्या वर्षापर्यंत पेन्शन योजनेचा सदस्य राहील.

कलम ९ : कर्मचाऱ्याचा एकूण सेवाकाळ पेन्शनसाठी 'पात्र सेवाकाळ' समजला जाईल. सहा महिन्यांपेक्षा जास्त असलेला सेवाकाळ एक वर्ष धरला जाईल.

कलम १० : नोकरीमधील जेवढ्या काळासाठी पेन्शन फंडासाठी वर्गणी आली आहे तेवढा काळ पेन्शनचा सेवाकाळ समजला जाईल. कर्मचाऱ्याचा पेन्शनचा सेवाकाळ २० वर्षांपेक्षा जास्त असेल आणि ५८ वय

झाल्यानंतर तो निवृत्त झाला असेल तर त्याच्या पेन्शन सेवाकाळात दोन वर्षांनी वाढ करण्यात येईल.

कलम ११ : पेन्शन योजनेतून बाहेर पडण्यापूर्वीच्या १२ महिन्यांतील सरासरी पगार हा 'पेन्शन पगार' समजला जाईल. तो जास्तीत जास्त दरमहा १५ हजार रुपये असेल. जर कर्मचाऱ्याची पेन्शन वर्गणी १५ हजार रुपयांपेक्षा जास्त पगारावर भरली गेली असेल, तर मग तो जास्तीचा पगार 'पेन्शन पगार' समजला जाईल.

कलम १२ : पात्र सेवाकाळ, दहा वर्षे किंवा त्यापेक्षा जास्त असेल, आणि कर्मचारी ५८व्या वर्षी निवृत्त झाला असेल, तर त्याला 'निवृत्ती पेन्शन' मिळेल.

पात्र सेवाकाळ दहा वर्षे किंवा ज्यापेक्षा जास्त असेल, आणि वयाच्या ५८व्या वर्षाआधीच नोकरी संपली असेल, तर कर्मचाऱ्याला 'आधीपासून पेन्शन' (अर्ली पेन्शन) मिळेल.

पेन्शनचा फॉर्म्युला पुढीलप्रमाणे आहे :

$$\text{पेन्शन} = \frac{\text{पेन्शन पगार} \times \text{पेन्शन सेवाकाळ}}{७०}$$

५८ वर्षे पूर्ण झाल्यानंतरच्या पुढच्या महिन्यापासून कर्मचाऱ्याला पेन्शन मिळेल.

फॅमिली पेन्शन स्कीम, १९७१चा सदस्य असलेला जो कर्मचारी १६ नोव्हेंबर २००५नंतर निवृत्त होईल, त्याला पुढीलप्रमाणे पेन्शन मिळेल :

अ) १६ नोव्हेंबर १९९५नंतरच्या पेन्शन सेवाकाळासाठी वरील फॉर्म्युलाप्रमाणे किंवा ६३५ रुपये यातील जे जास्त आहे,

ब) मागील काळासाठीची पेन्शन, सेवाकाळ आणि पगार यावर अवलंबून राहील.

एकूण पेन्शन निवृत्तीचा दिवस, पेन्शन पगार आणि पेन्शन सेवाकाळ यावर अवलंबून राहील.

कर्मचारी नोकरीमध्ये नसला तरी पेन्शन वयाच्या ५८व्या वर्षी सुरू होईल. कर्मचारी वाटल्यास वय वर्षे ५०नंतर पेन्शन सुरू करू शकतो; पण ५८पेक्षा कमी वय असलेल्या प्रत्येक वर्षासाठी त्याच्या पेन्शनमध्ये चार टक्के घट होईल. कर्मचारी उशिरात उशिरा ६०व्या वर्षापर्यंत पेन्शन लांबवू शकतो, पेन्शन फंडात वर्गणीही भरू शकतो, अशा वेळी त्याच्या पेन्शनमध्ये ५८नंतरच्या प्रत्येक वर्षासाठी चार टक्के वाढ होईल.

कर्मचाऱ्याने ५० ते ५८ या वयात नोकरी सोडली आणि तो मरण पावला, तर त्याची विधवा पत्नी आणि दोन मुलांना पेन्शन मिळेल.

किमान पेन्शन १००० रुपये (एक हजार रुपये) राहील.

वर्गणी : कर्मचाऱ्याचा पगार दरमहा १५ हजार रुपयांपेक्षा कमी असेल तर पेन्शन योजनेचा सदस्य बनणे त्याच्यावर बंधनकारक आहे. जर कर्मचाऱ्याचा पगार पेन्शन सदस्य असताना १५ हजार रुपयांपेक्षा जास्त झाला तर त्याची पेन्शन वर्गणी १५ हजार रुपयेवर भरावी लागेल. जर जास्त पगारावर वर्गणी भरायची असेल तर व्यवस्थापन व कर्मचारी यांना एकत्रितपणे पीएफ कार्यालयाला विनंती करावी लागेल. कर्मचाऱ्याच्या वाट्यातून १५ हजारपेक्षा जास्त पगाराचा १.१६ टक्के वाटा पेन्शन फंडामध्ये जमा करण्यात येईल.

जो कर्मचारी पेन्शन योजनेचा सदस्य नाही आणि ज्याचा पगार १५ हजार रुपयांपेक्षा जास्त आहे, त्याच्या वाट्याची सर्व वर्गणी पीएफ फंडात जमा होईल.

कलम १४ : कर्मचाऱ्याने पात्रतेसाठी आवश्यक असलेल्या कालावधीइतकी नोकरी केली नसेल तर तो ठरावीक रक्कम आपल्या खात्यातून काढू शकतो. त्याचा पगार आणि सेवाकाळ यावर ती रक्कम अवलंबून राहील.

कलम १५ : कर्मचाऱ्याला कायमस्वरूपी पूर्ण अपंगत्व आल्यास नियमानुसार पेन्शन मिळेल. त्याने किमान एक महिना वर्गणी भरलेली असावी. त्याने पात्र कालावधीइतकी नोकरी केलेली नसली तरी चालेल.

कलम १६ : एक महिना वर्गणी भरली असल्यानंतर कर्मचाऱ्याला नोकरीमध्ये अथवा पेन्शन सुरू झाल्यानंतर त्याच्या विधवा पत्नीला तसेच दोन मुलांना वयाच्या २५पर्यंत पेन्शन मिळेल. विधवेचा पुनर्विवाह किंवा मृत्यू झाल्यास मुलांना वाढीव पेन्शन मिळेल. कर्मचारी अविवाहित असला किंवा त्याला पत्नी / मुले नसली तर त्याच्या नॉमिनीला पेन्शन मिळेल. नॉमिनीही नसल्यास वडिलांना किंवा आईला पेन्शन मिळेल.

व्यवस्थापनाच्या चुकीसाठी पेन्शन नाकारता येणार नाही.

कुटुंबीयांनी वा कर्मचाऱ्यांनी सर्व कागदपत्रे सादर केल्यानंतर ३० दिवसांत त्यांची रक्कम त्यांना मिळायला पहिजे. अन्यथा त्यावर १२ टक्के व्याज द्यावे लागेल.

कलम १९ : व्यवस्थापनाला प्रत्येक कर्मचाऱ्यासाठी 'पेन्शन फंड वर्गणी कार्ड' तयार करावे लागेल.

कलम २० ते २३ : नवीन सदस्यांची माहिती, पगार वगैरे पीएफ कार्यालयाला तीन महिन्यांत कळवावे लागेल, कोणी नसल्यास तसेही कळवावे लागेल.

महिना संपल्यानंतर १५ दिवसांत नोकरी सोडणाऱ्या सदस्यांची नावे कळवावी लागतील, कोणी सोडलेली नसल्यास तसेही कळवावे लागेल.

कंपनीचे संचालक, भागीदार, व्यवस्थापक, शाखा याविषयीही पीएफ कार्यालयाला माहिती देणे आवश्यक आहे.

हे सर्व ई-पद्धतीने करावे लागेल.

कंत्राटदाराने महिना संपल्यानंतर सात दिवसांत आपल्या कर्मचाऱ्यांची माहिती लेखी स्वरूपात व्यवस्थापनाला देणे गरजेचे आहे.

कर्मचाऱ्याचा पीएफ नंबर हाच त्याचा पेन्शनचा नंबर राहील.

कलम ३९ : एखाद्या कंपनीत पेन्शन योजना कायद्यानुसार वा त्यापेक्षा जास्त चांगली असेल तर त्या कंपनीला किंवा तशा प्रकारच्या समूह कंपन्यांना पेन्शन योजनेतून सूट मिळू शकते. त्यासाठी पीएफ आयुक्तांकडे अर्ज करावा लागेल. त्यांनी सहा महिन्यांत निर्णय घेणे अपेक्षित आहे, तो न घेतल्यास सूट दिली गेली आहे असे समजले जाईल.

अशा कंपन्यांना दर महिन्याला एक अहवाल ई-पद्धतीने पीएफ कार्यालयाला पाठवावा लागेल. एकूण कर्मचारी, पगार, जमा वर्गणी, पेन्शनरांची संख्या, पेन्शन रक्कम, गुंतवणूक वगैरे माहिती या अहवालात समाविष्ट असेल.

कलम ४२ : कायद्यातील तरतुदीचा भंग झाल्यास व्यवस्थापकाला एक वर्षापर्यंत कैद किंवा पाच हजार रुपयांपर्यंत दंड किंवा दोन्ही शिक्षा होतील.

कलम ४३ : एखाद्या कर्मचाऱ्याच्या खुनाचा त्याच्या नॉमिनीवर किंवा कुटुंबीयांवर आरोप असेल तर तो निर्दोष ठरेपर्यंत त्याच्या वाट्याची पेन्शन त्याला मिळणार नाही. दोषी ठरल्यास ती अन्य कुटुंबीयाला मिळेल.

एम्प्लॉईज डिपॉझिट : लिंक्ड इन्शुरन्स स्कीम, १९७३ (ईडीएलआय)

कलम २ बी : जर कर्मचारी पीएफ सदस्य असताना मरण पावला तर त्याच्या कुटुंबीयांना जी रक्कम दिली जाते तिला 'खातरीशीर साहाय्य' (ॲशुरन्स बेनिफिट) असे म्हणतात. कर्मचाऱ्याच्या पीएफ खात्यामध्ये असलेल्या सरासरी रकमेशी हे साहाय्य निगडित आहे.

कलम ७ : कर्मचाऱ्याच्या नावाने या योजनेत व्यवस्थापन व सरकार जी रक्कम भरेल ती त्याच्या पगाराशी (मूळ वेतन आणि महागाई भत्ता याच्याशी) संबंधित असेल. पगाराची मर्यादा १५ हजार रुपये आहे.

कलम ८ : महिना संपल्यानंतर १५ दिवसांत व्यवस्थापन स्वत:च्या आणि कंत्राटदाराच्या कर्मचाऱ्यांची वर्गणी भरेल. सरकारतर्फे ती आर्थिक वर्षाच्या शेवटी भरली जाईल. (वर्गणी कर्मचाऱ्याच्या पगाराचा अर्धा टक्का)

व्यवस्थापनाकडून वर्गणी भरण्यात दिरंगाई झाल्यास थकबाकीवर ५ ते २५ टक्के दंड आकारला जाईल. दिरंगाई किती झाली यावर तो अवलंबून असेल.

कंपनीचे कर्मचारी सहकारी संस्थेकडे हस्तांतरण होत असतील किंवा आजारी कंपनी दुसऱ्या कंपनीत विलीन होत असेल तर संपूर्ण दंड माफ करता येईल, आजारी कंपन्यांच्या पुनर्वसनाचा विचार करणाऱ्या बीआयएफआर समितीने शिफारस केल्यास १०० टक्क्यांपर्यंत दंड माफ करता येऊ शकतो, अन्य प्रकरणी गुणवत्तेवर अवलंबून ५० टक्क्यांपर्यंत दंड माफ करता येईल.

कर्मचाऱ्याच्या पगारांतून व्यवस्थापनाची वर्गणी कापता येणार नाही.

कलम १० : महिना संपल्यानंतर १५ दिवसांत गेल्या महिन्यांत कोण नवीन सदस्य झाले, कोण सोडून गेले, तर २५ दिवसांत एकूण पगार किती व त्यावर वर्गणी किती, ही माहिती व्यवस्थापनाला ई-पद्धतीने पीएफ कार्यालयाला कळवावी लागेल.

कलम २२ : कर्मचारी पीएफचा सदस्य असताना मरण पावला तर त्याच्या नॉमिनीला फंडातून पुढीलप्रमाणे रक्कम मिळेल :

१. मृत्यूपूर्वीच्या १२ महिन्यांतील सरासरी पगार x ३० अधिक कर्मचाऱ्याच्या पीएफ खात्यातील गेल्या १२ महिन्यांतील सरासरी शिल्लक रक्कम (जास्तीत जास्त दीड लाख रुपये) कमाल मर्यादा सहा लाख रुपये. पगार जास्तीत जास्त १५ हजार रुपये धरला जाईल.

२. कर्मचाऱ्याच्या पीएफ खात्यातील गेल्या १२ महिन्यांतील सरासरी शिल्लक रक्कम, ही रक्कम २५ हजार रुपयांपेक्षा जास्त असल्यास २५ हजार अधिक त्यावरील रकमेच्या १० टक्के, कमाल ३५ हजार रुपये.

वरील दोनपैकी जी रक्कम अधिक असेल ती. शिवाय या रकमेवर २० टक्के अधिक पैसे मिळतील.

कर्मचाऱ्याचा मृत्यू कार्यालयातच होणे आवश्यक नाही. सर्व २४ तासांसाठी ही योजना लागू होते.

वरील रक्कम कर्मचाऱ्याच्या पीएफ नॉमिनीला मिळेल. नॉमिनी नसल्यास कुटुंबीयांना समप्रमाणात मिळेल. जावई जिवंत असल्यास मुलींना तसेच १८ वर्षांवरील मुलांना हा वाटा मिळणार नाही.

सर्व कागदपत्रे दिल्यानंतर ३० दिवसांत नॉमिनीला चेकद्वारे वा बँक खात्यात ही रक्कम मिळेल. न मिळाल्यास त्यावर १२ टक्के व्याज पीएफ खात्याला द्यावे लागेल.

कलम २९ : कायद्यातील कोणत्याही तरतुदीचा भंग करणाऱ्या व्यवस्थापनास एक वर्षापर्यंत कैद किंवा चार हजार रुपयांपर्यंत दंड किंवा दोन्ही शिक्षा होऊ शकतील.

कर्मचाऱ्यांना म्हातारपणी आर्थिक अडचणी होऊ नयेत या भूमिकेतून सरकारने हा कायदा निवृत्तिनफा या भूमिकेतून तयार केला आहे. पण वेळोवेळी त्यामधून पैसे काढून घेण्याची सवलत देऊन सरकारने एक प्रकारे या उद्दिष्टालाच हरताळ फासला आहे.

न्यायालयीन निष्कर्ष

१. इंडियन ऑईलच्या वतीने दहा वर्षांत फक्त एकदाच गॅस सिलिंडर्स तपासणाऱ्या संस्थेच्या कामावर कंपनीची देखरेख नाही. संस्थेला पीएफ लागू नाही, तर ती जबाबदारी कंपनीवर कशी टाकणार? *केरळ उच्च न्यायालय, पीएफ, सीएलआर जुलै २०१४*

२. रजेचे रोखीकरण, न घेतलेल्या रजेचे पैसे हे वेतन नाही, त्यावर पीएफ भरण्याची गरज नाही. सवलत सर्व कंपन्यांमध्ये नसते, असली तरी सर्व जण घेत नाहीत. त्यामुळे ते मूळ वेतन नाही आणि त्यावर पीएफ भरण्याची गरज नाही. *कर्नाटक उच्च न्यायालय, पीएफ आयुक्त, सीएलआर एप्रिल २०१४*

३. तीनही व्यवसायांचे मालक एकाच कुटुंबातील, समान भागीदार, तीनही व्यवसाय एकाच इमारतीत, कर्मचारी कोणत्याही ठिकाणी काम करू शकतात; तीनही ठिकाणी विकला जाणारा माल एकाच ठिकाणी बनवला जातो; देखरेख, व्यवस्थापन नियंत्रण, आर्थिक व्यवहार एकच आहेत; त्यामुळे तीनही व्यवसायात परस्परावलंबित्व (फंक्शनल इंटिग्रिटी) आहे, ते एकच आहेत आणि पीएफ भरावा लागेल. *छत्तीसगढ उच्च न्यायालय, मानव स्वीट, सीएलआर सप्टेंबर २०१४*

४. खासगी शाळांवर सरकारचे नियंत्रण असले तरी त्या सरकारी मालकीच्या नसतात. अशा शाळा पीएफ कायद्याच्या कलम १(ब) मध्ये मोडतात आणि त्यांना पीएफ कायदा लागू होत नाही. *दिल्ली उच्च न्यायालय, बाल शिक्षा परिषद, सीएलआर सप्टेंबर २०१४*

५. मालकी एकच आहे का, आर्थिक व्यवहार एकच आहेत का, कर्मचारी समान आहेत का, सर्व संस्थांचे नियंत्रण एकाच व्यवस्थापनाकडे आहे का, एक संस्था बंद पडली तर दुसरी बंद पडेल का, हे परस्परावलंबित्व ठरवण्याचे महत्त्वाचे निकष आहेत. *अलाहाबाद उच्च न्यायालय, डॉ. गुप्ता, सीएलआर नोव्हेंबर २०१३*

६. कंपनीवर दावा लावायचा, कंपनीने त्याविरुद्ध दाद मागितली की अन्य कलमाखाली मोठ्या रकमेसाठी कंपनीविरुद्ध अपील करायचे; ज्यायोगे कंपनीला ७५ टक्के रक्कम न्यायालयात अनामत

भरावी लागेल, अशी दादागिरी पीएफ अधिकारी करू शकत नाहीत. *गुजरात उच्च न्यायालय, जे के पेपर, सीएलआर नोव्हेंबर २०१३*

७. कंपनीची आर्थिक स्थिती खराब आहे का, कंपनीने खोडसाळपणे पीएफचे पैसे उशिरा भरले आहेत का, या सर्वांचा विचार करून मग नुकसानभरपाईचा आदेश कंपनीला द्यावा, तांत्रिकपणे नव्हे. आजारी कंपनीला सूट देण्याची तरतूद कायद्यात आहे. *केरळ उच्च न्यायालय, भारत इंजि. सीएलआर मे २०१४; मद्रास उच्च न्यायालय, पीएफ, सीएलआर मार्च २०१६; केरळ उच्च न्यायालय, इस्मार्ट बिझिनेस, सीएलआर मार्च २०१६*

८. बंद पडलेल्या कंपनीच्या मालमत्तेवर पीएफ कायद्याच्या कलम ११नुसार पहिला हक्क पीएफ कार्यालयाचा राहील. या मालमत्तांवर बँका आपला पहिला हक्क सांगू शकत नाहीत, मग बाकीच्या कायद्यामध्ये काहीही तरतूद असो. *अलाहाबाद उच्च न्यायालय, कोटक महिंद्रा बँक, सीएलआर जानेवारी २०१६*

९. शिकाऊ उमेदवाराच्या स्टायपेंडमधून पीएफ कापणे बंधनकारक आहे. मात्र, केवळ त्यामुळे तो कामगार ठरत नाही. *दिल्ली उच्च न्यायालय, रस्तोगी, सीएलआर जुलै २०१५*

१०. पीएफ कायद्यात पगाराची मर्यादा १५ हजार रुपये ठेवण्यात आली आहे. त्या पलीकडच्या पगारावरही पीएफ कापण्याची मागणी कर्मचारी करू शकत नाहीत. *मध्य प्रदेश उच्च न्यायालय, संत रविदास निगम, सीएलआर ऑक्टोबर २०१५*

११. बंद पडलेल्या पीएफ खात्यातील रकमेवर कर्मचाऱ्याला व्याज मिळायला पाहिजे. *हरयाणा उच्च न्यायालय, जगदीशकुमार, सीएलआर डिसेंबर २०१५*

१२. आजारी कंपनी कायद्यातील बोर्डाने कलम ३२ बीनुसार कंपनीला सूट देण्याची शिफारस केली असेल तर पीएफ उशिरा भरल्याबद्दल कंपनीला दंड करू नये. *कर्नाटक उच्च न्यायालय, दंडेली फेरो, सीएलआर डिसेंबर २०१५*

१३. पीएफ उशिरा भरल्याबद्दल कंपनीला त्यापेक्षा जादा रक्कम भरपाई म्हणून भरण्याची शिक्षा करता येते. ही रक्कम कमी करण्याचे अधिकार कलम ३२ बनुसार केंद्रीय ट्रस्टी मंडळ तर ७ एल खाली लवादाला आहेत; पण त्यासाठी कारणे दिली जाणे आवश्यक आहे. *मुंबई उच्च न्यायालय, व्हीके कॉटसिन, सीएलआर नोव्हेंबर २०१५*

१४. कंपनी स्थापन झाल्यापासून पहिली तीन वर्षे कंपनीला पीएफ कायद्यातून सूट आहे. पण कंपनीचे कामकाज काही कारणांमुळे बंद पडून नंतर सुरू झाले; मालकी बदलली; नवीन मशीन्स आणली; नवीन उत्पादन सुरू केले; नव्याने गुंतवणूक केली; म्हणजे नवीन कंपनी सुरू झाली असे होत नाही. *पाटणा उच्च न्यायालय, नॅशनल इंडस्ट्रीज, सीएलआर डिसेंबर २०१५*

१५. सरकारी अनुदान उशिरा मिळाल्याने पीएफ भरायला उशीर झाला तर संस्थेला भरपाईची (डॅमेजेस) शिक्षा करता येणार नाही. *पंजाब उच्च न्यायालय, वैश तांत्रिक शिक्षण संस्था, सीएलआर डिसेंबर २०१५*

१६. कारखाना फक्त भाडेतत्त्वावर चालवायला घेतला असेल तर पूर्वीच्या थकबाकीसाठी नवीन व्यवस्थापनाला जबाबदार धरता येणार नाही. आधीच्या मालकाने काही मालमत्ता नवीन व्यवस्थापकाच्या नावावर केली असेल तर त्याविरुद्ध कारवाई करता येईल. *केरळ उच्च न्यायालय, प्रसंती काजू, सीएलआर सप्टेंबर २०१५*

१७. पीएफ न भरल्याबद्दल कारवाई करण्याबाबत पीएफ कायद्यात कालमर्यादा नसली तरी ती योग्य वेळेत झाली पाहिजे. पण, केवळ दिरंगाई झाली म्हणून कारवाई रद्द करता येणार नाही. संस्थेने किती वेळा पीएफ उशिरा भरला, उशीर किती होता, रक्कम किती होती, या सर्वांचा संस्थेला भरपाईची शिक्षा करताना विचार व्हायला हवा. *मुंबई उच्च न्यायालय, हनुमान व्यायाम प्रसारक मंडळ, सीएलआर सप्टेंबर २०१५*

१८. कंपनीचे नियंत्रण ज्या व्यक्तीकडे आहे ती कंपनीची मालक आहे, असे समजून तिच्यावर कारवाई करावी. *केरळ उच्च न्यायालय, सीएलआर जून २०१५*

१९. संबंधित व्यक्ती कर्मचारी आहे की नाही, याचा निर्णय घेण्याचा अधिकार कलम २६ ब खाली आयुक्तांना आहे, आपल्या कनिष्ठांना हा अधिकार ते देऊ शकत नाहीत. *मुंबई उच्च न्यायालय हिंदुस्थान लिव्हर, सीएलआर मे २०१५*

२०. पीएफ निर्णयाविरुद्ध अपील करायचे असल्यास ते जास्तीत जास्त १२० दिवसांत करावे लागेल. पक्षकार दिवाणी न्यायालयात गेल्याने उशीर झाला, अन्य काही कारणांमुळे अडकून पडला; ही कारणे चालणार नाहीत. *दिल्ली उच्च न्यायालय, मॉर्डन स्कूल, सीएलआर नोव्हेंबर २०१४*

२१. हजेरीशी निगडित असलेला टिफीन भत्ता हा पगार नाही. त्यावर पीएफ भरण्याची गरज नाही. *मुंबई उच्च न्यायालय, एनआरबी, सीएलआर जून २०१४*

२२. कायद्याने ठरवलेल्या पगाराच्या मर्यादेपलीकडे (१५ हजार रु.) जाऊन पूर्ण पगारावर पीएफ भरायचा असेल तर कंपनीला तशी विनंती करायला लागेल आणि पीएफ खात्याला ती मान्य करावी लागेल. तसे नसल्यास जादा भरलेली वर्गणी चुकीची आहे असे समजावे लागेल आणि कर्मचाऱ्यांना मर्यादित पगारावरच पेन्शन मिळेल. *पाटणा उच्च न्यायालय, बिहार अन्न महामंडळ, सीएलआर मे २०१४*

२३. पीएफ थकबाकी मासिक हप्त्यात भरा, असे सांगण्याचा अधिकार पीएफ अधिकाऱ्यांना नाही; पण अपील लवादाला आहे. शिवाय कलम ७ ए खाली निम-न्यायालयीन स्वरूपाचा निर्णय घेणारे पीएफ आयुक्त रिट अर्ज करू शकत नाहीत. *कर्नाटक उच्च न्यायालय, इंदूस फिला, सीएलआर मे २०१४*

२४. पीएफ रक्कम न भरल्याबद्दल एखाद्या कंपनीवर कारवाई करण्यास पीएफ खात्याने बरीच दिरंगाई केली आणि या दिरंगाईसाठी सबळ कारणे नसतील तर ही रक्कम पीएफ खात्याला वसूल करता येणार नाही. दिरंगाईमुळे प्रतिपक्षाला आपला बचाव तयार करण्यात अडचणी निर्माण होतात. योग्य कालावधी किती, हे प्रत्येक प्रकरणावर अवलंबून राहील. *कर्नाटक उच्च न्यायालय, अंजली सिल्क, सीएलआर फेब्रुवारी २०१४*

२५. पीएफ थकबाकी वसूल करण्यासाठी आधी कंपनीची मालमत्ता विकावी, मग संचालकांची! *उत्तराखंड उच्च न्यायालय, मॅग्नेसाईट, सीएलआर ऑक्टोबर २०१४*

२६. नोकरीवर रुजू होताना ज्यांचा पगार पीएफ कायद्यातील पगाराच्या मर्यादेपेक्षा (सध्या १५ हजार रुपये) जास्त असेल तर त्यांना पीएफ कायदा लागू होणार नाही. *केरळ उच्च न्यायालय, लोकशोअर इस्पितळ, सीएलआर डिसेंबर २०१३*

२७. पीएफ निकालाविरुद्ध अपील करण्याची मर्यादा ३० दिवस आहे, ती मर्यादा वाढवण्याचे अधिकार न्यायालयाला नाहीत. प्रारंभीचा अर्ज गुणवत्तेवर फेटाळला गेला तरच निकालाच्या पुनर्विचाराची कायद्यात

तरतूद आहे, अनुपस्थितीमुळे फेटाळला गेल्यास नव्हे. *पाटणा उच्च न्यायालय, जनता कोल्ड स्टोअरेज, सीएलआर डिसेंबर २०१४*

२८. आजारी कंपनीला 'मालमत्ता जप्त करणे' वगैरे धमक्या देण्यापूर्वी पीएफ खात्याने बीआयएफआर बोर्डाची परवानगी घ्यावी. *कोलकाता उच्च न्यायालय, आरएसआय, सीएलआर मार्च २०१२*

२९. पीएफ उशिरा भरला म्हणून कंपनीला भरपाईची (डॅमेजेस) आणि ती किती द्यावी ही शिक्षा देण्याचा अधिकार पीएफ अधिकाऱ्यांना आहे. मध्य *प्रदेश उच्च न्यायालय, पीएफ, सीएलआर फेब्रुवारी २०१३*

३०. पीएफ फॅमिली पेन्शनसाठी औद्योगिक विवाद कायद्याच्या कलम ३३ सी (२) खाली दावा लावता येणार नाही. *मद्रास उच्च न्यायालय, स्वर्णम्मा, सीएलआर मे २०१२*

३१. ५० टक्के अपंग आहात, १०० टक्के नाही; म्हणून पीएफ खात्याला पेन्शन नाकारता येणार नाही. पीएफ अधिकाऱ्यांनी बुरसट वृत्ती सोडून द्यावी. *ओरिसा उच्च न्यायालय, सत्यवादी पात्रा, सीएलआर एप्रिल २०१२*

३२. सल्लागार डॉक्टर हे इस्पितळाचे कर्मचारी नाहीत, त्यांना पीएफ लागू होत नाही. *केरळ उच्च न्यायालय, सीएलआर फेब्रुवारी २०१२*

३३. पीएफ वसुलीसाठी कंपनीच्या बँक खात्यावर टाच आणण्यापूर्वी आधी कंपनीला थकबाकीदार म्हणून घोषित करायला हवे, नंतर थकबाकीचे प्रमाणपत्र तयार करून वसुली अधिकाऱ्याला द्यायला हवे व त्यानंतर वसुली अधिकाऱ्याने वसुली करायला पाहिजे. *मुंबई उच्च न्यायालय, सीएलआर डिसेंबर २०११*

३४. मालकाने आपली कंपनी दुसऱ्याला विकली तर त्याची पीएफ जबाबदारी नवीन मालकाकडे जाते; पण कंपनी जर बँकेने किंवा प्रशासकाने विकली तर मालकाची पीएफची जबाबदारी नवीन मालकाकडे जात नाही. *हिमाचल प्रदेश उच्च न्यायालय, अनुज सिमेंट, सीएलआर ऑगस्ट २०११*

३५. कलम ७ सी खालील अपिलात थकबाकीची काही रक्कम न्यायालयात जमा करा, असे सांगण्याचा अधिकार न्यायालयाला नाही, तो ७ ए खाली आहे. *मुंबई उच्च न्यायालय, रायटर सेफगार्ड, सीएलआर ऑगस्ट २०११*

३६. वाहनभत्ता, विशेष भत्ता सर्व थरांतील कर्मचाऱ्यांना कंपनीमध्ये देण्यात येतो, तो सेवाशर्तीचाही भाग आहे. त्यामुळे हे भत्ते 'मूळ वेतन' समजून, त्यावर पीएफ देण्यात यावा. *मध्य प्रदेश उच्च न्यायालय, माँटेज, सीएलआर ऑगस्ट २०११*

३७. कंपनीला दंड भरायला सांगितला तर त्याविरुद्ध अपील करण्यासाठी ६० दिवसांची मुदत असते. शिवाय अपील करताना भरायला लागणाऱ्या ७५ टक्के रकमेतून न्यायालय कंपनीला सूट देऊ शकते. म्हणून अपिलाची मुदत संपण्यापूर्वीच पीएफ आयुक्तांना कंपनीच्या बँक खात्यातून पैसे काढता येणार नाहीत. *गुजरात उच्च न्यायालय, महिंद्र गिअर्स, सीएलआर जुलै २०११*

३८. कँटीन सबसिडी हजेरीशी निगडित आहे; महागाई निर्देशांकाशी तिचा संबंध नाही. ती ठरावीक काळाने बदलत नाही. जे कँटीनची सवलत घेत नाहीत, त्यांनाच फक्त ती देण्यात येते. त्यामुळे ती पगार नाही आणि त्यावर पीएफ आकारता येणार नाही. ही सबसिडी महागाई भत्ता नाही. *गुजरात उच्च न्यायालय, आयपीसीएल, सीएलआर जून २०११*

३९. मालक जेव्हा विक्री, भेट, भाडेतत्त्व, परवाना किंवा अन्य मार्गाने आपली कंपनी स्वेच्छेने दुसऱ्याकडे हस्तांतरित करतो तेव्हा कलम १७ ब प्रमाणे पीएफ थकबाकी दोघांची जबाबदारी बनते. पण लिक्विडेटर जेव्हा विक्री करतो, तेव्हा ती मालकाच्या मनाविरुद्ध असते, ते हस्तांतरण नाही. त्याला १७ ब लागू होत नाही. आणि नवीन मालकाकडे पीएफ थकबाकीची जबाबदारी जात नाही. *पंजाब उच्च न्यायालय, गोंदवल सूतगिरणी, सीएलआर एप्रिल २०१०*

४०. संस्थेचे हिशेब तपासनीस, संस्थेसाठी अधूनमधून काम करणारे सोनार हे नियमित कर्मचारी नाहीत, त्यांना पीएफ लागू होणार नाही. *झारखंड उच्च न्यायालय, सीएलआर जानेवारी २०११*

४१. दिवाळखोर कंपनीचा लिलाव करणारे न्यायालय किंवा प्रशासक हे व्यवस्थापन नाही. हा लिलाव म्हणजे विक्री, भेट, भाडेपट्टी नाही. त्याला कलम १७ ब लागू होत नाही. *कोलकाता उच्च न्यायालय, नेपच्यून मिल, सीएलआर मे २०१०*

४२. पीएफ वृद्धापकाळी आर्थिक सुरक्षा पुरवते. पीएफ रकमेतून काटछाट करता येणार नाही. *आंध्र प्रदेश उच्च न्यायालय, युको बँक, सीएलआर जून २०१०*

४३. एकापेक्षा जास्त राज्यांमध्ये कार्यरत असलेल्या सहकारी बँकेला पीएफ कायदा लागू होत नाही. *मुंबई उच्च न्यायालय, रत्नाकर बँक, सीएलआर सप्टेंबर २०१०*

४४. ॲप्रेंटिस कायदा किंवा स्टँडिंग ऑर्डर्स याखाली घेण्यात आलेल्या शिकाऊ उमेदवाराला पीएफ कायदा लागू नाही. *अलाहाबाद उच्च न्यायालय, गरवारे इलेक्ट्रॉनिक्स, सीएलआर जुलै २०१०*

४५. एखाद्या कंपनीने आपल्या नियमांनुसार जर ट्रेनी (शिकाऊ उमेदवार) घेतले तर त्यांना पीएफ लागू होत नाही. *केरळ उच्च न्यायालय, मलबार बिझिनेस सेंटर, सीएलआर फेब्रुवारी २०१५*

मूळ वेतन आणि महागाई भत्ता यावर कंपन्या सर्वसाधारणपणे पीएफ भरतात. पण न्यायालयीन सूत्र असे आहे की एखाद्या शहरात जे भत्ते साधारणपणे सर्वत्र दिले जातात आणि एखाद्या कंपनीत तसे भत्ते सर्व थरांतील कर्मचाऱ्यांना दिले जातात, ते मूळ वेतन समजून त्यावरही पीएफ भरला जावा. त्यादृष्टीने घरभाडे भत्ता, शिक्षण भत्ता, प्रवास भत्ता यांचा विचार केला जाणे आवश्यक आहे.

■■■

एम्प्लॉईज स्टेट इन्शुरन्स ॲक्ट, १९४८
(कामगार विमा कायदा, १९४८)

कामगारांना विविध वैद्यकीय सुविधा पुरवणारा हा कायदा. ज्या कर्मचाऱ्यांचा मासिक पगार २१ हजार रुपयांपर्यंत आहे, त्यांना लागू होतो. कर्मचाऱ्यांना सुविधा व आर्थिक साहाय्यही मिळू शकते.

हा कायदा सर्व कारखाने आणि सरकारने विहित केलेल्या अन्य संस्था यांना लागू होतो. कर्मचारी-संख्या किमान दहा असणे आवश्यक आहे. एकदा कायदा लागू झाल्यांनतर कर्मचारी-संख्या दहापेक्षा कमी झाली तरी कायदा लागू राहील.

कायद्याप्रमाणेच किंवा त्यापेक्षा जास्त चांगल्या सवलती देणाऱ्या संस्थांना हा कायदा लागू होणार नाही; अशी सूट देण्याचा सरकारला अधिकार आहे.

कलम २ (४) : प्रत्येक कर्मचाऱ्याच्या नावाने व्यवस्थापन दर महिना कामगार विमा महामंडळाकडे जे पैसे भरेल, त्याला 'वर्गणी' म्हणतात.

कलम २ (सी) : कामाच्या वेळेत आणि कामाच्या स्वरूपामुळे जो अपघात वा आजार होईल त्याला 'कामावरील अपघात' असे समजले जाईल.

कलम २ (इ) : कर्मचारी म्हणजे कारखाना अथवा संस्थेचे काम किंवा ज्या कामाशी संबंधित वा आनुषंगिक काम करण्यासाठी संस्थेने स्वतः वा कंत्राटदारामार्फत नेमलेला कर्मचारी. या कर्मचाऱ्याचा मासिक पगार २१ हजार रुपयांपेक्षा कमी असणे आवश्यक आहे. पगारात ओव्हरटाइमच्या पैशाचा समावेश होत नाही.

कलम २ (१५ ए) : अपघाताच्या वेळी कर्मचारी जे कोणतेही काम करू शकत होता ते करण्याची त्याची क्षमता जर कमी झाली तर त्या दुखापतीमुळे आलेल्या स्थितीला 'कायमस्वरूपी आंशिक अपंगत्व' असे म्हणतात. ही क्षमता संपूर्णपणे नष्ट झाली तर त्याला 'कायमस्वरूपी संपूर्ण अपंगत्व' असे म्हणतात. या दुखापती कायद्यात नमूद करण्यात आल्या आहेत. दुखापतीमुळे तात्पुरते काम करता आले नाही तर त्याला 'तात्पुरते अपंगत्व' म्हणतात.

कलम २ (२२) : नियुक्तिपत्रानुसार मिळणारे पैसे म्हणजे पगार. त्याशिवाय व्यवस्थापन जास्तीत जास्त दोन महिन्यांच्या अंतराने काही पैसे देत असेल तर तेही पगारामध्ये धरले जाईल. पगारी रजा, टाळेबंदी, कायदेशीर

संप, ले-ऑफ यानिमित्त मिळणाऱ्या रकमेचाही पगारात अंतर्भाव होतो; पण प्रवासभत्ता, कामाच्या स्वरूपामुळे म्ळिणारी विशेष रक्कम यांचा पगारात समावेश होत नाही.

कलम २ ए : प्रत्येक संस्थेला कामगार विमा मंडळाकडे आपली नोंदणी करावी लागेल.

कलम ३ ते २५ कामगार विमा महामंडळाची स्थापना, सदस्य, वैद्यकीय मदत समितीची स्थापना, बैठकी य विषयक आहे.

कलम २६ ते ३७ महामंडळाच्या आर्थिक कारभाराबद्दल आहे.

कर्मचाऱ्याला नोकरीच्या पहिल्या दिवसापासून हा कायदा लागू होतो. टेंपररी / कॅज्युअल कामगारही त्याच्या कक्षेत येतात.

भाग ४ : वर्गणी

कलम ३९ : कर्मचाऱ्याच्या पगारातून १.७५ टक्के आणि त्यावर स्वत:चे ४.७५ टक्के अशी एकूण पगाराच्या ६.५० टक्के वर्गणी व्यवस्थापनाला दरमहा कर्मचाऱ्याच्या नावे कामगार विमा मंडळाकडे पाठवावी लागेल. त्यात दिरंगाई झाल्यास रकमेवर किमान १२ टक्के व्याज भरावे लागेल.

ज्या भागांत कायदा प्रथमच लागू करण्यात आला आहे, तिथे कंपनीची वर्गणी ३ टक्के, तर कर्मचाऱ्याची वर्गणी १ टक्का राहील. हे प्रमाण पहिल्या २४ महिन्यांसाठी आहे.

कलम ४० : व्यवस्थापन सर्व वर्गणी स्वत: आधी भरेल. कर्मचाऱ्याचा वाटा त्याच्या त्याच महिन्याच्या पगारातून कापून घ्यावा लागेल, नंतर करता येणार नााही.

कंत्राटदाराच्या वाटेची व त्याच्या कामगारांची वर्गणीही कंपनी स्वत: आधी भरेल आणि नंतर कंत्राटदाराकडून वसूल करेल. कंत्राटदाराने आपले कामगार व त्यांची वर्गणी, यांचे रेकॉर्ड ठेवणे बंधनकारक आहे.

मुख्य व्यवस्थापनानेही आवश्यक ती रजिस्टर्स ठेवणे व अहवाल पाठवणे बंधनकारक आहे.

कलम ४५ ए : एखाद्या कंपनीने आपले अहवाल, रेकॉर्ड, रजिस्टर नीट ठेवले नाही वा सादर केले नाही, कर्मचारी संख्या, पगार यांची नीट माहिती दिली नाही तर त्या कंपनीने वा संस्थेने कामगार विम्यापोटी किती पैसे भरायचे, याचा निर्णय कामगार विमा मंडळ घेईल. ही रक्कम ठरवताना व्यवस्थापनाची बाजू ऐकून घेतली जाईल. वर्गणी भरण्याचा जो दिनांक आहे, त्याच्या पाच वर्षांच्या आत हा आदेश दिला जाणे आवश्यक आहे.

व्यवस्थापनाला हा आदेश मान्य नसेल तर ६० दिवसांत अपील करावे लागेल. अपिलासोबत आदेशाम ध्ये नमूद केलेल्या रकमेच्या २५ टक्के रक्कम भरावी लागेल.

व्यवस्थापनाकडे असलेली थकबाकी वसूल करण्यासाठी वसुली अधिकारी प्रथम कंपनीच्या मालमत्तेची जप्ती आणि विक्री व त्यानंतर मालकाच्या मालमत्तेची जप्ती व विक्री करू शकेल. मालकाची तुरुंगात रवानगी तसेच मालमत्तेवर प्रशासक नेमणे हे पर्यायही वसुली अधिकाऱ्याला उपलब्ध आहेत.

या रकमेबाबत वसुली अधिकाऱ्याशी वाद घालता येणार नाहीत, तर योग्य ठिकाणी अपील करावे लागेल.

अशा थकबाकीदार कंपनीला एखादी व्यक्ती वा संस्था काही देणे लागत असेल तर कामगार विमा मंडळ त्यांच्याकडून आवश्यक ती रक्कम वसूल करू शकेल.

पगार २१ हजार रुपयांपेक्षा जास्त झाल्यास सदस्यत्व चालू ठेवण्याचा पर्याय कर्मचाऱ्याला आहे.

भाग ५ : फायदे

कलम ४६ : कर्मचारी अथवा त्यांच्या कुटुंबीयांना पुढील फायदे मिळू शकतील :

अ) आजारपणासाठी ठरावीक रक्कम

ब) गरोदरावस्थेतील आजार, गर्भपात, बाळंतपणासाठी ठरावीक रक्कम

क) कामावरील अपघातामुळे झालेल्या अपंगत्वासाठी रक्कम

ड) कामावरील अपघातामुळे मृत्यू आल्यास कुटुंबीयांना आर्थिक मदत व अंत्यविधीसाठी खर्च, तीन महिन्यांत अर्ज करणे आवश्यक

इ) वैद्यकीय मदत

कलम ५१ : कामावरील अपघातामुळे तीन दिवसांपेक्षा जास्त तात्पुरते किंवा कोणतेही कायमस्वरूपी अपंगत्व आले तर कर्मचाऱ्याला त्याबद्दल आर्थिक मदत मिळेल. पुरेसा पुरावा उपलब्ध नसला तर कोणताही अपघात हा कामावरचा अपघात आहे असेच समजले जाईल.

कर्मचाऱ्याकडून नियमाचा भंग झाल्याने जर अपघात झाला, तर कर्मचारी त्या वेळी कंपनीचे काम करत असल्यास तो कामावरील अपघात आहे, असेच मानले जाईल.

कर्मचाऱ्यावर बंधनकारक नसतानाही तो जर व्यवस्थापनाच्या संमतीने, व्यवस्थापनाने दिलेल्या वाहनाने कामावर येत-जात असेल तर अशा प्रवासात झालेला अपघात हा 'कामावरील अपघात' ठरेल.

कामावरील अपघातामुळे झालेल्या दुखापतीबद्दल कर्मचारी नुकसानभरपाई कायदा किंवा अन्य कोणत्याही कायद्याखाली कर्मचाऱ्याला आर्थिक भरपाई मागता येणार नाही.

अपघातात कर्मचारी मृत पावल्यास त्याच्यावर अवलंबून असलेल्या व्यक्तींना आर्थिक भरपाई मिळेल.

अपघातामुळे कर्मचाऱ्याची किती कार्यक्षमता कमी झाली आहे याचा निर्णय वैद्यकीय सल्लागार मंडळ घेईल. या मंडळाच्या निर्णयाविरुद्ध अपील मंडळाकडे अपील करता येईल.

कलम ५६ : कर्मचारी व त्याचे कुटुंबीय यांना कामगार विमा मंडळाची मान्यता असलेल्या डॉक्टर व इस्पितळ यामध्ये वैद्यकीय मदत मिळू शकेल. कायमस्वरूपी अपंगत्वामुळे नोकरी गेलेल्या कर्मचाऱ्याला काही अटींवर निवृत्तीच्या वयापर्यंत वैद्यकीय मदत मिळू शकेल.

कलम ६० : मिळणारे फायदे कर्मचारी विकू किंवा दुसऱ्याकडे हस्तांतरित करू शकणार नाही. या फायद्यांवर जप्ती आणता येणार नाही. तसेच हे फायदे स्वीकारत असलेला कर्मचारी त्यासाठी अन्य कायद्याखाली कारवाई करू शकणार नाही.

कर्मचारी कामावर किंवा पगारी रजेवर असला तर त्या दिवसांसाठी त्याला आजारपण वा तात्पुरते अपंगत्व यासाठीचा फायदा मिळणार नाही.

कर्मचारी आजारपण व बाळंतपण, किंवा आजारपण व तात्पुरते अपंगत्व, किंवा बाळंतपण व तात्पुरते अपंगत्व हे फायदे एकत्रितपणे घेऊ शकणार नाही. तो कोणतातरी एकच फायदा घेऊ शकेल.

आजारपण किंवा तात्पुरते अपंगत्व याचा फायदा चालू असताना कर्मचाऱ्याला वैद्यकीय उपचारांखाली राहावे लागेल. डॉक्टरांच्या संमतीशिवाय त्याला गाव सोडून जाता येणार नाही.

कलम ६८ : कंपनीने वर्गणी न भरल्याने कदाचित कर्मचाऱ्याला फायदा मिळू शकणार नाही किंवा कमी मिळेल. अशा वेळी कंपनीची चूक आहे, अशी जर मंडळाची खातरी झाली तर मंडळ कर्मचाऱ्याला योग्य तो फायदा देईल आणि कंपनीकडून दुप्पट वर्गणी किंवा फायद्यातील फरकेएवढी रक्कम (यातील जे जास्त आहे ते) कंपनीकडून वसूल करेल.

कर्मचाऱ्याला चुकून जास्त फायदा मिळाल्यास तो परत करावा लागेल. वर्गणी कमी भरावी लागेल म्हणून व्यवस्थापनाला कोणाही कर्मचाऱ्याचा पगार कमी करता येणार नाही.

कलम ७३ : आजारपण, बाळंतपणे किंवा तात्पुरते अपंगत्व या कारणांसाठी कर्मचाऱ्याला जर मंडळाकडून काही फायदा मिळत असेल तर त्या काळामध्ये व्यवस्थापन त्याला बडतर्फीची वा अन्य शिक्षा देऊ शकणार नाही, तशी शिक्षा बेकायदा ठरेल.

कलम ७३ ए : मंडळाने स्थापन केलेल्या इस्पितळाचा जर कमी वापर होत असेल तर कामगार विमा लागू नसलेल्या व्यक्ती व त्यांचे कुटुंबीय यांना पैसे भरून त्या इस्पितळातील सवलतींचा वापर करून घेता येईल. अशा प्रकारची योजना तयार करण्याचा अधिकार मंडळाला देण्यात आला आहे.

भाग ६

कलम ७४ : कामगार विमा कायद्यासंबंधित विवादांचा निर्णय देण्यासाठी विशेष कामगार विमा न्यायालये स्थापन केली जातील. कर्मचाऱ्याला विमा कायदा लागू आहे का, वर्गणीचे दर, वर्गणीची वसुली, पगार, सवलती व फायदे वगैरेंबाबतचे निर्णय ही न्यायालये घेतील. कंपनी व मंडळ यांच्यामध्ये जर वर्गणीबद्दल विवाद असेल तर मंडळाने मागितलेल्या रकमेच्या निम्मी रक्कम न्यायालयात भरल्याशिवाय कंपनी न्यायालयात तक्रार करू शकणार नाही. कामगार विमा कायद्याखालील कोणतेही प्रकरण दिवाणी न्यायालयाला ऐकता येणार नाही.

कामगार विमा न्यायालयाकडे तीन वर्षांत तक्रार करावी लागेल. वर्गणीच्या कालावधीपासून पाच वर्षांत मंडळाला आपला दावा लावावा लागेल, न्यायालयात जायचे असल्यास त्यानंतर तीन वर्षांत जावे लागेल. कामगार विमा न्यायालयाच्या निर्णयाविरुद्ध ६० दिवसांत उच्च न्यायालयाकडे अपील करता येईल. कायद्याचा प्रश्न असेल तरच अपील करता येईल, अन्यथा नाही.

भाग ७

नियमांचा भंग केल्यास दंड वा कैद वा दोन्ही अशा प्रकारच्या शिक्षा व्यवस्थापनाला देण्याची नियमात तरतूद आहे. कर्मचाऱ्याने काही खोटी माहिती दिल्यास त्याला मिळणारी आर्थिक मदत काही काळासाठी थांबवण्यात येईल.

कलम ८५ बी : कंपनीने वर्गणी वा अन्य रक्कम भरली नाही तर दंड म्हणून काही रक्कम आकारण्याची मंडळाला मुभा आहे; पण ही रक्कम थकबाकीपेक्षा जास्त असणार नाही. शिवाय एखाद्या आजारी कंपनीची

पुनर्वसनाची योजना असेल तर अशा कंपनीचा दंड कमी करण्याचा किंवा संपूर्णपणे माफ करण्याचा मंडळाला अधिकार आहे.

कलम ८७ : एखाद्या कारखान्यात वा संस्थेत कर्मचाऱ्यांना कायद्याप्रमाणे किंवा त्यापेक्षा जास्त चांगले फायदे मिळत असतील तर तो कारखाना, संस्था किंवा कर्मचारीसमूह यांना सरकार या कायद्यातून सूट देऊ शकेल. ही सूट एखाद्या किंवा काही तरतुदींतून किंवा संपूर्ण कायद्यातून असू शकेल. ती एका वर्षासाठी राहील आणि तिचा वेळोवेळी पुनर्विचार करण्यात येईल.

कलम ९४ : कर्जबाजारी होत असलेल्या कंपनीच्या कर्जापेक्षा कामगार विमा मंडळाची वर्गणी वा प्रलंबित रक्कम यांच्या वसुलीला प्राधान्य राहील.

कामगार विमा (सेंट्रल) नियम, १९५०

नियम २ (१ सी) : वर्गणीच्या कालावधीला अनुसरून ठरवण्यात आलेल्या जास्तीत जास्त सहा महिन्यांच्या कालावधीला मदतीचा अथवा फायद्याचा कालावधी (बेनिफिट पिरीयड) असे म्हणतात.

नियम २ (२ ए) : वर्गणी भरण्याच्या जास्तीत जास्त सहा सलग महिन्यांच्या कालावधीला वर्गणीचा कालावधी (कॉंट्रिब्यूशन पिरीयड) म्हणतात.

नियम २ (७ ए) : वर्गणीच्या कालावधीत देण्यात आलेल्या एकूण पगाराला, एकूण जितक्या दिवसांसाठी पगार देण्यात आला आहे त्याने भागले, तर जो सरासरी पगार येईल, त्याच्या ११५ टक्के रकमेला 'निश्चित दर' (स्टॅण्डर्ड बेनिफिट रेट) असे म्हणतात. हा किमान १४ रुपये तर कमाल ४८० रुपये आहे.

नियम २१ : कामगार विमा मंडळाला देय असलेली रक्कम रिझर्व्ह बँक किंवा स्टेट बँक किंवा कोणतीही राष्ट्रीयकृत बँक यामध्ये भरता येईल. मंडळ कर्मचारी कल्याणासाठी ३०० कोटी रुपयांपर्यंत दरवर्षी खर्च करू शकेल.

नियम ५५ : सिकनेस बेनिफिट : वर्गणीच्या कालावधीत कमीत कमी ७८ दिवसांची वर्गणी भरली असेल तर त्याला आनुषंगिक असलेल्या मदतीच्या किंवा साहाय्य कालावधीत कर्मचाऱ्याला त्याच्या आजारपणाबद्दल साहाय्य मिळू शकेल. आजारपणाच्या पहिल्या दोन दिवसांसाठी मदत मिळणार नाही. वर्षभरात जास्तीत जास्त ९१ दिवसांसाठी साहाय्य मिळू शकेल. निश्चित दराच्या १२० टक्के मदतीचा दर राहील.

नवीन कर्मचाऱ्यासाठी वर्गणीचा कालावधी १५६ दिवसांपेक्षा कमी असू शकतो. अशा कर्मचाऱ्याची वर्गणी कामाच्या एकूण निम्म्यापेक्षा जास्त दिवसांसाठी भरली गेली असेल तर त्याला आजारपणासाठी मदत मिळू शकेल. आजारपणाच्या दोन कालावधीत १५ दिवसांचे अंतर असल्यास दुसऱ्या कालावधीसाठी मदत मिळू शकेल.

नियम ५६ : मॅटर्निटी बेनिफिट : सलग दोन वर्गणीच्या कालावधीत ७०पेक्षा जास्त दिवसांची वर्गणी भरलेली असल्यास महिला कर्मचाऱ्याला बाळंतपणाबद्दल मदत मिळू शकेल. ही मदत २६ आठवड्यांसाठी असेल,

त्यातील सहा आठवडे बाळंतपणापूर्वीचे हवे. या सर्व दिवशी ती कामावर असता कामा नये. दुर्दैवाने तिचा बाळंतपणात मृत्यू झाला तरी संपूर्ण काळासाठी मदत मिळेल. बालकाचाही मृत्यू झाल्यास त्या दिवसांपर्यंतची मदत नॉमिनीला मिळेल.

गर्भपात झाल्यास त्यानंतरच्या सहा आठवड्यांत कर्मचारी जितके दिवस काम करणार नाही तितक्या दिवसांसाठी त्याला मदत मिळेल. शिवाय, काही आजारपण आले तर त्यासाठीही मदत मिळेल.

ही मदत निश्चित दराच्या दुप्पट दराने मिळेल.

कर्मचाऱ्याची पत्नी अथवा महिला कर्मचारी हिचे बाळंतपण कामगार विमा वैद्यकीय सवलती नसलेल्या ठिकाणी झाले तर जादा २५०० रुपये मिळतील. ही रक्कम दोन बाळंतपणासाठी मिळेल.

नियम ५७ : अपंगत्वासाठी मदत : कामावरील अपघातामुळे तीन दिवसांपेक्षा जास्त दिवस तात्पुरते अपंगत्व आले तर त्या दिवसांसाठी मदत मिळेल. कायमस्वरूपी अंशत: किंवा पूर्ण अपंगत्व आले तर मिळणारी मदत 'ठरावीक अंतराने द्या' असे सांगण्याचा पर्याय कर्मचाऱ्याला उपलब्ध आहे. ही मदत एकरकमीही मिळू शकेल.

मदत निश्चित दराच्या दीडपट दराने मिळेल. प्रारंभीच जर अपघात झाला तर हा दर बदलू शकेल. या दराला 'पूर्ण दर' असे संबोधले जाईल.

कलम ५८ : कामावरील अपघातामुळे कर्मचाऱ्याचा मृत्यू झाल्यास त्याच्या पत्नीला पूर्ण दराच्या ६० टक्के, विधवा आईला ४० टक्के तर मुले १८ वर्षांची होईपर्यंत प्रत्येकाला ४० टक्के दराने मदत मिळेल. सर्वांचा वाटा पूर्ण दरापेक्षा जास्त झाला तर प्रत्येकाची टक्केवारी त्यानुसार कमी होईल.

कलम ५९ : कर्मचाऱ्याच्या अपघाती मृत्यूनंतर त्याच्या अंत्यविधीसाठी कुटुंबीयांना दहा हजार रुपये अंत्यविधी खर्चासाठी देण्यात येतील.

कलम ६० : कायमस्वरूपी अपंगत्वाने नोकरी गमावलेल्या कर्मचाऱ्याने वार्षिक १२० रुपये आगाऊ भरले तर निवृत्तीच्या वयापर्यंत त्याला व त्याच्या पत्नीला वैद्यकीय मदत मिळेल. कर्मचारी निवृत्ती वेळी कामगार विमा सदस्य असला, त्याची वर्गणी किमान पाच वर्षे भरलेली असली आणि नंतर त्याने वार्षिक १२० रुपये आगाऊ भरले तर त्याला व त्याच्या पत्नीला वैद्यकीय मदत चालू राहील. निवृत्तीचा पुरावाही देणे आवश्यक आहे.

कामगार विमा (जनरल) रेग्युलेशन्स, १९५०

नियम २ (एच) : प्रत्येक संस्थेला कामगार विमा मंडळातर्फे एक नोंदणी क्रमांक - कोड नंबर दिला जाईल.

नियम २ (के) : प्रत्येक कर्मचाऱ्याला एक नंबर, कायमस्वरूपी ओळखपत्र आणि कुटुंबीयांसाठी ओळखपत्र दिले जाईल.

नियम २ (एन) : कर्मचाऱ्यांच्या वैद्यकीय व अन्य मदतीसाठी मंडळ डॉक्टरांची नियुक्ती करेल.

नियम ४ : वर्गणीचा कालावधी १ एप्रिल ते ३० सप्टेंबर, त्याला अनुसरून मदतीचा कालावधी; पुढील १ जानेवारी ते ३० जून.

वर्गणीचा कालावधी १ ऑक्टोबर ते ३१ मार्च, त्यासाठी मदतीचा कालावधी १ जुलै ते ३१ डिसेंबर.

नवीन कर्मचाऱ्याचा मदतीचा कालावधी नऊ महिने संपल्यावर सुरू होईल.

नियम १० बी : कोड नंबर न मिळालेल्या नवीन कंपनीने कायदा लागू होताच १५ दिवसांत विहित नमुन्यांत नोंदणीसाठी अर्ज करावा. कंपनीचे नाव, पत्ता, कामाचे स्वरूप, कर्मचारी-संख्या, परवाना क्रमांक, बँक बचत खाते, पीएफ क्रमांक, पॅन नंबर वगैरे माहिती त्यामध्ये कळवावी लागेल. त्यानंतर कामगार विमा मंडळ संस्थेला कोड नंबर देईल. काही बदल झाल्यास तो दोन आठवड्यांत कळवावा लागेल.

नियम ११ : कर्मचारी नोकरीत रूजू झाल्यानंतर व्यवस्थापन, विहित नमुना-अर्जात त्याची माहिती भरून (डिक्लरेशन फॉर्म) दहा दिवसांत तो कामगार विमा कार्यालयाला पाठवेल. अर्जात कर्मचारी व त्याचे कुटुंबीय यांची माहिती, पत्ता, फोटो, नॉमिनी वगैरे माहिती असेल. फॉर्म मिळाल्यानंतर कामगार विमा कार्यालय कर्मचाऱ्याला त्याचा नंबर देईल. कर्मचाऱ्याला त्याचे ओळखपत्रही देण्यात येईल, त्यामध्ये त्याच्या कुटुंबीयांचीही माहिती असेल.

नियम २६ : व्यवस्थापन वर्गणीचे पैसे बँकेत भरेल. वर्गणी कालावधी संपल्यानंतर ४२ दिवसांत व्यवस्थापन यासंबंधीची सविस्तर माहिती विहित अर्जात कामगार विमा कार्यालयाला कळवेल. स्वत:चे कामगार, कंत्राटी कामगार, पगार, वर्गणी वगैरे माहिती याद्वारे कळवावी लागेल.

नियम ३१ : कर्मचाऱ्याच्या हिश्शाची वर्गणी (पगाराच्या एकूण ६.५० टक्के) महिना संपल्यानंतर २१ दिवसांत भरावी लागेल. उशिरा भरल्यास त्यावर १२ टक्के व्याज व उशीर किती झाला त्यावर अवलंबून थकबाकीच्या ५ ते २५ टक्के दंड भरावा लागेल. पुनर्वसन होत असलेल्या आजारी कंपनीचा दंड कमी करण्याचा वा माफ करण्याचा मंडळाला अधिकार आहे.

नियम ३२ : प्रत्येक कर्मचाऱ्याबद्दल माहिती देणारे रजिस्टर व्यवस्थापनाला पाच वर्षांसाठी ठेवावे लागेल. कंत्राटदाराला त्याच्या कर्मचाऱ्यांचे रजिस्टर व्यवस्थापनाला सादर करावे लागेल.

एखादा कर्मचारी वर्गणीच्या संपूर्ण कालावधीमध्ये नोकरीला नसेल तर त्याची वर्गणी त्याच्या नोकरीच्या शेवटच्या दिवशी भरावी लागेल.

नियम ४५ : आर्थिक मदतीसाठीचा अर्ज मंडळाच्या कार्यालयाकडे लेखी स्वरूपात करावा लागेल.

अ) आजारपण तसेच तात्पुरते अपंगत्व यासाठी विनंती किंवा दावा वैद्यकीय प्रमाणपत्र मिळाल्यानंतर करता येऊ शकतो.

ब) बाळंतपणाच्या अंदाजे तारखेचे वैद्यकीय प्रमाणपत्र मिळाल्यानंतर किंवा तारखेच्या आधी सहा आठवडे किंवा प्रमाणपत्र न मिळाल्यास बाळंतपणाच्या दिवशी तत्संबंधित मदतीचा दावा लागू होतो.

क) गर्भपात किंवा गरोदरपणातील आजारपण यासंबंधी वैद्यकीय प्रमाणपत्र मिळाल्यानंतर मदतीचा अर्ज करता येऊ शकतो.

ड) कायमस्वरूपी अपंगत्वासाठी तशा आशयाचा निर्णय झाल्यानंतर पहिल्या हप्त्यासाठी, नंतर दर

महिन्याच्या शेवटी

इ) कर्मचाऱ्याच्या मृत्यूच्या दिवशी व त्यानंतर दर महिन्याच्या शेवटच्या दिवशी, त्याच्यावर अवलंबून असलेल्या कुटुंबीयांसाठी

ई) अंत्यविधीचा खर्च कर्मचाऱ्याच्या मृत्यूच्या दिवशी

आर्थिक मदत ही दैनिक भत्त्याच्या रूपात मिळते. अंत्यविधीचा खर्च एकरकमी असतो.

मदतीचा वा भत्त्याचा अर्ज करताना त्यासोबत वैद्यकीय प्रमाणपत्र व अन्य आवश्यक पुरावा जोडावा लागेल.

नियम ५२ : विविध कारणांसाठी कर्मचाऱ्याला जी मदत वा भत्ता द्यावा लागेल, त्यासाठी पुढीलप्रमाणे कालमर्यादा आहे :

अ) आजारपणाचा भत्ता सात दिवसांत द्यावा लागेल.

ब) अंत्यविधीचा खर्च १५ दिवसांत

क) बाळंतपणासाठी मदत, पहिला हप्ता १४ दिवसांत

ड) तात्पुरते अंपगत्व, पहिला हप्ता एक महिन्यांत

इ) कायमस्वरूपी अपंगत्व, पहिला हप्ता एक महिन्यात

ई) कर्मचाऱ्याच्या मृत्यूनंतर त्याच्यावर अवलंबून असलेल्या कुटुंबीयांना पहिली मदत, तीन महिन्यांत,

ही मदत कामगार विमा स्थानिक कार्यालयांत रोख रकमेच्या स्वरूपात दिली जाईल.

दुसरे व पुढचे हप्ते पहिल्या हप्त्याबरोबर किंवा आवश्यक कागदपत्रे सादर केल्यानंतर त्यापुढील महिन्यांत मिळतील.

नियम ६५ : अपघात झाल्यानंतर कर्मचारी किंवा त्याच्यातर्फे अन्य कोणा व्यक्तीने त्याबाबत व्यवस्थापनाला त्वरित लेखी किंवा तोंडी सूचना दिली पाहिजे. व्यवस्थापन अपघातासंबंधी एक रजिस्टर ठेवेल, ज्यामध्ये कर्मचाऱ्यातर्फे या अपघाताची माहिती नोंदवली जाईल. कर्मचाऱ्याला शक्य नसेल तर व्यवस्थापन ही नोंद करेल. शेवटच्या अपघाताच्या नोंदीच्या दिवसापासून पाच वर्षे हे रजिस्टर ठेवले जाईल. अपघात गंभीर असेल तर त्वरित अन्यथा अपघातानंतर २४ तासांत व्यवस्थापन त्याचा अहवाल मंडळाच्या स्थानिक शाखेकडे पाठवेल. योग्य वाटल्यास मंडळ कर्मचाऱ्याची वैद्यकीय तपासणी करेल. दुखापतीचे स्वरूप, कर्मचाऱ्याची क्षमता किती कमी झाली आहे, वगैरेचा निर्णय वैद्यकीय अधिकारी करतील.

नियम ७६ बी : या नियमानुसार, अपंगत्वासाठी मिळणाऱ्या मदतीचे ठोक रोख रकमेत रूपांतर करण्याचा पर्याय कर्मचाऱ्याला उपलब्ध आहे.

नियम ७७ : कर्मचाऱ्याचा कामावरील अपघातामुळे मृत्यू झाल्यास व्यवस्थापन वा कर्मचाऱ्याचे कुटुंबीय यापैकी कोणी तसे त्वरित कामगार विमा मंडळाच्या स्थानिक शाखा कार्यालयाला कळवणे आवश्यक आहे. अंत्यविधीपूर्वी, कामगार विमा डॉक्टर मृतदेहाची तपासणी तसेच पोस्टमॉर्टेमची व्यवस्था करेल. मृत्यूचा दाखलाही नंतर तोच देईल.

कर्मचाऱ्याचे कुटुंबीय नंतर आवश्यक कागदपत्रे शाखा कार्यालयाला सादर करून मदत सुरू करण्याची

विनंती करू शकतात. कोणा कुटुंबीयांचा अर्ज आलेला नाही, असे कार्यालयाला वाटल्यास 'तीस दिवसांत अर्ज व कागदपत्रे दाखल करा' असे ते त्याला कळवू शकतील. सर्व कुटुंबीयांचे अर्ज आल्यावर कोणाला किती मदत द्यायची, हे ठरवले जाईल. मदतीसाठी प्रत्येकाला दर महिन्याला विहित नमुन्यात अर्ज करावा लागेल. परिस्थितीत बदल झाल्यास प्रत्येकाच्या मदतीच्या रकमेमध्ये फरक पडेल.

नियम ८७ : प्रत्येक महिला कर्मचारी आपल्या गरोदरपणाची सूचना, प्रमाणपत्र, बाळंतपणाचे अंदाजे दिवस, बाळंत झाल्याचा दिनांक आणि आपण रजेवर कधी जात आहोत, हे शाखा कार्यालयास कळवेल.

बाळंतपण किंवा गर्भपात किंवा मृत्यू झाल्यास ३० दिवसांत त्यासंबंधीच्या मदतीसाठी विहित नमुन्यात अर्ज करावा लागेल.

बाळंतपणासाठीचे साहाय्य अपेक्षित तारखेच्या ४८ दिवस आधी सुरू होईल, त्यासाठी कर्मचाऱ्याने रजेवर असणे आवश्यक आहे. कर्मचाऱ्याला जर वैद्यकीय तपासणीसाठी बोलवले आणि कर्मचारी हजर राहिली नाही तर साहाय्य स्थगित ठेवले जाईल.

नियम ९७ : आजारपण किंवा तात्पुरते अपंगत्व यासाठी कर्मचारी पगारी रजेवर असेल तर त्या पगारातून कामगार विम्यालाही मिळणारे फायदे वळते करून घेण्याचा कंपनीला अधिकार आहे.

नियम ९८ : आजारपण किंवा बाळंतपण यामुळे कर्मचारी जर सहा महिन्यांपेक्षा जास्त काळ गैरहजर असेल अथवा तात्पुरत्या अपंगत्वाचे साहाय्य कर्मचाऱ्याला सलग सहा महिने मिळत असेल किंवा ठरावीक विहित आजारांसाठी तो सलग १८ महिने वैद्यकीय उपचार घेत असेल तर त्याला नोकरीतून दूर करण्याचा निर्णय व्यवस्थापन घेऊ शकेल.

नियम ९९ ए : कर्मचारी संपावर असल्यास त्याला आजारपणाचे तसेच तात्पुरत्या अपंगत्वासाठी असलेले साहाय्य मिळणार नाही. पण कर्मचारी इस्पितळात असल्यास किंवा हे साहाय्य युनियनने संपाची नोटीस देण्याच्या आधीपासून मिळत असल्यास ही अट लागू होणार नाही. तसेच नसबंदी करणाऱ्या किंवा वाढीव आजारपणाचा भत्ता मिळत असलेल्या कर्मचाऱ्यालाही त्यामधून सूट देण्यात आली आहे.

नियम १०३ : कामावरील अपघातामुळे अपंगत्व आलेल्या कर्मचाऱ्याला त्या दुखापतीबद्दल वैद्यकीय मदत मिळेल.

प्रथमच कामगार विमा लागू झालेल्या कर्मचाऱ्याला तीन महिन्यांसाठी वैद्यकीय मदत मिळेल. वर्गणी कालावधीत ७८ ते १५६ दिवस वर्गणी भरली असल्यास आनुषंगिक मदतीचा कालावधी संपेपर्यंत वैद्यकीय मदत मिळेल.

नियम १०३ बी : निवृत्त कर्मचाऱ्याला व त्याच्या पत्नीला वैद्यकीय मदत मिळू शकेल. कामावरील अपघातामुळे पूर्ण अपंगत्व आलेल्या व नोकरी गमावलेल्या कर्मचाऱ्याला आणि त्याच्या पत्नीला निवृत्तीच्या तारखेपर्यंत वैद्यकीय मदत मिळू शकेल.

न्यायालयीन निष्कर्ष

१. बडतर्फीची सुनावणी चालू असताना कर्मचारी निवृत्त झाला, नंतर त्याच्या बाजूने निकाल लागला तर त्याला वैद्यकीय मदत देणे मंडळाचे कर्तव्य आहे. निवृत्तीपूर्वीची सलग पाच वर्षांची कामगार विमा वर्गणी ही मंडळाने कंपनीकडून वसूल करावी. *मद्रास उच्च न्यायालय, यंगास्वामी, सीएलआर एप्रिल २०११*

२. हॉटेलमध्ये विजेचा वापर करून अन्नपदार्थांचे उत्पादन केले जाते; म्हणून हॉटेल हे कायद्यानुसार कारखाना आहे. कर्मचारी दहापेक्षा जात आहेत म्हणून कामगार विमा कायदा लागू होईल. *केरळ उच्च न्यायालय, मास हॉटेल, सीएलआर मार्च २०१०*

३. कॉम्प्युटर विकासप्रणाली बनवणे ही उत्पादनप्रक्रिया आहे आणि त्यामुळे आयटी उद्योगाला कामगार विमा कायदा लागू होतो. *मुंबई उच्च न्यायालय, सीएलआर ऑगस्ट २०१२*

४. कामगार विमा कायदा पेट्रोलपंपांना लागू हातो. *मुंबई उच्च न्यायालय, शिवराज सर्व्हिस स्टेशन, सीएलआर जून २०१२*

५. कायद्याचा प्रश्न असेल तरच कामगार विमा कायद्याच्या कलम ८२ (२) खाली अपील करता येते. *पाटणा उच्च न्यायालय, किरण सिनेमा, सीएलआर मे २०१२*

६. एखाद्या कंपनीची मालकी स्वेच्छेने नाही तर नाइलाजाने, लिलावात आणि वित्तीय संस्थेच्या प्रशासकामार्फत दुसऱ्या कंपनीकडे गेली तर कामगार विम्याची थकबाकी ही नवीन कंपनीची जबाबदारी नाही. *आंध्र प्रदेश उच्च न्यायालय, इंटर फूड, सीएलआर फेब्रुवारी २०१२*

७. कँटीनमध्ये अन्न बनवणे ही उत्पादनप्रक्रिया आहे. कँटीन कर्मचारी व स्वच्छता यावर व्यवस्थापनाची देखरेख आहे. कर्मचाऱ्यांच्या जेवणाचे पैसे व्यवस्थापन भरते. म्हणून कँटीनमधील कंत्राटी कामगारांचा कामगार विमा व्यवस्थापनाने भरणे आवश्यक आहे. *मुंबई उच्च न्यायालय, पूना हॉस्पिटल, सीएलआर जानेवारी २०१२*

८. कंपनी आजारी आणि दिवाळखोरीच्या उंबरठ्यावर जरी असली तरी तिला कामगार विमा तरतुदी लागूच राहतील. दंडाची रक्कम कमी करता येते; पण व्याज कमी करण्याचा अधिकार विमा महामंडळाला नाही. *मद्रास उच्च न्यायालय, एम. एम. रबर, सीएलआर मार्च २०११*

९. सहकार्य न करणाऱ्या कंपनीची कामगार विम्यापोटी किती जबाबदारी आहे हे ठरवण्याचा अधिकार कामगार विमा मंडळाला कलम ४५नुसार आहे, त्यासाठी कलम ७५नुसार दावा दाखल करण्याची गरज नाही. *केरळ उच्च न्यायालय, पॉली प्रॉडक्ट्स, सीएलआर डिसेंबर २०१४*

१०. कंत्राटदाराच्या आवारात काम करणाऱ्या आणि कंपनीची देखरेख नसणाऱ्या कंत्राटी कामगारांचा कामगार विमा भरण्याचा आदेश कंपनीला देता येणार नाही. *मद्रास उच्च न्यायालय, इंडिया पिस्टन, सीएलआर सप्टेंबर २०१४*

११. कामगार विमा मंडळाने वसुलीसाठी दावा दाखल केला असेल तरच कलम ७७मधील पाच वर्षांची कालमर्यादा लागू होईल, नाहीतर नाही. कलम ४५प्रमाणे वर्गणीची वसुली करण्याचे जे अधिकार आहेत, त्याला कालमर्यादेचे बंधन नाही. *पाटणा उच्च न्यायालय, अनुराग सिनेमा, सीएलआर एप्रिल २०१४*

१२. सी.ए. ही व्यापारी संस्था नाही. बौद्धिक व्यवसाय व नीतिमत्तेची कडक बंधने, असे त्याचे स्वरूप आहे.

त्याला कामगार विमा कायदा लागू होत नाही. *कर्नाटक उच्च न्यायालय, सीएलआर फेब्रुवारी २०१४*

१३. कलम ४५नुसार देय रक्कम ठरवली नाही तर कामगार विमा महामंडळाला वसुलीच्या नोटिसा पाठवता येणारा नाहीत. *गुजरात उच्च न्यायालय, भावनगर भाजी उत्पादन संस्था, सीएलआर मार्च २०१६*

१४. कलम ४५ अ खाली ठरवण्यात आलेली रक्कम ही अंतिम नाही, त्यामुळे त्यासाठी व्यवस्थापनाची बाजू ऐकण्याचे कारण नाही. व्यवस्थापन कलम ७५नुसार दाद मागू शकते. *अलाहाबाद उच्च न्यायालय, परिवर्तन समिती, सीएलआर फेब्रुवारी २०१६*

१५. दोन-तीन दिवसांसाठी तात्पुरते काम करणारे लोक हे पगारदार नाहीत, नियमित नेमणूक नाही, दीर्घ काळासाठी नाही, त्यामुळे अशा व्यक्ती कामगार नाहीत आणि त्यांची कामगार विम्यासाठी गणना करता येणार नाही. *पंजाब उच्च न्यायालय, सीएलआर जुलै २०१५*

१६. मालाच्या खरेदी-विक्रीची बिले नाहीत, या एकाच कारणासाठी त्या खर्चात पगाराचा भाग होता, असे समजण्याचे कारण नाही. त्यासाठी निर्विवाद पुरावा पाहिजे. तसा नसल्यास कलम ४५ अ प्रमाणे कारवाई करता येणार नाही. *केरळ उच्च न्यायालय, मलबार डेकोरेशन्स, सीएलआर डिसेंबर २०१५*

१७. कंत्राटदारांची बाजू ऐकल्याशिवाय कंत्राटी कामगारांच्या विम्यापोटी कंपनीला दंड ठोठावू नये. *कर्नाटक उच्च न्यायालय, माझगाव डॉक, सीएलआर डिसेंबर २०१५*

१८. ॲप्रेंटिस कायदा किंवा स्वत:चे नियम यानुसार घेण्यात आलेले शिकाऊ उमेदवार हे कामगार नाहीत, त्यांना कामगार विमा लागू होत नाही. *केरळ उच्च न्यायालय, कोर्टयार्ड हॉटेल, सीएलआर सप्टेंबर २०१५*

१९. औषधविक्रेत्याकडे नियमितपणे आणि त्याच्या देखरेखीखाली मालाची चढउतार करणाऱ्या कामगारांना कामगार विमा लागू होईल. *मुंबई उच्च न्यायालय, सीएलआर जुलै २०१३*

२०. आर्किटेक्ट किंवा इंजिनिअरिंग कन्सल्टंट ग्राहकांना सल्ला देतात, प्लॅन बनवून देतात, पैसे घेतात, सूत्रबद्ध पद्धतीने आर्थिक उलाढाल करणाऱ्या या संस्था 'दुकान' आहेत आणि त्यांना कामगार विमा लागू आहे. *दिल्ली उच्च न्यायालय, इंजि. सर्व्हिसेस, सीएलआर जून २०११*

२१. कामगार विमा कायद्यामधील पगाराच्या व्याख्येचे दोन भाग आहेत. नियुक्तिपत्रात ठरल्याप्रमाणे मिळणारे वेतन हा पहिला भाग आणि व्यवस्थापनाच्या मर्जीनुसार मिळते ते जादा वेतन हा दुसरा भाग. प्रवासभत्ता किंवा वाहनभत्ता मात्र पगारातून स्पष्टपणे वगळण्यात आला आहे. *आंध्र प्रदेश उच्च न्यायालय, एशियन पेंट्स, सीएलआर ऑगस्ट २०११*

२२. प्रवासभत्ता, मग तो कोणत्याही नावाने देण्यात येवो, पगाराचा भाग नाही आणि त्यावर कामगार विमा आकारता येणार नाही. *आंध्र उच्च न्यायायलय, शिरपूर पेपर मिल, सीएलआर सप्टेंबर २०११*

२३. उत्पादन प्रोत्साहन भत्ता हा पगार आहे, त्यावर कामगार विमा वर्गणी भरणे आवश्यक आहे. *केरळ उच्च न्यायालय, ट्रॅको केबल, सीएलआर मार्च २०११*

२४. नियुक्तिपत्रानुसार देण्यात येत असलेली रक्कम, पगारी रजा, टाळेबंदी काळासाठी देण्यात येणारी रक्कम आणि दोन महिन्यांपेक्षा कमी अंतराने देण्यात येणारी रक्कम असे कामगार विमा कायद्यातील पगाराच्या व्याख्येचे तीन भाग आहेत. पहिले दोन भाग ही 'दिलेली किंवा देय' रक्कम आहे तर तिसरी 'देय' नाही

तर फक्त 'देण्यात आलेली' रक्कम आहे. मग तिच्यावर कर्मचाऱ्याचा हक्क असो किंवा नसो! अतिरिक्त रक्कम ही पगार आहे आणि तिच्यावर कामगार विमा वर्गणी भरायला हवी. *केरळ उच्च न्यायालय, बीजीआर हॉटेल्स, सीएलआर डिसेंबर २०१४*

२५. ठरलेल्या वेळेपेक्षा जादा वेळ काम केले तर तो ओव्हारटाइम ठरतो आणि त्याचे मिळणारे पैसे हे कायद्यानुसार पगार ठरत नाहीत; पण सणाच्या सुट्टीच्या दिवशी नेहमीच्या वेळेत जे काम केले जाते त्या जादा कामासाठी मिळणारे पैसे हे पगार समजून त्यावर कामगार विमा भरावा लागेल. *कोलकाता उच्च न्यायालय, केसोराम इंडस्ट्रीज, सीएलआर डिसेंबर २०१५*

२६. कामगारांचे काम असे नाही की त्यांना तब्येत सांभाळण्यासाठी दुधाची आवश्यकता आहे. म्हणून त्यांना देण्यात येणारा 'दूधभत्ता' पगाराच्या व्याख्येत बसत नाही. *कोलकाता उच्च न्यायालय, केसोराम इंडस्ट्रीज, सीएलआर डिसेंबर २०१५*

कामावरील अपघात म्हणजे कामावर असताना झालेला आणि कामाच्या स्वरूपामुळे / जबाबदारीने झालेला अपघात, या दोन्ही गोष्टी त्यासाठी आवश्यक आहेत.

■■■

एम्प्लॉईज कॉम्पेन्सेशन ॲक्ट, १९२३
(कर्मचारी नुकसानभरपाई कायदा, १९२३)

हा कायदा कामगार आणि अधिकारी असा भेदभाव करत नाही. ज्यांना कामगार विमा कायदा लागू होत नाही, त्यांना हा कायदा लागू होतो. कामावर असताना आणि कामाशी संबंधित एखादी गोष्ट करताना जर कर्मचाऱ्यास अपघात झाला तर त्याबद्दल त्याला किंवा त्याच्या कुटुंबीयांना नुकसानभरपाई देण्याची तरतूद या कायद्यात आहे. कामगार विमा कायद्यातील अन्य सवलती वा फायदे या कायद्याखाली मात्र उपलब्ध होत नाहीत.

आता आपण या कायद्यातील प्रमुख तरतुदी पाहू :

कलम २ (इ)नुसार, कंत्राटदाराचाही मालक या व्याख्येत समावेश होतो.

कलम २ (जी) : अंशतः अपंगत्व : दुखापतीमुळे अपघातावेळी कर्मचारी जे काम करत होता, ते तो काही काळ पूर्णपणे करू शकत नाही, अशा अपंगत्वाला 'अंशतः अपंगत्व' म्हणतात. त्याशिवाय जर अपंगत्व कायम स्वरूपाचे आहे ज्यामुळे कर्मचारी कोणतेच काम पूर्णपणे करू शकत नसेल, तर तेही अंशतः अपंगत्व समजले जाईल. (असे अपंगत्व आणणाऱ्या दुखापती कायद्यामध्ये नमूद करण्यात आल्या आहेत.)

कलम २ (एल) : पूर्ण अपंगत्व : ज्या दुखापतीमुळे कर्मचाऱ्याला तो करत असलेले काम किंवा करू शकत असलेले काम काही काळ किंवा कायमचेच करता येणार नाही, ज्यामुळे त्याची काम करण्याची क्षमता १०० टक्के हिरावली जाईल, त्याला 'पूर्ण अपंगत्व' समजले जाते. (अशा प्रकारच्या दुखापती कायद्यामध्ये नमूद करण्यात आल्या आहेत).

भाग २

कलम ३ (१) : मालकाची (व्यवस्थापनाची) जबाबदारी : कर्मचाऱ्याला कामावर असताना अपघात होऊन दुखापत अथवा मरण आले तर व्यवस्थापनाला त्याला किंवा त्याच्या कुटुंबीयांना आर्थिक भरपाई द्यावी लागेल. (अपघात हा कामावर असताना तसेच कामाशी संबंधित असला पाहिजे. या दोन्ही गोष्टी असल्या तरच तो कामावरील अपघात समजला जाईल.)

पुढील प्रकरणी नुकसानभरपाई द्यायला व्यवस्थापन जबाबदार असणार नाही :

अ) दुखापतीमुळे कर्मचाऱ्याला तीन दिवसांपेक्षा जास्त काळ अंशतः किंवा पूर्ण अपंगत्व आले नसेल

तर (थोडक्यात तीन दिवसांत तो बरा झाला तर)

ब) मृत्यू किंवा कायमचे पूर्ण अपंगत्व सोडून अन्य काही दुखापत झाली असेल आणि ती कर्मचारी दारूच्या प्रभावाखाली असल्यामुळे किंवा त्याने जाणूनबुजून काही सूचनांकडे दुर्लक्ष केल्याने किंवा त्याने सुरक्षेचे नियम मोडल्याने अथवा सुरक्षेचे उपकरण माहिती असूनही हलवल्यामुळे झाली असेल तर!

कलम ३ (२) : कामाच्या स्वरूपामुळे एखाद्या कर्मचाऱ्याला जर काही आजार झाला तर तो कामावरील अपघात समजला जाईल; आणि त्याबद्दल व्यवस्थापनाला त्याला भरपाई द्यावी लागेल. (कामाचे स्वरूप आणि आजार कायद्यामध्ये नमूद करण्यात आले आहेत.)

कलम ३ (५) : कर्मचाऱ्याने भरपाईसाठी दिवाणी न्यायालयात दावा केल्यास त्याला या कायद्याखाली भरपाई मागता येणार नाही; तसेच या कायद्याखाली दावा केल्यास अन्य कायद्याखाली तो दावा करू शकत नाही.

कलम ४ (१) : भरपाईची रक्कम : भरपाईची रक्कम ही कर्मचाऱ्याचा पगार, वय आणि दुखापतीचे स्वरूप यावर अवलंबून राहील. पगाराची मर्यादा आठ हजार रुपये ठरवण्यात आली आहे. पगार त्यापेक्षा जास्त असला तरी तो आठ हजार रुपयेच समजण्यात येईल. प्रत्येक वय वर्षासमोर कायद्यामध्ये एक निर्देशांक देण्यात आला आहे, ज्याला पगाराने गुणले जाईल. किमान वय सोळा आणि त्याचा निर्देशांक २२८.५४ तर वयाच्या ६५ नंतर हा निर्देशांक ९९ ठरवण्यात आला आहे.

भरपाई (आर्थिक साहाय्य) पुढीलप्रमाणे राहील :

अ) मृत्यू झाल्यास : पगाराच्या ५० टक्के गुणिले निर्देशांक किंवा १ लाख २० हजार रुपये, यातील जी रक्कम जास्त असेल ती,

ब) कायमस्वरूपी पूर्ण अपंगत्व : पगाराच्या ६० टक्के रक्कम गुणिले निर्देशांक किंवा १ लाख ४० हजार रुपये, यातील जी रक्कम जास्त असेल ती,

क) कायमस्वरूपी अंशतः अपंगत्व : 'ब'नुसार येणाऱ्या रकमेची, शेड्यूल १ भाग २नुसार देण्यात आलेली दुखापतीनुसारची टक्केवारी,

दुखापत जर शेड्यूल १ मध्ये नमूद केली नसेल तर डॉक्टर सांगतील त्यानुसार टक्केवारी.

एकापेक्षा जास्त दुखापती किंवा जखमा असल्या तरी एकूण रक्कम 'ब'पेक्षा जास्त असणार नाही.

ड) काही काळासाठी आलेले पूर्ण किंवा अंशतः अपंगत्व : दर १५ दिवसांनी पगाराच्या २५ टक्के रक्कम; दुखापत २८ दिवसांपेक्षा जास्त राहणार असल्यास दुखापतीनंतर सोळाव्या दिवशी पैसे दिले जातील.

दुखापत २८ दिवसांत बरी होत असल्यास १९व्या दिवशी, त्यानंतर दर १५ दिवसांनी किंवा पाच वर्षांच्या कालावधीसाठी, जो कालावधी कमी असेल, तेवढ्यासाठी ही मदत दिली जाईल.

याआधी व्यवस्थापनाने कर्मचाऱ्याला काही पैसे दिले असतील तर ते या रकमेमधून वळते करून घेता येतील.

कर्मचाऱ्याला झालेला सर्व वैद्यकीय खर्च व्यवस्थापनाला भरून द्यावा लागेल.

१५ दिवसांचा हप्ता येण्यापूर्वीच कर्मचारी तंदुरुस्त झाला तर रक्कम त्या प्रमाणात कमी केली जाईल.

कलम ४ (४) : कर्मचारी मृत्यू पावल्यास त्याच्या अंत्यविधीच्या खर्चासाठी किमान पाच हजार रुपये व्यवस्थापनाला त्याच्या कुटुंबीयांना द्यावे लागतील.

कलम ४ ए : आर्थिक मदत (भरपाई) ही त्वरित द्यावी लागेल. व्यवस्थापनाला जर भरपाईची एकूण रक्कम मान्य नसेल, तर जेवढी मान्य आहे तेवढी आयुक्तांकडे जमा करावी लागेल किंवा कर्मचाऱ्याला द्यावी लागेल.

व्यवस्थापनाने भरपाईची रक्कम एका महिन्यात दिली नाही तर आयुक्त त्या रकमेवर १२ टक्के किंवा अन्य दराने व्याज देण्याचा आदेश व्यवस्थापनाला देऊ शकतील. जर दिरंगाईची कारणे असमर्थनीय असतील तर भरपाई व व्याजाव्यतिरिक्त दंड भरण्याचा आदेशही व्यवस्थापनाला देता येईल. तथापि, दंडाची ही रक्कम एकूण रकमेच्या जास्तीत जास्त ५० टक्के असू शकेल.

कलम ५ : पगार : पगारामध्ये प्रवासभत्ता समाविष्ट करता येणार नाही. गेल्या १२ महिन्यांतील कर्मचाऱ्याच्या देय पगाराची सरासरी हा कर्मचाऱ्याचा पगार समजला जाईल.

कलम ६ : परिस्थितीमध्ये फरक पडल्यास आयुक्त निममासिक मदतीच्या रकमेत बदल करू शकतील. दुखापतीमुळे कायमचे अपंगत्व आले आहे, असे वाटल्यास त्याप्रमाणे भरपाईची रक्कम ठरवता येईल, तोपर्यंत दिलेली रक्कम त्यामधून वजा करून घेता येईल.

कलम ७ : निममासिक हप्ते देऊन सहा महिने झाल्यानंतर उभय पक्ष परस्परसंमतीने व कराराद्वारे किंवा एका पक्षाच्या विनंतीवरून आयुक्त या हप्त्यांचे एका रोख रकमेत रूपांतर करू शकतील. (कम्युटेशन)

कलम ८ : अपघातात मृत पावलेल्या कर्मचाऱ्याची आर्थिक मदत (भरपाई) ही व्यवस्थापनाला थेट कर्मचाऱ्याच्या कुटुंबीयांना देता येणार नाही, ती आयुक्तांकडेच जमा करावी लागेल. (कर्मचाऱ्याच्या तीन महिन्यांच्या पगाराइतकी रक्कम आगाऊ रक्कम म्हणून कुटुंबीयांना व्यवस्थापन देऊ शकेल. अन्य कोणतीही दिलेली रक्कम ही भरपाई समजली जाणार नाही.)

भरपाईची रक्कम कोणत्या कुटुंबीयाला द्यायची, किती प्रमाणात द्यायची, कोठे गुंतवायची का, हे सर्व निर्णय आयुक्त घेतील.

कलम ९ : भरपाईच्या रकमेवर जप्ती आणता येणार नाही.

कलम १० : अपघात झाल्यानंतर लगेच त्याची सूचना आयुक्तांना देणे आवश्यक आहे. शिवाय, भरपाईचा दावा अपघातानंतर किंवा मृत्यूनंतर दोन वर्षांच्या कालावधीत कर्मचाऱ्याने अथवा त्याच्या कुटुंबीयांनी दाखल करणे आवश्यक आहे.

कलम १० अ आणि १० ब : गंभीर दुखापत अथवा मृत्यू यास कारणीभूत ठरलेल्या अपघाताची सूचना व्यवस्थापनाने सात दिवसांमध्ये आयुक्त अथवा संबंधित सरकारी अधिकारी यांना द्यावी. मृत्यू झाल्याचे कळल्यानंतर आयुक्त व्यवस्थापनाकडून अपघाताची माहिती घेतील; तसेच अपघाताबद्दल भरपाई द्यायला आपण जबाबदार आहोत की नाही, याचा ३० दिवसांत खुलासा करायला व्यवस्थापनाला सांगतील.

व्यवस्थापनाला जबाबदारी मान्य असल्यास नोटिशीच्या दिवसापासून ३० दिवसांत व्यवस्थापनाने भरपाईची रक्कम आयुक्तांकडे जमा करावी. मान्य नसल्यास त्याची कारणे द्यावीत. आयुक्त त्यानंतर योग्य

ती चौकशी करतील, तसेच 'भरपाईचा दावा तुम्ही लावू शकता' असा सल्लाही कुटुंबीयांना देऊ शकतील.

कलम ११ : आपल्याला अपघात झाल्याची सूचना कर्मचाऱ्याने दिल्यानंतर तीन दिवसांमध्ये आणि इच्छा असल्यास, व्यवस्थापन त्याला वैद्यकीय तपासणीसाठी हजर राहायला सांगू शकेल. निममासिक तत्त्वांवर भरपाई मिळणाऱ्या कर्मचाऱ्यालाही व्यवस्थापन वैद्यकीय तपासणीसाठी उपस्थित राहायला सांगू शकेल. कर्मचारी उपस्थित राहिला नाही तर त्याची भरपाई निलंबित करता येईल.

कलम १२ : कंत्राटदाराच्या कामगाराला अपघात झाल्यास त्यालाही भरपाई देण्याची जबाबदारी व्यवस्थापनावर राहील. ही रक्कम व्यवस्थापनाला परत करणे आणि त्यासाठी कंत्राटदाराने व्यवस्थापनाला संरक्षित ठेवणे (इनडेम्निफाय) आवश्यक आहे.

कलम १४ ए : व्यवस्थापनाने आपल्या मालमत्तेचे हस्तांतरण केले तर कर्मचाऱ्याच्या भरपाई दाव्याचा त्या मालमत्तेवर पहिला हक्क राहील.

कलम १६ : वर्षभरात किती दुखापती झाल्या, किती भरपाई दिली गेली, याचा अहवाल व्यवस्थापनाला आयुक्तांना पाठवावा लागेल.

भाग ३

कलम १९ : नुकसानभरपाई संबंधांतील कोणत्याही वादावर आयुक्त निर्णय घेतील. त्यासंबंधी दिवाणी न्यायालय निर्णय घेऊ शकणार नाही.

कलम २८ : भरपाईसंबंधी व्यवस्थापन व कर्मचारी यांच्यात कोणताही करार झाला तर व्यवस्थापन तो आयुक्तांकडे पाठवेल. आयुक्तांना तो योग्य वाटल्यास ते त्याची नोंद करतील, अन्यथा नोंद न करता त्यांना योग्य वाटेल तो आदेश देतील.

कलम २९ : करार नोंदणीसाठी पाठवला नाही तर व्यवस्थापन पूर्ण भरपाई देण्यासाठी जबाबदार राहील. अशा वेळी आधी दिलेल्या रकमेच्या ५० टक्के रक्कम भरपाईमधून वळती करून घेता येईल.

कलम ३० : आयुक्तांच्या आदेशाविरुद्ध उच्च न्यायालयात अपील करता येईल. कायद्याचा कोणता प्रश्न जर उपस्थित झाला असेल तरच अपील करता येईल. अपील ६० दिवसांत करावे लागेल. व्यवस्थापनाला जर अपील करायचे असेल तर आयुक्तांनी सांगितलेली भरपाईची रक्कम आधी आयुक्तांकडे भरावी लागेल आणि तसे आयुक्तांचे पत्र अपिलासमवेत जोडावे लागेल. उच्च न्यायालयाने आदेश दिल्यास काही रक्कम आयुक्त संबंधितांना न देताना स्वत:कडे ठेवू शकतील.

कामगार विमा कायद्याखाली आजारपण, बाळंतपण, निवृत्तीनंतर औषधोपचार वगैरे जे फायदे दिले जातात, तसे फायदे या कायद्याखाली दिले जात नाहीत. कामावरील अपघातासाठी नुकसानभरपाई एवढेच या कायद्याचे उद्दिष्ट आहे.

आता 'कामावरील अपघात' म्हणजे काय? त्यासाठी पुढील दोन गोष्टी आवश्यक आहेत :

१. अपघात कामावर असताना झाला पाहिजे आणि

२. कामाचे स्वरूप किंवा कामातील जोखीम याचा अपघाताशी काहीतरी संबंध असला पाहिजे.

पुढील उदाहरणांवरून याची कल्पना येईल :

१. कर्मचारी कामावर असताना घसरून पडला तर तो कामावरचा अपघात ठरत नाही. मात्र, कंपनीत सर्वत्र टपाल वाटणारा शिपाई एका खात्यातून दुसऱ्या खात्यात जात असताना घसरून पडला आणि त्याला इजा झाली तर तो कामावरचा अपघात ठरतो.

२. कर्मचाऱ्याला कामावर असताना हृदयविकाराचा झटका आला तर तो नैसर्गिक समजला जाईल. मात्र, कर्मचाऱ्याला हृदयविकाराचा त्रास आहे हे माहीत असूनही कंपनीने त्याला रात्रपाळी, जड काम दिले, जिने चढउताराचे काम दिले आणि मग त्याला हृदयविकाराचा झटका आला तर तो कामावरचा अपघात आहे, असे समजून त्यासाठी कंपनीला जबाबदार धरले जाईल.

न्यायालयीन निष्कर्ष

१. अपघात हा कामावरील अपघात आहे, हे सिद्ध करण्यासाठी नोकरीचे स्वरूप, काम आणि अपघात / आजार यामध्ये काहीतरी संबंध असणे आवश्यक आहे. अपघातातून आपल्याला जखम व त्रास झाला, आपल्या कामात जोखीम आहे, केवळ काम करण्यासाठी आपण ती जोखीम पत्करतो, अन्यथा ती आपण पत्करली नसती, शिवाय आपण त्यापलीकडे जाऊन जास्त धोका पत्करलेला नाही, नोकरीतील त्रास, ताणतणाव यामुळे अपघात झाला, हे कर्मचाऱ्याला सिद्ध करावे लागेल. *मद्रास उच्च न्यायालय, कुमारसेन, सीएलआर ऑगस्ट २०१४*

२. कर्मचारी हृदयविकाराने आजारी आहे, हे माहीत असूनही त्याला कामाचा जादा बोजा दिला गेला, व्यवस्थापन त्रास देत होते, इतरांपेक्षा कमी पगार दिला, त्यामुळे आजार बळावला, हॉर्टअॅटॅक आला, तो मरण पावला. हा कामावरील अपघात आहे, त्याच्या कुटुंबीयांना भरपाई मिळाली पाहिजे. *मद्रास उच्च न्यायालय, कुमारसेन, सीएलआर ऑगस्ट २०१४; कर्नाटक उच्च न्यायालय एसटी, सीएलआर मे २०१५*

३. धोका कामाचा अविभाज्य भाग असेल, टाळता येण्याजोगा नसेल तर त्यामुळे होणारा अपघात कामाशी संबंधित आहे. मात्र, कर्मचाऱ्याने स्वेच्छेने जादा धोका स्वीकारला तर तो कामावरचा अपघात ठरत नाही. *अलाहाबाद उच्च न्यायालय, सुरेशकुमार, सीएलआर जून २०१४*

४. कामाचे स्वरूप, त्यातील जबाबदाऱ्या, त्यातील घटना, कामाच्या ठिकाणी असलेल्या सोयीसवलती व परिस्थिती, मालकाने घातलेल्या निष्ठुर अटींमुळे निर्माण झालेला तणाव यापैकी कोणत्याही एका कारणामुळे आजार किंवा अपघात झाला तर तो नोकरीवरचा अपघात समजला जाईल. हे सर्व सिद्ध करण्याची जबाबदारी कर्मचाऱ्याची राहील. *आंध्र प्रदेश उच्च न्यायालय, बंगारू राव, सीएलआर ऑगस्ट २०१३*

५. अपघातात मृत पावलेल्या कर्मचाऱ्याच्या वारसांना किती नुकसानभरपाई द्यायची, हे ठरवण्याचा अधिकार आयुक्तांना आहे. कंपनी आणि वारस यांनी परस्पर करार करून काही रक्कम ठरवली तर त्याला

कायद्याचा आधार नाही. भरपाईची रक्कम कंपनीने वारसांना देऊन चालणार नाही; तशी ती दिली तर अंतिम रकमेतून वजा करून घेता येणार नाही. *त्रिपुरा उच्च न्यायालय, ओएनजीसी, सीएलआर ऑगस्ट २०१५*

६. फ्यूज बदलणे हे ड्रायव्हरचे काम नाही; पण वीज गेली, मिलमधील काम बंद पडले, वायरमन लांब राहत होता, मालकाने आदेश दिला म्हणून ड्रायव्हरने फ्यूजला हात लावला आणि तो मरण पावला. त्याच्या वारसांना भरपाई मिळाली पाहिजे. न्यायालयांनी फार तांत्रिक दृष्टिकोण घेऊ नये. *सर्वोच्च न्यायालय, राईस मिल, सीएलआर ऑक्टोबर २०१५*

७. कामावर असताना अपघात झाला; पण त्याचा कामाशी, कामामध्ये असलेल्या जोखमीशी काहीही संबंध नसला तर नुकसानभरपाई मिळू शकणार नाही. कर्मचाऱ्याने वाढीव धोका पत्करला तर त्याला व्यवस्थापन जबाबदार नाही. *मुंबई उच्च न्यायालय, वीजमंडळ, सीएलआर ऑक्टोबर २०१५*

८. ट्रॅक्टरला लावलेल्या अवजारामुळे अपघात झाला तर तो ट्रॅक्टरमुळे झाला, असे समजावे लागेल. 'अवजारांचा विमा काढलेला नाही म्हणून आम्ही जबाबदार नाही' अशी भूमिका विमा कंपनीला घेता येणार नाही. *राजस्थान उच्च न्यायालय, युनायटेड इंडिया इन्शुरन्स कंपनी, सीएलआर डिसेंबर २०१५*

९. कर्मचाऱ्याला अपघातानंतर ३० दिवसांत नुकसानभरपाई मिळाली नाही तर त्या रकमेवर अपघाताच्या दिवसापासून १२ टक्के दराने व्याज द्यावे. *राजस्थान उच्च न्यायालय, युनायटेड इंडिया इन्शुरन्स, सीएलआर डिसेंबर २०१५*

१०. कर्मचाऱ्याला भरपाई देण्यास एक वर्ष का लागले, याचे कारण वीजमंडळाकडे नाही. त्यामुळे त्याला भरपाईच्या रकमेवर सहा टक्के व्याज आणि एकूण रकमेच्या ५० टक्के रक्कम दंड म्हणून द्यावी. *मुंबई उच्च न्यायालय, दामोदर सूरकर, सीएलआर नोव्हेंबर २०१५*

११. विमा कंपनीने बसच्या कर्मचाऱ्यांचा विमा काढला. कर्मचारी म्हणजे साधारणपणे ड्रायव्हर आणि कंडक्टर. अन्य कोणा कर्मचाऱ्याला अपघात झाला तर त्याच्या भरपाईसाठी विमा कंपनी जबाबदार नाही; ती भरपाई मालकाला द्यावी लागेल. *गुवाहाटी उच्च न्यायालय, न्यू इंडिया ॲन्शुरन्स, सीएलआर जून २०१५*

१२. अपघातग्रस्त कर्मचाऱ्याला भरपाई देण्याची पहिली जबाबदारी मालकाची आहे. मालक नंतर विमा कंपनीकडून हे पैसे वसूल करू शकतात. शिवाय कर्मचारीही थेट विमा कंपनीवर दावा लावू शकत नाही. कर्मचारी नुकसानभरपाई कायद्यात तशी तरतूद नाही. *कोलकाता उच्च न्यायालय, नारायण बसू, सीएलआर जुलै २०१५*

१३. मोटार वाहन कायद्यानुसार प्रत्येक वाहनाचा विमा काढला जाणे आवश्यक आहे. या विमा पॉलिसीमध्ये ड्रायव्हर, कंडक्टर, प्रवासी वाहन असल्यास तिकीट तपासनीस आणि मालवाहू वाहन असल्यास त्यातील कर्मचारी यांचा आपोआप समावेश होतो, त्यासाठी त्यांचा मुद्दाम नामनिर्देश करण्याचे कारण नाही. पण अन्य प्रकारचे वाहन व कर्मचारी असल्यास त्याचा पॉलिसीमध्ये विशेष उल्लेख हवा. *आंध्र प्रदेश उच्च न्यायालय, चंद्रय्या, सीएलआर मे २०१५*

१४. आयुक्तांच्या आदेशाविरुद्ध अपील करायचे असल्यास त्यासाठी कायदेशीर मुद्दे असावे लागतात. पोलीस तक्रार १७ दिवसांनी केली, शेतीकामाचा ट्रॅक्टर मालवाहतुकीसाठी वापरला, हे कायद्याचे मुद्दे नाहीत

म्हणून अपील फेटाळले पाहिजे. *राजस्थान उच्च न्यायालय, दशरथसिंग, सीएलआर मे २०१५*

१५. परमिट अटींचा भंग केला, परमिट नसलेल्या गावात रिक्षा चालवताना अपघात झाला तर विमा कंपनी नुकसानभरपाई देणार नाही, असा स्पष्ट उल्लेख विमा पॉलिसीमध्ये असणे आवश्यक आहे, तो नसल्यास भरपाई द्यावी लागेल. कायदा कल्याणकारी आहे, परमिट नसलेल्या गावात रिक्षा चालवणे हे विमा पॉलिसीचे फार गंभीर उल्लंघन नाही, दिरंगाईबद्दल १२ टक्के व्याजाने आणि आयुक्तांकडे दाखल केलेल्या तक्रारीच्या दिवसापासून व्याज द्यावे. *मुंबई उच्च न्यायालय, सीएलआर जून २०१५*

१६. सर्वोच्च न्यायालयाच्या चार सदस्यीय खंडपीठाने सांगितल्यानुसार भरपाई व त्यावरील व्याज हे अपघाताच्या दिवसापासून द्यायला हवे. *छत्तीसगढ उच्च न्यायालय, विरेंद्र साहू, सीएलआर जून २०१५*

१७. अपघातामुळे उत्तराखंड एसटीला नुकसाभरपाई द्यावी लागली. केवळ 'कारणे दाखवा' नोटीस देऊन व खातेनिहाय चौकशी न करता कर्मचाऱ्याला दंड करता येणार नाही. *उत्तराखंड उच्च न्यायालय, एसटी, सीएलआर जून २०१४*

१८. कर्मचाऱ्याच्या मृत्यूनंतर विधवेने जरी पुन्हा लग्न केले तरी तिला भरपाई मिळेल. कायदा विधवा आणि पुनर्विवाहित पत्नी असा फरक करत नाही. *आंध्र प्रदेश उच्च न्यायालय, सीएलआर डिसेंबर २०१३*

१९. शाळेच्या वसतिगृहातील स्वयंपाकघरात उत्पादनप्रक्रिया चालते, तेथील कर्मचारी अपघात झाल्यास नुकसानभरपाईला पात्र ठरेल. *त्रिपुरा उच्च न्यायालय, त्रिपुरा सरकार, सीएलआर ऑक्टोबर २०१४*

२०. भरपाईवरील व्याज अपघातानंतर ३० दिवसांनी सुरू व्हायला हवे. *मुंबई उच्च न्यायालय, बिनाद्दीन वर्मा, सीएलआर फेब्रुवारी २०१५*

२१. कर्मचारी ड्रायव्हर अपघातात मरण पावला किंवा कायमचा अपंग झाला तर त्याचे ड्रायव्हिंग लायसेन्स खोटे होते, कागदपत्रे खोटी होती असा बचाव मालक आणि विमा कंपनी यांना करता येणार नाही. नुकसानभरपाई देण्याची जबाबदारी ते टाळू शकत नाहीत. जेव्हा कर्मचारी मरण पावत नाही, अपंग होत नाही तेव्हा त्यांना असा बचाव करता येईल. *हिमाचल प्रदेश उच्च न्यायालय, विजयकुमार, सीएलआर फेब्रुवारी २०१४*

२२. आयुक्तांच्या निकालाच्या विरुद्ध अपील करते वेळी भरपाईची मूळ रक्कम जमा करणे आवश्यक आहे; व्याज तसेच दंडाची रक्कम भरण्याची गरज नाही. व्याज कोणी भरायचे हे विमा पॉलिसीतील तरतुदींवर अवलंबून राहील. *मद्रास उच्च न्यायालय, सीएलआर एप्रिल २०१४*

२३. अपिलावेळी आवश्यक ती रक्कम जमा करताना ते जमा केल्याचे आयुक्तांचे पत्र अपिलासोबत जोडले नाही तर अपील ऐकले जाणार नाही. *काश्मीर उच्च न्यायालय हिंदुस्थान कन्स्ट्रक्शन, सीएलआर सप्टेंबर २०१४*

२४. नुसते दुर्लक्ष नाही, तर जाणूनबुजून दुर्लक्ष केले, जाणूनबुजून कर्मचाऱ्याने सूचनांचा आणि आदेशांचा भंग केला व अपघात झाला, तरच त्याला नुकसानभरपाई मिळणार नाही. *अलाहाबाद उच्च न्यायालय, रेल्वे, सीएलआर सप्टेंबर २०१४*

२५. अपघातासंबंधी खोटी कागदपत्रे सादर करणाऱ्या व्यक्ती, डॉक्टर व नीट कागदपत्रे न तपासता निर्णय देणारे आयुक्त या सर्वांवर कारवाई आवश्यक आहे. *कर्नाटक उच्च न्यायालय, सीएलआर ऑगस्ट २०१४*

२६. अपघातासाठी नुकसानभरपाई मिळणे हा हक्क आहे; पण ती काही लॉटरी किंवा जॅकपॉट नाही. कुटुंबीयांना फुकट श्रीमंत करण्याचा तो मार्ग नाही. करदात्या, सुशिक्षित कुटुंबीयांनी जाणीवपूर्वक सर्व माहिती असून भरपाईपोटी आगाऊ रक्कम स्वीकारली, आता 'ते सानुग्रह अनुदान होते, भरपाईच्या रकमेतून ते वजा करता येणार नाही', अशी दुटप्पी भूमिका कुटुंबीयांना घेता येणार नाही. प्रामाणिकपणे पैसे देणाऱ्या कंपनीची जबाबदारी वाढवून कंपनीला शिक्षा करता येणार नाही. *मुंबई उच्च न्यायालय, एअर इंडिया, सीएलआर डिसेंबर २०१३*

२७. ड्रायव्हरला केवळ वाहन चालवताना नव्हे; तर वाहन बंद असताना, जेवण घेताना, साप चावल्याने, शौचाला जाताना वगैरे जरी अपघात झाला तरी तो कामावरील अपघात समजावा लागेल. *कर्नाटक उच्च न्यायालय, चनप्पा, सीएलआर डिसेंबर २०१३*

२८. घटस्फोटिता ही विधवा नाही. तिने पतीबरोबरचे सर्व वैवाहिक संबंध संपवलेले असतात. त्यामुळे कर्मचारी कामावरील अपघातात मरण पावला तर घटस्फोटित पत्नीला भरपाई मिळणार नाही. *मुंबई उच्च न्यायालय, सीएलआर मे २०१४*

२९. कंत्राटदाराने करारात मान्य केल्यानुसार आपल्या अपघातग्रस्त कामगाराला प्रथम भरपाई द्यावी, त्याने न दिल्यास पालिकेने द्यावी. *मुंबई उच्च न्यायालय, लातूर नगरपालिका, सीएलआर मे २०१४*

३०. नुकसानभरपाई व व्याज देणे हे विमा कंपनीचे काम आहे, तर दंड भरणे ही मालकाची जबाबदारी आहे. *राजस्थान उच्च न्यायालय, ओरिएंटल इन्शुरन्स, सीएलआर मे २०१४*

३१. मालकाने ट्रॅक्टर विकला आणि विमा कंपनीला कळवले नाही तरी फरक पडत नाही. मालकी बदलली की विमा पॉलिसी, तिची बंधने व जबाबदाऱ्याही नवीन मालकाकडे जातात. मृत ड्रायव्हरच्या कुटुंबीयांना भरपाई देणे विमा कंपनीवर बंधनकारक आहे. *सर्वोच्च न्यायालय, होतय्या, सीएलआर मे २०१४*

३२. कंत्राटी कामगाराची जबाबदारी मूळ मालकावर असते, त्यामुळे कंत्राटदाराने जर भरपाई दिली नाही तर जबाबदारी मालकावर व पर्यायाने विमा कंपनीवर येते. शिवाय कायद्याचा मुद्दा नसेल तर अपील करता येणार नाही. *मुंबई उच्च न्यायालय, महिंद्र आणि महिंद्र, सीएलआर जून २०१४*

३३. ड्रायव्हरला कामावरील अपघात झाला तर त्याच्याकडे लायसेन्स होते का, वाहन कसे वापरले गेले, हे प्रश्न गौण आहेत. *आंध्र प्रदेश उच्च न्यायालय, सीएलआर जुलै २०१२*

३४. कर्मचाऱ्यावर अवलंबून असलेल्या आईवडलांना भरपाई मिळाली पाहिजे. अशिक्षित व वृद्ध आईवडलांना तसा पुरावा सादर करण्यासाठी साहाय्य मिळाले पाहिजे. *मुंबई उच्च न्यायालय, श्रीराम कहाळवार, सीएलआर नोव्हेंबर २०१३*

३५. कर्मचारी भरपाई कायद्याखाली दावा लावला नाही, तर मोटर वाहन कायद्याखाली लावता येईल. *सर्वोच्च न्यायालय, मार्मगोवा पोर्ट ट्रस्ट, सीएलआर मार्च २०१३*

३६. भरपाईची रक्कम कंपनीने आयुक्तांकडे द्यायची असते, कुटुंबीयांना नाही. काही वाद असेल तर कुटुंबीयांनी दोन वर्षांत दावा दाखल करावा. *सर्वोच्च न्यायालय, मार्मगोवा पोर्ट ट्रस्ट, सीएलआर मार्च २०१३*

३७. मालवाहतूक करणाऱ्या ट्रक ड्रायव्हरची कामाची वेळ अमर्यादित असते. तो ट्रकपासून लांबही जाऊ शकत नाही. स्वच्छ व ताजेतवाने होण्यासाठी तो नदीमध्ये उतरला आणि बुडून मरण पावला तर तो

कामावरील अपघात ठरेल. *केरळ उच्च न्यायालय, जयलक्ष्मी, सीएलआर फेब्रुवारी २०१३*

३८. आयुक्तांना आपल्याच आदेशाचा पुनर्विचार करण्याचे अधिकार नाहीत. *अलाहाबाद उच्च न्यायालय, सीएलआर डिसेबर २०१२*

३९. लायसेन्स नसलेल्या क्लीनरने ट्रक चालवणे हे विमा पॉलिसीविरुद्ध आहे. अपघात झाला तर मालकाने भरपाई द्यावी, विमा कंपनीने नव्हे! *मुंबई उच्च न्यायालय, सीएलआर मे २०१२*

४०. कामावर जाताना-येताना अपघात झाल्यास कंपनी जबाबदार नाही. *मुंबई उच्च न्यायालय, तेरणा साखर कारखाना, सीएलआर जानेवारी २०१२*

४१. कायद्यात कर्मचाऱ्याला वैद्यकीय खर्च देण्याची तरतूद नाही. *गुजरात उच्च न्यायालय, विराम राबरी, सीएलआर फेब्रुवारी २०११*

४२. मनरेगावर काम करणाऱ्या कर्मचाऱ्यालासुद्धा या कायद्यानुसार भरपाई मिळाली पाहिजे. *अलाहाबाद उच्च न्यायालय, सीएलआर नोव्हेंबर २०१२*

४३. भरपाईची रक्कम २० हजारांपेक्षा जास्त असेल तर चेकने दिली पाहिजे. *मुंबई उच्च न्यायालय, श्रीकृष्ण सॉ मिल, सीएलआर जानेवारी २०१२*

४४. विमा कंपनी आणि मालक यांच्या करारांत तरतूद असेल, मोठ्या रकमेची पॉलिसी असेल, मोठा हप्ता असेल तर कर्मचाऱ्याला वाहन अपघात कायदा आणि कर्मचारी नुकसानभरपाई कायदा या दोन्हींखाली भरपाई मिळेल. *सर्वोच्च न्यायालय, युनायटेड इन्शुरन्स, सीएलआर ऑक्टोबर २०१३*

■■■

इतर कायदे :
मॅटर्निटी बेनिफिट ॲक्ट, १९६१

कारखाने तसेच दहापेक्षा जास्त कर्मचारी असलेल्या संस्थांना हा कायदा लागू होतो. बाळंतपणासाठी आर्थिक साहाय्याबाबत या कायद्याच्या कलम ५ मध्ये काही तरतुदी आहेत, त्या सोडल्यास या कायद्यातील अन्य तरतुदी कामगार विमा कायदा लागू असलेल्या संस्थांना लागू होत नाहीत.

कलम ४ : बाळंतपण वा गर्भपात यानंतर सहा आठवडे व्यवस्थापन कोणत्याही महिलेला कामावर ठेवणार न ही. कोणतीही महिला स्वतःहून या काळात काम करणार नाही.

कोणतेही व्यवस्थापन गरोदर महिलेला बाळंतपणाच्या अपेक्षित तारखेच्या आधीच्या अडीच महिन्यांत तिला त्रास होईल असे अवघड, त्रासाचे किंवा जास्त वेळ उभे राहावे लागेल, असे काम देणार नाही.

कलम ५ : बाळंतपणापूर्वीच्या १२ महिन्यांत किमान ८० दिवस प्रत्यक्ष काम केलेल्या महिलेला बाळंतपणासाठी २६ आठवड्यांचा पगार हा साहाय्य म्हणून द्यावा लागेल. ले-ऑफ आणि कायदेशीर पगारी सुट्टी या ८० दिवसांमध्ये धराव्या लागतील. २६ आठवड्यांपैकी जास्तीत जास्त सहा आठवडे बाळंतपणाआधी असतील. हे संपूर्ण २६ आठवडे महिला कर्मचारी कामावर गैरहजर असणे बंधनकारक आहे.

कामगार विमा कायदा लागू असलेल्या संस्थांतील ज्या कर्मचाऱ्यांचा पगार त्यातील पगाराच्या मर्यादेपेक्षा जास्त असेल, त्या महिला कर्मचाऱ्यांनाही हे साहाय्य मिळू शकेल.

मॅटर्निटी बेनिफिटचे रजिस्टर व्यवस्थापनाला ठेवावे लागेल. शिवाय, ५०पेक्षा जास्त कर्मचारी असल्यास पाळणाघराची व्यवस्था करावी लागेल. २६ आठवड्यांची रजा पहिल्या दोन मुलांसाठी आहे. तिसऱ्या मुलाच्या वेळी १२ आठवड्यांची रजा मिळेल.

कलम ६ : प्रत्येक कर्मचाऱ्याला आपली गरोदरावस्था, बाळंतपणाचा अपेक्षित दिवस, रजेचा कालावधी, वगैरेची सूचना व्यवस्थापनाला द्यावी लागेल. बाळंतपणापूर्वीचे साहाय्य आगाऊ, तर नंतरचे साहाय्य कर्मचारी बाळंत झाल्यानंतर ४८ तासांत व्यवस्थापनाला कर्मचाऱ्याला द्यावे लागेल. कर्मचाऱ्याचा दुर्दैवाने मृत्यू झाल्यास त्िच्या नॉमिनीला हे साहाय्य (रक्कम) द्यावे लागेल.

व्यवस्थापन मोफत वैद्यकीय साहाय्य देत नसेल व काळजी घेत नसेल तर बोनस म्हणून व्यवस्थापनाला ३५०० रुपये द्यावे लागतील.

कलम ९ : नसबंदी केल्यास दोन आठवडे, गर्भपात झाल्यास त्यानंतर सहा आठवडे आणि या काळात उद्‌भवलेल्या आजारपणासाठी कमाल एक महिना पगारी रजा कर्मचाऱ्याला मिळू शकेल.

कलम ११ : महिला कर्मचारी कामावर परतल्यानंतर आणि मूल १५ महिन्यांचे होईपर्यंत तिला नेहमीच्या विश्रांतीपेक्षा १५ मिनिटांचे आणखी दोन ब्रेक मुलाला दूध पाजणे, काळजी घेणे यासाठी द्यावे लागतील. यासाठी पगार कापता येणार नाही. एकूण चार ब्रेक असतील. पाळणाघर कंपनीमध्ये किंवा जवळ असावे लागेल.

कलम १२ : या कायद्याच्या तरतुदींनुसार असलेल्या कालावधीत कर्मचारी गैरहजर असताना तिच्या सेवाशर्तीत विपरीत बदल करणे, तिला बडतर्फ करणे असे करता येणार नाही.

कायद्यात नमूद केलेल्या कालावधीत महिला कर्मचारी कामावर हजर राहिली तर त्या काळासाठी तिला मदत मिळणार नाही. तिला घरून काम करण्याचा पर्यायही उपलब्ध आहे.

सध्याच्या न्यायालयीन निर्णयानुसार मूल दत्तक घेतलेल्या तसेच सरोगसी पद्धतीने मातृत्व स्वीकारलेल्या महिलांनाही बाळंतपणाची रजा मिळणे आवश्यक आहे. ती १२ आठवडे करण्याचा निर्णय सरकारने घेतला आहे. त्यासाठी मूल तीन महिन्यांपेक्षा लहान असणे आवश्यक आहे.

न्यायालयीन निष्कर्ष

१. सरोगसी पद्धतीने मातृत्व स्वीकारणाऱ्या स्त्रीला बाळंतपणाची रजा मिळायला हवी. नैसर्गिक मातृत्व, दत्तक पद्धतीचे किंवा सरोगसी मातृत्व यामध्ये फरक करता येणार नाही. तान्ह्या मुलाला आईची गरज असते, पहिले वर्ष एकमेकांसोबत जिव्हाळा निर्माण करण्याचे असते. घटनेच्या कलम २१मध्ये जगण्याचा, मातृत्व आणि बालविकास यांचा अधिकार दिला आहे. राज्य सरकारच्या बाळंतपणाच्या रजेच्या सवलतीतूनही सरोगसी मातृत्वाला वगळण्यात आलेले नाही. *मुंबई उच्च न्यायालय, डॉ. हेमा मेनन, सीएलआर डिसेंबर २०१५*

२. तिसऱ्या अपत्यासाठी बाळंतपणाची रजा मिळणार नाही, अशी तरतूद केंद्र सरकारच्या मॅटर्निटी बेनिफिट कायद्यात नाही, त्यामुळे राज्य सरकारला आपल्या नियमात तशी तरतूद करता येणार नाही. *पंजाब उच्च न्यायालय, ज्योती सुहाग, सीएलआर ऑक्टोबर २०१५*

३. मुलांचे आजारपण, परीक्षा वगैरे कारणांसाठी राज्य सरकारी नियमात बालसंगोपन रजेची तरतूद आहे. कर्मचाऱ्यांनी दरवर्षी रजा घ्यावी, असेही सरकारचे धोरण आहे. रजा हा हक्क नसला तरी फक्त आपत्कालीन कारणांमुळे रजा नाकारता येऊ शकते. *सर्वोच्च न्यायालय, काकली घोष, सीएलआर जून २०१४*

४. बाळंतपणाची रजा ही केवळ कायमस्वरूपी सेवेत असलेल्या महिलांसाठी नव्हे, तर वर्षांत ८० दिवस काम केलेल्या कॅज्युएल महिला कामगारांनाही मिळाली पाहिजे. *मद्रास उच्च न्यायालय, कन्नकी, सीएलआर फेब्रुवारी २०१४*

५. फक्त तीन कर्मचारी असलेल्या संस्थेला मॅटर्निटी कायदा लागू होणार नाही. के*रळ उच्च न्यायालय, मुथूट, सीएलआर २०१४-३-१८४*

पेमेंट ऑफ बोनस ॲक्ट, १९६५
(बोनस कायदा, १९६५)

प्रत्येक कंपनीच्या यशामध्ये जसे व्यवस्थापनाचे कौशल्य, बुद्धी, धोरणे आणि डावपेच यांचा मोठा वाटा असतो, तसेच कर्मचाऱ्यांचे अपरिमित श्रमही त्याला कारणीभूत असतात. त्या अनुषंगाने कंपनीच्या नफ्यात कर्मचाऱ्यांना काही वाटा मिळावा, या उद्देशाने हा कायदा करण्यात आला आहे.

कारखाने तसेच ज्या संस्थांमध्ये २०पेक्षा जादा कर्मचारी आहेत, त्यांना हा कायदा लागू होतो. ज्या कर्मचाऱ्यांचा मासिक पगार (मूळ वेतन अधिक महागाई भत्ता) २१ हजार रुपयांपर्यंत आहे, ते या कायद्याखाली कर्मचारी समजले जातात. बोनसचा हिशेब मात्र सात हजार रुपये किंवा किमान वेतन यावर केला जातो. किमान बोनस ८.३३ टक्के तर कमाल २० टक्के असल्याने बोनस सात हजार ते १६ हजार ८०० रुपये दरवर्षी या मर्यादेत मिळू शकतो.

एकदा कायदा लागू झाला की नंतर कर्मचाऱ्यांची संख्या कमी झाली तरी तो लागूच राहतो.

आता या कायद्यातील अन्य महत्त्वाच्या तरतुदी पाहू :

कलम २(४) : ॲलोकेबल सरप्लस : कायद्यामध्ये नमूद केलेले काही खर्च एकूण नफ्यातून वगळले की जी जादा रक्कम शिल्लक राहते, तिला 'ॲव्हेलेबल सरप्लस' (जादा रक्कम) म्हणतात. कंपनी जर डिव्हिडंड देत नसेल तर या जादा रकमेच्या ६७ टक्के रक्कम किंवा अन्य प्रकरणी ६० टक्के रक्कम ही ॲलोकेबल सरप्लस (देय शिल्लक रक्कम) समजली जाते.

कलम २(१३) : ज्याचा महिन्याचा पगार (मूळ वेतन अधिक महागाई भत्ता) २१ हजार रुपयांपर्यंत आहे, तो कर्मचारी समजला जाईल. (यामध्ये कामगार आणि अधिकारी असा भेदाभेद नाही.)

कलम २(२१) : पगार म्हणजे मूळ वेतन आणि महागाई भत्ता, अन्य कोणत्याही भत्त्याचा त्यामध्ये समावेश होत नाही.

कलम ३ : एखाद्या कंपनीची विविध खाती, विविध शाखा किंवा विविध युनिट्स असली तरी ती बोनससाठी एकच कंपनी समजली जाईल. परंतु एखाद्या शाखेचे किंवा युनिटचे सुरुवातीपासूनचे जर स्वतंत्र बॅलन्सशीट किंवा नफा-तोटा परिपत्रक असेल तर ते स्वतंत्र समजले जाईल.

कलम ४ : ठोस नफा (एकूण नफा) कसा काढावा, हे या कलमामध्ये स्पष्ट करण्यात आले आहे.

कलम ५ : ॲव्हेलेबल सरप्लस (उपलब्ध जादा शिल्लक रक्कम) : एकूण नफ्यांतून डेप्रिसिएशन, थेट कर, डेव्हलपमेंट रिबेट, डेव्हलपमेंट अलाउन्स व अन्य काही सूचित रकमा वगळल्यानंतर उरलेली रक्कम.

कलम ८ : पात्रता : आर्थिक वर्षांत कमीत कमी ३० दिवस ज्या कर्मचाऱ्याने प्रत्यक्ष काम केले आहे, तो बोनसला पात्र ठरतो. (त्यामुळे कायम कामगारांबरोबर तात्पुरते कर्मचारीही बोनसला पात्र ठरू शकतात.)

कलम ९ : ज्या कर्मचाऱ्याला अफरातफर किंवा संस्थेच्या आवारात हिंसक वर्तन किंवा कंपनीच्या मालमत्तेची चोरी वा घातपात यासाठी बडतर्फ करण्यात आले असेल तर तो बोनस मिळण्याला अपात्र ठरेल.

कलम १० : किमान बोनस वर्षभरात मिळालेल्या पगाराच्या ८.३३ टक्के. मग कंपनीकडे त्यासाठी देय जादा शिल्लक नसली तरी चालेल.

कलम ११ : बोनस हा देय जादा शिल्लक रकमेच्या प्रमाणात आणि जास्तीत जास्त २० टक्के दिला जाईल.

कलम ११ ए : बोनस चेकने अथवा कर्मचाऱ्याच्या बँक खात्यात जमा केला जाईल.

कलम १२ : किमान वेतन किंवा सात हजार रुपये यापैकी जे जास्त आहे, त्यावर हिशेब करून बोनसची रक्कम ठरवली जाईल.

कलम १३ : एखाद्या कर्मचाऱ्याने आर्थिक वर्षांत काही दिवस काम केले नसेल तर त्या प्रमाणात त्याचा बोनस कमी केला जाईल. ले-ऑफ, पगारी रजा, बाळंतपणाची रजा, कामावरील अपघातामुळे झालेली गैरहजेरी हे कामाच्या दिवसांमध्ये धरले जातील.

कलम १५ : एखाद्या आर्थिक वर्षात २० टक्के बोनस देऊनही देय जादा रक्कम (ॲलोकेबल सरप्लस) शिल्लक राहिली तर त्यातील जास्तीत जास्त २० टक्के बोनसएवढी रक्कम पुढील चार वर्षे बोनससाठी वापरता येईल. याला 'सेट ऑन' असे म्हणतात. (ही रक्कम पुढील वर्षांच्या देय रकमेत मिसळली जाईल आणि पुढील बोनससाठी ती प्रथम विचारात घेतली जाईल.)

याच्याबरोबर विरुद्ध 'सेट ऑफ' आहे. उपलब्ध शिल्लक रक्कम किंवा देय जादा रक्कम जर किमान बोनस देण्याएवढीही नसेल तर ती तूट भरून काढण्यासाठी व्यवस्थापनाला जी रक्कम खर्च करावी लागेल तिला 'सेट ऑफ' म्हणतात. ही तुटीची रक्कम वरीलप्रमाणे पुढील चार वर्षे बोनससाठी विचारात घ्यावी लागेल.

कलम १६ : नवीन कंपनी : नवीन कंपनीने आपले उत्पादन सुरू केल्यानंतर सुरुवातीच्या पाच आर्थिक वर्षांत ज्यावर्षी कंपनीला फायदा होईल फक्त त्याच वर्षी कंपनीला कर्मचाऱ्यांना बोनस द्यावा लागेल. फायद्यातून आधी झालेला तोटा वजा करावा लागेल, तो वजा करून जर फायदा शिल्लक राहिला तरच तो नफा समजला जाईल. शिवाय कंपनीची डेप्रिसिएशनची तरतूदही विचारात घ्यावी लागेल.

'सेट ऑन' आणि 'सेट ऑफ'च्या तरतुदी सहाव्या वर्षापासून लागू होतील.

जागा, व्यवस्थापन, नाव किंवा मालकी बदलल्यामुळे कंपनी नवी झाली असे होत नाही.

कलम १७ : कंपनीने जर पूजा बोनस किंवा पारंपरिक बोनस म्हणून काही रक्कम दिली असेल किंवा बोनसपोटी काही आगाऊ रक्कम दिली असेल तर ती त्या आर्थिक वर्षाच्या बोनसमधून व्यवस्थापन वळती

करून घेऊ शकेल. कर्मचाऱ्याला उर्वरित रक्कम मिळेल.

कलम १८ : कर्मचाऱ्यामुळे जर कंपनीचे काही आर्थिक नुकसान झाले असेल तर फक्त त्याच आर्थिक वर्षाच्या बोनसमधून व्यवस्थापन वळते करून घेऊ शकेल. बाकी रक्कम कर्मचाऱ्याला मिळेल.

कलम १९ : आर्थिक वर्ष संपल्यानंतर आठ महिन्यांच्या कालावधीत बोनस द्यावा लागेल. बोनससंबंधी काही विवाद असेल तर तो मिटल्यानंतर एक महिन्यांत बोनस द्यावा लागेल.

एखाद्या कंपनीकडे काही समर्थनीय कारणे असतील तर हा आठ महिन्यांचा कालावधी दोन वर्षांपर्यंत लांबवण्याचे अधिकार सरकारला आहेत.

कलम २० : सामान्यत: सार्वजनिक क्षेत्रांतील कंपन्यांना बोनस कायदा लागू नाही. पण सार्वजनिक क्षेत्रांतील एखादी कंपनी खासगी क्षेत्राशी स्पर्धा करत असेल, आपल्या उत्पादनांच्या विक्रीतून किंवा सेवेमधून मिळणारे उत्पन्न त्या आर्थिक वर्षाच्या उत्पन्नाच्या २० टक्क्यांपेक्षा कमी नसेल तर त्या कंपनीला बोनस कायदा लागू होईल.

कलम २१ : एखाद्या कर्मचाऱ्याला बोनस न मिळाल्यास एका वर्षाच्या आत त्याने संबंधित अधिकाऱ्याकडे अर्ज करावा. कर्मचाऱ्याची तक्रार योग्य आहे, असे वाटल्यास संबंधित अधिकारी त्या रकमेसंबंधीचे पत्र जिल्हाधिकाऱ्यांना देतील. जिल्हाधिकारी जमीन महसूल असल्याप्रमाणे ही रक्कम वसूल करतील. (कर्मचारी हा माजी कर्मचारी हवा.)

कलम २६ : देय जादा शिल्लक रक्कम कशी ठरवली, कोणत्या कर्मचाऱ्याला किती बोनस दिला, त्यामधून काय वळते करून घेतले वगैरे माहिती देणारे एक रजिस्टर कंपनीला ठेवावे लागेल. शिवाय, दरवर्षी १ फेब्रुवारीपर्यंत वार्षिक अहवाल कामगार आयुक्त कार्यालयाला पाठवावा लागेल.

कलम ३१ ए : नफ्याऐवजी उत्पादन किंवा उत्पादकता यांच्याशी निगडित बोनस मिळण्यासंबंधी व्यवस्थापन आणि कर्मचारी करार करू शकतील. त्यांना मग कराराप्रमाणे बोनस मिळेल. पण तो किमान ८.३३ टक्के आणि कमाल २० टक्केच असेल.

कलम ३२ : विमा कंपनी, गोदी कामगार, रिझर्व्ह बँक कर्मचारी, शैक्षणिक संस्था, विनानफा तत्त्वावरील इस्पितळे व अन्य संस्था वगैरेंना बोनस कायदा लागू होत नाही.

न्यायालयीन निष्कर्ष

१. बोनस हा नियम आणि सूट हा अपवाद आहे. तोट्यातील कंपन्यांनाही किमान बोनस देण्याचे बंधन आहे. सूट हवी असेल तर आर्थिक वर्ष सुरू होताना किंवा संपण्यापूर्वी तसा अर्ज करायला हवा. *पाटणा उच्च न्यायालय, प्रदीप लॅम्प, सीएलआर जानेवारी २०१६*

२. हरयाणा रोडवेज हा उद्योग सरकारच्या वाहतूक विभागातर्फे चालवण्यात येतो. त्याला बोनस कायदा लागू होणार नाही. *पंजाब उच्च न्यायालय, सीएलआर जून २०१४*

३. प्रसार भारती केंद्र सरकारच्या नियंत्रणाखालील संस्था आहे. तिला बोनस कायदा लागू नाही. *मद्रास उच्च*

न्यायालय, एलएलजे २०१०-३-५४०

४. निर्वाहभत्ता पगार नाही, त्यावर बोनस मिळणार नाही. *मुंबई उच्च न्यायालय, डेक्कन मर्चंट बँक, एलएलएन २०१०-१-१६०*

५. रोजंदारीवर काम करणारी व्यक्ती ही कामगार आहे आणि तिला बोनस मिळाला पाहिजे. *हिमाचल प्रदेश उच्च न्यायालय, वीजमंडळ, सीएलआर वार्षिक २०११*

६. कोणत्याही वर्षाचा का असेना, आवारात दंगा केल्याबद्दल बडतर्फी झालेल्या कर्मचाऱ्याला बोनस मिळणार नाही. *मद्रास उच्च न्यायालय, व्ही जी टेक्सटाईल्स, एलएलएन २०१०-३-४०८*

७. कंत्राटी कामगार बोनससाठी कंपनी अधिकाऱ्यांवर फौजदारी खटला भरू शकत नाहीत. *कर्नाटक उच्च न्यायालय, हिंदुस्थान युनिलिव्हर, सीएलआर ऑक्टोबर २०१३*

■■■

पेमेंट ऑफ ग्रॅच्युईटी ॲक्ट, १९७२ (ग्रॅच्युईटी कायदा, १९७२)

कर्मचाऱ्याने केलेल्या प्रदीर्घ सेवेबद्दल कृतज्ञता व्यक्त करण्यासाठी त्याला कंपनीतर्फे ग्रॅच्युईटी देण्यात येते. हा कायदा संस्थेमध्ये दहापेक्षा जास्त कर्मचारी असले की लागू होतो. एकदा कायदा लागू झाला आणि त्यानंतर संस्थेमधील कर्मचारी जरी दहापेक्षा कमी झाले, तरी संस्थेला कायदा हा लागूच राहतो. निवृत्तीनंतर कर्मचाऱ्याला आर्थिक टंचाई भासू नये, अशा स्वरूपाचा निवृत्ती-फायदा देणारा हा कायदा आहे.

कलम २(इ) : कर्मचारी : संस्थेमध्ये पगारावर आणि शारीरिक किंवा अन्य कोणतेही काम करणारी व्यक्ती ही या कायद्यानुसार संस्थेची कर्मचारी ठरते. केंद्र आणि राज्य सरकारी कर्मचाऱ्यांना मात्र या व्याख्येतून वगळण्यात आले आहे. कर्मचाऱ्यांमध्ये अधिकाऱ्यांचाही समावेश आहे.

न्यायालयीन निष्कर्ष

१. 'शारीरिक किंवा अन्य कोणतेही काम' अशी व्याख्या आता व्यापक करण्यात आली असल्याने हा कायदा आता शिक्षकांनाही लागू होतो. *कर्नाटक उच्च न्यायालय, डॉ. आंबेडकर कॉलेज विरुद्ध रामकृष्ण, सीएलआर मार्च २०१६; गुजरात उच्च न्यायालय, वर्धमान ट्रस्ट, सीएलआर सप्टेंबर २०१५*

२. शिक्षकांना ग्रॅच्युईटी कायदा १९९७मध्ये लागू झाला असला तरी ग्रॅच्युइटी संपूर्ण सेवाकाळासाठी देणे आवश्यक आहे. त्यामध्ये १९९७पूर्वीची नोकरीही अंतर्भूत आहे. शिवाय मुदतठेवींवर व्याजाचा जो दर आहे, तोच दिरंगाईने दिलेल्या ग्रॅच्युईटीवर राहील. *अलाहाबाद उच्च न्यायालय, सेंट जोसेफ महाविद्यालय, सीएलआर नोव्हेंबर २०१५*

३. वक्फ बोर्ड धार्मिक तसेच प्रशासकीय स्वरूपाचे काम करते, म्हणून ग्रॅच्युइटी कायदा वक्फ बोर्डालाही लागू होतो. *पंजाब व हरयाणा उच्च न्यायालय, पंजाब वक्फ बोर्ड, सीएलआर एप्रिल २०१४*

४. शिक्षक ग्रॅच्युईटीस पात्र आहेत. *कर्नाटक उच्च न्यायालय, डॉ. आंबेडकर कॉलेज, सीएलआर २०१६*

५. ग्रॅच्युईटी बँक कर्मचाऱ्यांनाही लागू आहे.

कलम २(एच) : कुटुंब : या कलमानुसार कुटुंबाची व्यापक व्याख्या करण्यात आली आहे. कर्मचारी

स्वत:, त्याची बायको, विवाहित / अविवाहित मुले, अवलंबून असलेले आईवडील / सासूसासरे, मृत मुलाची पत्नी व मुले यांचा यामध्ये समावेश आहे.

आपल्यानंतर आपली ग्रॅच्युईटीची रक्कम कोणाला मिळावी याचे कर्मचाऱ्याने नॉमिनेशन करणे आवश्यक आहे, अन्यथा कुटुंबीयांमध्ये मतभेद होतात आणि पैसे कंपनीकडे अडकून पडतात. एकापेक्षा जास्त जणांचे नॉमिनेशन करायचे असल्यास कोणाला किती टक्के पैसे मिळावेत ती टक्केवारी प्रत्येकाच्या नावासमोर लिहावी. दर काही वर्षांनी आपल्या नॉमिनेशनचा आढावा घेत राहावा. (कलम ६ मध्ये नॉमिनेशनची प्रक्रिया नमूद करण्यात आली आहे.)

नॉमिनी जर अल्पवयीन असला तर त्याच्या वाट्याची रक्कम कामगार आयुक्तांकडे द्यावी लागते, तो सज्ञान होईपर्यंत ही रक्कम त्यांनी बँकेत अथवा एखाद्या अर्थसंस्थेत गुंतवणे अपेक्षित असते.

कलम २ ए : सलग सेवा (कंटिन्युअस सर्व्हिस) : हे कलम महत्त्वाचे आहे. सलग सेवा म्हणजे अखंडित सेवा. आजार, अपघात, रजा, ले-ऑफ, संप, टाळेबंदी, बाळंतपणाची रजा या कारणांमुळे झालेली गैरहजेरी अखंडित सेवेमध्ये समाविष्ट करण्यात आली आहे; म्हणजेच या गैरहजेरीमुळे नोकरीमध्ये खंड पडला, ब्रेक झाला असे समजले जात नाही. कर्मचारी जर सलग एक वर्ष नोकरीत नसला, पण त्याने मागील १२ महिन्यांच्या काळात २४० दिवस प्रत्यक्ष काम केले असेल तर तो एक वर्ष सलग नोकरीमध्ये होता असे समजण्यात येते.

कलम ४ : ग्रॅच्युईटीसाठी पात्रता : ग्रॅच्युईटी कर्मचाऱ्याला कधी मिळू शकते? प्राथमिक अट अशी आहे, की कर्मचाऱ्याने पाच वर्षे सलग नोकरी केली असणे आवश्यक आहे. त्यानंतर मग तो जेव्हा राजीनामा देईल किंवा निवृत्त होईल किंवा आजारामुळे वा अपघातामुळे त्याचे काम करण्याला असमर्थ होईल किंवा त्याचा मृत्यू होईल, त्या वेळी ग्रॅच्युईटी मिळू शकेल. मृत्यू तसेच आजारामुळे वा अपघातामुळे अपंगत्व आले, चालू काम करण्यास कर्मचारी असमर्थ ठरला, त्याची सेवा समाप्त करण्यात आली, तर अशा वेळी पाच वर्षे सलग सेवेची अट लागू होत नाही.

कायदा असे सांगतो की, कर्मचाऱ्याने सेवासमाप्तीच्या वर्षात जर सहा महिन्यांपेक्षा जास्त काम केले असेल तर ते एक वर्ष समजावे. मग एखाद्या कर्मचाऱ्याने ४ वर्षे ८ महिने काम केले व नोकरी सोडली तर त्याने पाच वर्षे नोकरी केली असे समजून त्याला ग्रॅच्युईटी द्यावी काय?

मद्रास उच्च न्यायालयाने त्याला होकारार्थी उत्तर दिले आहे; तर या सर्व काळात कर्मचाऱ्याने प्रत्येक वर्षी २४० दिवस काम केले असल्यास तो ग्रॅच्युईटीला पात्र आहे, असाही निष्कर्ष आहे.

कलम ४(२) : ग्रॅच्युईटीचा फॉर्म्युला : जितकी वर्षे नोकरी केली, त्या प्रत्येक वर्षाला १५ दिवसांचा पगार असा ग्रॅच्युईटीचा फॉर्म्युला आहे. पगार म्हणजे फक्त बेसिक आणि महागाई भत्ता. कर्मचाऱ्याला दर महिन्याला मिळणाऱ्या अन्य भत्त्यांचा पगारामध्ये समावेश होत नाही. महिना ३१ दिवसांचा जानेवारी असो किंवा २८ दिवसांचा फेब्रुवारी असो, पगार २६ दिवसांचा आहे, असे समजायचे आणि त्यानुसार १५ दिवसांच्या पगाराचा हिशेब करायचा, ज्या महिन्यांत नोकरी संपते, त्या महिन्याचा पगार हिशेबासाठी धरायचा.

फॉर्म्युला : पगार X (१५ x नोकरीची वर्षे) / २६

ग्रॅच्युईटीवर दहा लाख रुपयांची मर्यादा आहे. यापेक्षा जास्त रक्कम असल्यास ती करपात्र होईल. आजकालचे तरुण दर पाच-सात वर्षांनी नोकरी बदलण्याच्या मनोवृत्तीचे आहेत. त्यांना वेगवेगळ्या कंपन्यांकडून

ग्रॅच्युईटी मिळेल. पण एकूण रकमेवर दहा लाखांची मर्यादा राहील.

एखादी कंपनी कायद्यापेक्षा जास्त फायदेशीर योजना आपल्या कर्मचाऱ्यांसाठी देणार असेल, (उदाहरणार्थ, दर वर्षासाठी १६ दिवसांचा पगार) तर त्यांना ते स्वातंत्र्य आहे.

ग्रॅच्युईटीसाठी कंपनीने आयुर्विमा महामंडळाकडे पॉलिसी काढणे आणि दरवर्षी प्रीमिअम भरणे बंधनकारक आहे.

न्यायालयीन निष्कर्ष

१. वेतन करारापोटी व्यवस्थापनाने जर अंतरिम पगारवाढ दिली तर ती ग्रॅच्युईटीसाठी पगारात धरावी लागेल. *मुंबई उच्च न्यायालय, खनिज उत्पादन महामंडळ, सीएलआर ऑगस्ट २०१५*

२. १२ महिन्यांत २४० दिवसांत प्रत्यक्ष काम केले की एक वर्षाची सलग सेवा झाली. त्यासाठी बाराही महिन्यांत काम करण्याची गरज नाही. म्हणूनच पात्रता अट पाच वर्षे आहे, म्हणजे कॅलेंडरप्रमाणे पाच वर्षे नोकरी करण्याची गरज नाही. सेवासमाप्तीच्या दिवसापासून पाठीमागे पाच वर्षे जायचे, प्रत्येक १२ महिन्यांत कर्मचाऱ्याने प्रत्यक्ष २४० दिवस काम केले असेल तर त्याने पाच वर्षे सलग सेवा केली आहे आणि तो ग्रॅच्युईटीला पात्र आहे असे समजावे. *केरळ उच्च न्यायालय, सीएलआर जानेवारी २०१६*

३. व्यवस्थापनाला मान्य असो किंवा नसो, प्रकरण एकदा अपील केल्यामुळे न्यायप्रविष्ट झाले की आयुक्तांनी जो निर्णय दिला असेल ती रक्कम जमा करण्याचे बंधन व्यवस्थापनावर आहे. *केरळ उच्च न्यायालय, केरळ मार्केटिंग फेडरेशन, सीएलआर ऑक्टोबर २०१५*

४. कंपनीचे सामान घरी नेऊन त्यावर कर्मचारी घरी काम करत होते. त्यांच्या कामावर कंपनीची देखरेख, मार्गदर्शन आणि नियंत्रण असेल तर असे कर्मचारी ग्रॅच्युईटीला पात्र ठरतील. *पंजाब व हरयाणा उच्च न्यायालय, सीएलआर नोव्हेंबर २०१४*

५. घरेलू कामगारांवर कंपनीचे देखरेख व नियंत्रण असले की कंपनी आणि कामगार यांच्यामध्ये मालक-सेवक नाते निर्माण होते, असे कामगार कोठे काम करतात, हे महत्त्वाचे नाही, त्यांना ग्रॅच्युईटी कायदा लागू होतो आणि ते ग्रॅच्युईटीसाठी पात्र ठरतात. *छत्तीसगढ उच्च न्यायालय, मणिलाल दयाळजी, सीएलआर मार्च २०१४*

६. ग्रॅच्युईटी निकालाविरुद्ध अपील करण्याची कालमर्यादा १२० दिवस आहे. त्यानंतर ते करता येणार नाही. तसेच ज्या अधिकाऱ्याने प्राथमिक निकाल दिला, त्याला आपल्या निर्णयाचा पुनर्विचार करण्याचा अधिकार नाही. *कर्नाटक उच्च न्यायालय, एसटी, सीएलआर सप्टेंबर २०१४*

७. कर्मचारी कायम होण्यापूर्वी बदली किंवा टेंपररी असेल तर त्या काळासाठीही त्याला ग्रॅच्युईटी मिळाली पाहिजे. *मद्रास उच्च न्यायालय, कावेरी अम्मा, सीएलआर मे २०१४*

८. नियमित देण्यात येणाऱ्या प्रवासभत्त्याचा पगारात समावेश करून, त्यानुसार ग्रॅच्युईटीचा हिशेब करण्यात यावा. *गुजरात उच्च न्यायालय, आर. एम. इंजिनिअरिंग, सीएलआर जून २०१३*

९. कंपनीची जर स्वत:ची ग्रॅच्युईटी योजना असेल तर त्यासंबंधीचा विवाद सुनावणीस घेण्याचा अधिकार आयुक्तांना नाही. *मद्रास उच्च न्यायालय, वेणूगोपाल, सीएलआर मे २०१२*

१०. पत्रकारांना ग्रॅच्युईटी कायदा लागू होत नाही. *अलाहाबाद उच्च न्यायालय, सीएलआर मार्च २०१४*
११. ग्रॅच्युईटीच्या रकमेवर सर्व वारसांचा हक्क आहे. त्यांना ती वाटण्याची जबाबदारी नॉमिनीची आहे. *मद्रास उच्च न्यायालय, एमआरएफ, सीएलआर ऑक्टोबर २०११*
१२. एखाद्या कर्मचाऱ्याने आपल्या नोकरीच्या कालावधीत एखाद्या वर्षात जर २४० दिवस काम केले नसेल, तर त्याला त्या वर्षाची ग्रॅच्युईटी मिळणार नाही.
१३. कर्मचाऱ्यामुळे कंपनीला झालेला तोटा ग्रॅच्युईटीतून वसूल करायचा असेल तर 'तुझ्यामुळे किती तोटा झाला आणि तुला तो भरून द्यावा लागेल', असे कंपनीने त्याला कळवणे आवश्यक आहे. तसा पुरावा सादर करून चौकशीतही ते सिद्ध होणे आवश्यक आहे. *मुंबई उच्च न्यायालय, विनोद जिंतूरकर, सीएलआर जानेवारी २०११*

कलम ४(६) : ग्रॅच्युईटीला धक्का : हे कलम महत्त्वाचे असून अनेक विवादांचे मूळ कारण आहे. यानुसार कंपनीच्या मालमत्तेचे नुकसान केले म्हणून एखाद्या कर्मचाऱ्याला बडतर्फ केले तर नुकसानीएवढी रक्कम त्याच्या ग्रॅच्युईटीमधून वळती करता येऊ शकते, तसेच कामावर असताना हिंसक वा अनैतिक वर्तन केले म्हणून एखाद्या कर्मचाऱ्याला बडतर्फ केले तर त्याची संपूर्ण किंवा काही प्रमाणात ग्रॅच्युईटी जप्त करण्याचा व्यवस्थापनाला अधिकार आहे.

ग्रॅच्युईटीला असा धक्का लावण्यापूर्वी व्यवस्थापनाने कर्मचाऱ्यावर शिस्तभंगाची कारवाई करून त्याला बडतर्फ करणे आवश्यक आहे. शिवाय किती ग्रॅच्युईटी जप्त / वळती करायची, हे कर्मचाऱ्याला कळवून त्याची बाजू काय आहे, हेही व्यवस्थापनाने तपासणे अपेक्षित आहे.

न्यायालयीन निष्कर्ष

१. कामगाराची बडतर्फी रद्द होऊन त्यांना कामावर परत घेण्यात आले आणि त्यांची सेवा अखंडित धरण्यात आली तर बडतर्फीच्या काळासाठी ग्रॅच्युईटी द्यावी लागेल. *आंध्र प्रदेश उच्च न्यायालय, आंध्र एसटी, सीएलआर जानेवारी २०१४*
२. ग्रॅच्युईटी हा हक्क आहे. कंपनीच्या उत्कर्षाला हातभार लावल्याबद्दल ती देण्यात येते. ती देण्यात दिरंगाई झाली तर कर्मचाऱ्याला त्यासाठी व्याज मिळणे आवश्यक आहे. *कोलकाता उच्च न्यायालय, सईदुल मीर, सीएलआर फेब्रुवारी २०१३*
३. अपील फेटाळायचे असल्यास त्याची कारणे द्यावी लागतील. *उत्तराखंड उच्च न्यायालय, जी. बी. पंत विद्यापीठ, सीएलआर ऑगस्ट २०१५*
४. ग्रॅच्युईटी हा हक्क आहे. ग्रॅच्युईटीच्या रकमेतून काय कापता येईल हे कायद्यात स्पष्ट करण्यात आले आहे, त्यामध्ये कर्जाचा समावेश नाही. म्हणून ग्रॅच्युईटीमधून कर्जाचे पैसे कापता येणार नाहीत. *ओरिसा उच्च न्यायालय, कटक मध्यवर्ती बँक, सीएलआर जानेवारी २०१६*
५. ग्रॅच्युईटीला कालमर्यादेचे बंधन नाही. *पंजाब उच्च न्यायालय, पॅरामाउंट इम्पेक्स, सीएलआर फेब्रुवारी २०१६*

६. निवृत्त कर्मचारी हा बडतर्फ कर्मचारी नाही, त्यामुळे त्याची ग्रॅच्युईटी अडवता येणार नाही. *दिल्ली उच्च न्यायालय, अशोक अहलुवालिया, सीएलआर डिसेंबर २०१५*

७. कर्मचाऱ्याला गैरवर्तनाबद्दल बडतर्फ केले असेल तरच त्याच्या ग्रॅच्युईटीमधून रक्कम कापता येईल. 'आरोपपत्र दिले आहे', 'चौकशी चालू आहे', अशा कारणांवरून तसे करता येणार नाही. शिवाय वजा करण्याची रक्कम किती आहे हे कर्मचाऱ्याला कळवून त्याची बाजूही ऐकून घेतली पाहिजे. *मध्य प्रदेश उच्च न्यायालय, दीनदयाळ गौड, सीएलआर जुलै २०१३*

८. कंपनीचे घर मोकळे न करण्यासाठी आपली ग्रॅच्युईटी अडवून ठेवावी, असे अधिकारपत्र देणाऱ्या कर्मचाऱ्याला नंतर ग्रॅच्युईटी मागता येणार नाही. *झारखंड उच्च न्यायालय, बोकारो स्टील, सीएलआर जून २०१४*

९. निवृत्तीनंतरही कंपनीचे घर न सोडणाऱ्या कर्मचाऱ्याची ग्रॅच्युईटी कंपनीने अडवून ठेवली तर त्यात चूक नाही. *झारखंड उच्च न्यायालय, स्टील अॅथॉरिटी ऑफ इंडिया, सीएलआर जुलै २०१४*

१०. बडतर्फ केलेल्या कर्मचाऱ्याकडून ग्रॅच्युईटी वसूल करता येते, निवृत्त कर्मचाऱ्याकडून नव्हे! *मुंबई उच्च न्यायालय, वेस्टर्न कोलफिल्ड्स, सीएलआर जुलै २०१४*

११. ग्रॅच्युईटीबाबत वाद असल्यास कायद्यातील मार्ग चोखाळावेत. रक्कम देणे टाळण्यासाठी सरळ उच्च न्यायालयाकडे येऊ नये. *मुंबई उच्च न्यायालय, बीड जिल्हा परिषद, सीएलआर सप्टेंबर २०१४*

१२. अफरातफरीची रक्कम आधी चौकशी करून ठरवावी, त्याशिवाय बडतर्फ कर्मचाऱ्याची ग्रॅच्युईटी कंपनीला नाकारता येणार नाही. *कर्नाटक उच्च न्यायालय, मदुरा कोट्स, सीएलआर नोव्हेंबर २०१३*

१३. कंत्राटी कामगारांनी ग्रॅच्युईटीसाठी कंपनीकडे नव्हे, तर संबंधित अधिकाऱ्याकडे अर्ज करावेत. *गुवाहाटी उच्च न्यायालय, वीजनिर्मिती केंद्र, सीएलआर ऑक्टोबर २०१४*

कलम ७ : ग्रॅच्युईटीची रक्कम : ग्रॅच्युईटीला पात्र असलेल्या कर्मचाऱ्याने सेवासमाप्तीनंतर लगेच व्यवस्थापनाकडे ग्रॅच्युईटीसाठी अर्ज करावा, त्याने तसे केले नाही तरी ग्रॅच्युईटीची रक्कम किती आहे हे त्याला लगेच कळवण्याचे आणि ३० दिवसांत त्याला ग्रॅच्युईटी देण्याचे व्यवस्थापनावर बंधन आहे. तशी ग्रॅच्युईटी दिली नाही तर व्यवस्थापनाला ३० दिवसांनंतर व रक्कम देईपर्यंत ग्रॅच्युईटीच्या रकमेवर कर्मचाऱ्याला व्याज द्यावे लागेल.

व्यवस्थापन आणि कर्मचारी यांच्यामध्ये ग्रॅच्युईटीच्या रकमेबाबत वाद असेल तर व्यवस्थापनाला मान्य असलेली रक्कम व्यवस्थापनाला साहाय्यक कामगार आयुक्तांकडे (कंट्रोलिंग अॅथॉरिटी) जमा करावी लागेल. कोणत्याही विवादाचा निर्णय ते घेतील. त्यांच्या निर्णयाबाबत कोणाला उपायुक्तांकडे (अॅपेलेट अॅथॉरिटी) अपील करायचे असेल तर ते ६० दिवसांत करावे लागेल. व्यवस्थापनाला जर अपील करायचे असेल तर साहाय्यक आयुक्तांनी ठरवलेली रक्कम व्यवस्थापनाला त्यांच्याकडे जमा करायला लागेल, तसे पत्र घेऊन अपिलासमवेत जोडावे लागेल, तरच अपिलाची सुनावणी होईल, अन्यथा नाही.

ग्रॅच्युईटीची रक्कम कर्मचाऱ्याच्या बँक खात्यात किंवा चेकने दिली जाते. निवृत्त होणारा कर्मचारी निवृत्तीची तारीख माहिती असल्याने निवृत्तीपूर्वी ३० दिवसआधी अर्ज करू शकतो.

(ग्रॅच्युईटी जप्त करायची असेल तर त्यापूर्वी कर्मचाऱ्याला कारणे दाखवा नोटीस देऊन त्याची बाजू ऐकून घ्यावी लागेल.)

कलम ८ : वसुली : कंपनीने जर ग्रॅच्युईटीची रक्कम दिली नाही तर साहाय्यक कामगार आयुक्तांचे पत्र घेऊन आणि जिल्हाधिकाऱ्यामार्फत कंपनीच्या मालमत्तेवर टाच आणून कर्मचाऱ्याला ती रक्कम वसूल करता येईल.

कलम १३ : कोणत्याही न्यायालयाने आदेश दिला तरी ग्रॅच्युईटीच्या रकमेवर जप्ती आणता येणार नाही.

न्यायालयीन निष्कर्ष

१. 'आजारी कंपनी कायद्या'च्या कलम २२नुसार पैसे वसुलीसाठी आजारी कंपनीविरुद्ध कारवाई करता येत नाही. पण कशा प्रकारची व कोणती वसुली हे बोर्डाने नमूद करणे आवश्यक आहे. ग्रॅच्युईटी कायद्याच्या कलम १४नुसार बाकी कायद्याकडे दुर्लक्ष करून ग्रॅच्युईटी देणे बंधनकारक आहे. उशीर झाला तर व्याजही बंधनकारक आहे. *कर्नाटक उच्च न्यायलय, एचएमटी, सीएलआर फेब्रुवारी २०१६*

२. 'कर्मचाऱ्याला आरोपपत्र दिले आहे', हे ग्रॅच्युईटीवरील व्याज नाकारण्याचे कारण होऊ शकत नाही. *राजस्थान उच्च न्यायालय, विशालसिंग, सीएलआर जून २०११*

३. कर्मचाऱ्याने निवृत्तीनंतर कंपनीचे घर सोडले नाही तर भाडे आणि दंड ग्रॅच्युईटीतून वसूल करावा. *झारखंड उच्च न्यायालय, बोकारो स्टील, सीएलआर मे २०१३*

४. बँक कर्मचाऱ्याने स्वत:च्या बँकेकडून कर्ज घेताना 'नोकरी सोडताना शिल्लक असलेले कर्ज ग्रॅच्युईटीतून वजा करावे' असे जर लिहून दिले तर ते ग्रॅच्युईटीतून कापता येईल. *अलाहाबाद उच्च न्यायालय, स्टेट बँक, सीएलआर मे २०१३*

५. ग्रॅच्युईटी कायदा व्यापारी तसेच बिगर-व्यापारी संस्थांनाही लागू होतो. *ओरिसा उच्च न्यायालय, इंडियन रेडक्रॉस, सीएलआर जून २०१३*

६. ग्रॅच्युईटी कायदा देवळांनाही लागू होतो. *कर्नाटक उच्च न्यायालय, कापू मंदिरे, सीएलआर ऑक्टोबर २०१४*

■■■

पेमेंट ऑफ वेजेस ॲक्ट, १९३६

पगाराचे नियमन करण्यासाठी आणि पगारातून व्यवस्थापनाने मनाला येईल ते कापून घेऊ नये, यासाठी हा कायदा तयार करण्यात आला आहे. ज्या कर्मचाऱ्यांचा पगार दरमहा १८ हजार रुपयांपर्यंत आहे, त्यांना हा कायदा लागू होतो. पगाराच्या व्याख्येत सर्व भत्त्यांचा समावेश आहे, पण प्रवासभत्ता आणि घर व अन्य सवलतींची किंमत यांची पगारात गणना होत नाही.

कलम ५ : कंपनीतील कर्मचाऱ्यांची संख्या एक हजारपेक्षा कमी असेल तर महिना संपल्यानंतर सात दिवसांत पगार द्यावा लागेल. संख्या जास्त असेल तर पगार दहा दिवसांत द्यावा लागेल. पगार जास्तीत जास्त एक महिना अंतराने द्यावा लागेल. बडतर्फ कर्मचाऱ्याचा पगार दोन दिवसांत द्यावा लागेल.

कलम ७ : पगारातून फक्त पुढील गोष्टी कापता येतील :

अ) गैरहजेरीचा त्या प्रमाणातील पगार

ब) पीएफ, कामगार विमा वर्गणी, आयुर्विमा हप्ता

क) इन्कम टॅक्स

ल) पोस्टाची इन्शुरन्स योजना

ड) कर्जाचा हप्ता, उचल

इ) युनियन वर्गणी

ई) पंतप्रधान / मुख्यमंत्री रिलिफ फंडासाठी साहाय्य

फ) कर्मचारी क्रेडिट सोसायटी वर्गणी, हप्ता

ग) कंपनीचे जेवढे नुकसान केले आहे, तेवढी रक्कम

ह) कंपनीने दिलेले घर व सुविधा यासाठी निश्चित केलेली रक्कम

ज) न्यायालयीन आदेश

क) दंड (पगाराच्या जास्तीत जास्त तीन टक्के)

पगारातून जास्तीत जास्त ५० टक्के रक्कम कापता येईल. क्रेडिट सोसायटीची वर्गणी, कर्जाचा हप्ता असेल तर कमाल ७५ टक्के रक्कम कापून घेता येईल.

वेतनवाढ थांबवणे, बढती नाकारणे, पदावनती, निलंबन म्हणजे पगारकपात नव्हे.

एक दिवस बेकायदा संप केल्यास सात दिवसांचा पगार कापण्याचा व्यवस्थापनाला अधिकार आहे. (ही तरतूद वगळण्याचा सरकारचा विचार आहे.)

दंड कोणत्या कारणांसाठी करण्यात येईल, हे व्यवस्थापनाने नोटीस-फलकावर लावले पाहिजे. गैरवर्तनानंतर तीन महिन्यांत एकरकमी आणि कर्मचाऱ्याची बाजू ऐकून घेतल्यावर दंड आकारता येईल.

कलम १५ : कंपनीने पगार उशिरा दिल्यास वा बेकायदा कपात केल्यास कर्मचारी स्वतः, एकत्रितपणे, युनियनतर्फे किंवा वकिलातर्फे १२ महिन्यांत कामगार आयुक्तांकडे तक्रार करू शकतात. ते चौकशी करतील, उभयतांची बाजू ऐकतील आणि खातरी पटल्यास कर्मचाऱ्याला पैसे परत करण्याचा आदेश व्यवस्थापनाला देतील. उशिरा पगार दिल्यास दंड किमान १५०० रुपये तर कमाल ३००० रुपये असेल. चुकीची रक्कम कापल्यास ती कर्मचाऱ्याला परत करणे व त्या रकमेच्या जास्तीत जास्त दहापट रक्कम दंड म्हणून कर्मचाऱ्याला देणे, असाही आदेश आयुक्त देऊ शकतात. त्यांच्या निर्णयाविरुद्ध ३० दिवसांत अपील करता येईल. कंपनीने रक्कम देण्याची टाळाटाळ केल्यास कंपनीच्या मालमत्तेवर जप्ती आणता येईल. कंपनीला अपील करायचे असल्यास निर्देशित रक्कम न्यायालयात भरावी लागेल.

कर्मचारी, त्यांचे कामाचे स्वरूप, पगार, पगारातील वजावट याची माहिती देणारी रजिस्टर्स कंपनीला ठेवावी लागतील. कायद्याचा भंग केल्यास दंड करण्याची तरतूद कायद्यात आहे.

न्यायालयीन निष्कर्ष

१. थकित पगार कर्मचाऱ्याला देण्याच्या आदेशाविरुद्ध व्यवस्थापनाला पेमेंट ऑफ वेजेस ॲक्टखाली अपील करायचे असेल तर ती थकित रक्कम आधी कामगार न्यायालयात जमा करावी लागेल आणि तसे पत्र न्यायालयाकडून घेऊन सादर करावे लागेल तरच अपिलाची सुनावणी होईल. *मध्य प्रदेश उच्च न्यायालय, साबीर, सीएलआर मार्च २०१६*
२. पगाराबद्दलची तक्रार पेमेंट ऑफ वेजेस कायद्याखाली १२ महिन्यांत तक्रार करणे आवश्यक आहे. दिरंगाई माफ केल्यास त्याची कारणे देणे आवश्यक आहे. *काश्मीर उच्च न्यायालय, सीएलआर जानेवारी २०१६*
३. कंपनी जर घर देत असेल तर कर्मचारी घरभाडे मागू शकत नाही. घरभाडे हा हक्क नाही. *मुंबई उच्च न्यायालय, एम. रंगारी, सीएलआर नोव्हेंबर २०११*
४. पेमेंट ऑफ वेजेस ॲक्ट लागू असेल, तरच एक दिवस बेकायदा संपासाठी दोन दिवसांचा पगार कापता येईल. *आंध्र प्रदेश उच्च न्यायालय, सिंगारेणी खाणप्रकल्प, सीएलआर नोव्हेंबर २०११*
५. इन्सेंटिव्हच्या रूपात विक्रीवर मिळणारी रोख टक्केवारी हा पगार नव्हे. *पंजाब उच्च न्यायालय, पंजाब कृषी महामंडळ, सीएलआर २०१४-१-९१*
६. दिरंगाई माफ करण्याचे अधिकार अपील न्यायालयाला नाहीत. *अलाहाबाद उच्च न्यायालय, केंद्र सरकार, सीएलआर वार्षिक २०१५*
७. पेमेंट ऑफ वेजेस ॲक्टखाली निर्वाहभत्ता हा पगार आहे. अ*लाहाबाद उच्च न्यायालय, केएसजी आश्रम, एलएलएन २०१०-१-१३१*
८. पगार उशिरा दिल्यास जास्तीत जास्त २५ रुपये दंड आहे. पगारात बेकायदा काटछाट केली तर दंड म्हणून दहापट रक्कम आकारता येईल. *मुंबई उच्च न्यायालय, चंद्रपूर जि. प., सीएलआर २०१०-१-३७१*

■■■

मिनिमम वेजेस ॲक्ट, १९४८ (किमान वेतन कायदा, १९४८)

कामगारांची व्यवस्थापनांकडून पिळवणूक होऊ नये, त्यांना घरखर्च थोडासा तरी सुसह्य होण्यासाठी किमान वेतन मिळावे, या उद्देशाने हा कायदा करण्यात आला आहे.

यातील प्रमुख तरतुदी पुढीलप्रमाणे :

कलम २ जी : कायद्याच्या शेड्यूलमध्ये जे व्यवसाय नमूद करण्यात आले आहेत, त्यांना 'निर्देशित व्यवसाय' (शेड्यूल्ड एम्प्लॉयमेंट) असे म्हणतात.

कलम २ एच : काम करण्याबद्दल नियुक्तिपत्रानुसार मिळणारे पैसे म्हणजे पगार.व्यवस्थापनाने दिलेले घर किंवा सवलती यांचे मूल्य, प्रवासभत्ता, ठरावीक कामासाठी दिला जाणारा विशेष भत्ता यांचा पगारामध्ये समावेश होत नाही.

कलम २ (जे) : शारीरिक किंवा कारकुनी स्वरूपाचे कुशल किंवा अकुशल काम करणारा कर्मचारी म्हणजे कामगार. कंपनीचा माल घेऊन त्यावर स्वत:च्या घरी किंवा कंपनीची मालकी नसलेल्या अन्य ठिकाणी काम करणाऱ्या व्यक्तीचाही त्यामध्ये समावेश होतो.

कलम ३ : सरकार निर्देशित व्यवसायांसाठी किमान वेतन निश्चित करेल; ते संपूर्ण राज्यासाठी किंवा राज्याच्या काही भागांसाठी, तसेच सर्व अथवा काही निर्देशित व्यवसायांसाठी करता येईल. किमान वेतनाच्या दराचा पाच वर्षांनी पुनर्विचार होणे आवश्यक आहे. 'एखाद्या निर्देशित व्यवसायात संपूर्ण राज्यात एक हजारपेक्षा कमी कामगार असतील तर त्यासाठी किमान वेतन निश्चित न करण्याचे स्वातंत्र्य सरकारला आहे.'

जर एखाद्या व्यवसायात पगाराबद्दल न्यायालयात सुनावणी व वादविवाद चालू असेल किंवा न्यायालयीन निवाडा दिला गेला असेल तर सरकारने ठरवलेले किमान वेतन त्या व्यवसायाला लागू होणार नाही.

किमान वेतन पीस-रेट किंवा टाइम-रेट पद्धतीने देता येईल. कामाचे स्वरूप, व्यवसायाचे स्वरूप यावरून वेगवेगळे वेतन ठरवता येईल. शिवाय, ते विभागवार असेल.

कलम ४ : किमान वेतनामध्ये मूळ वेतन व विशेष भत्ता (महागाई भत्ता) यांचा समावेश असेल. विशेष भत्ता महागाई निर्देशांकाशी निगडित असेल आणि वेळोवेळी त्या रकमेचा पुनर्विचार केला जाईल. महागाई

भत्त्याऐवजी जीवनावश्यक वस्तूंचा सवलतीने पुरवठा केल्यास त्या सवलतीची किंमत पगारात धरता येईल अथवा मूळ वेतन, महाभाई भत्ता, सवलतीचे मूल्य हे सर्व मिळून पगारात समाविष्ट केले जाईल. (मूळ वेतन चार-पाच वर्षांनी तर विशेष भत्ता दर सहा महिन्यांनी बदलला जातो.)

कलम ५ : किमान वेतन निश्चितीसंबंधात सल्ला देण्यासाठी सरकार एक किंवा अधिक समित्या स्थापन करेल. प्रस्तावित वेतन गॅझेटमध्ये प्रकाशित करून संबंधितांची त्यावर दोन महिन्यांत प्रतिक्रिया मागवली जाईल. समितीचा सल्ला व या प्रतिक्रिया ध्यानात घेऊन किमान वेतन निश्चित केले जाईल.

कलम ७-९ : सरकारला सल्ला देण्यासाठी सल्लागार मंडळ व समित्या स्थापन केल्या जातील. त्यामध्ये व्यवस्थापन व कर्मचारी यांचे समप्रमाणात प्रतिनिधी असतील. एकूण सदस्यसंख्येच्या जास्तीत जास्त एक-तृतीयांश सदस्य तटस्थ व्यक्ती असतील, त्यातील एक समितीचा अध्यक्ष राहील.

कलम १२ : सरकारने निश्चित केलेल्या दरानुसार किमान वेतन चेकने द्यावे लागेल.

कलम १३-१६ : सरकार निर्देशित व्यवसायांमध्ये दिवसाचे कामाचे तास, विश्रांतीची वेळ, आठवड्याचा सुट्टीचा दिवस, ओव्हरटाइमचा दर निश्चित करू शकेल. कर्मचाऱ्याने कामाचा कंटाळा म्हणून कमी वेळ काम केल्यास त्याला पूर्ण दिवसाचा पगार मिळणार नाही.

कर्मचारी दोन वेगवेगळ्या प्रकारचे काम करत असल्यास त्याला या वेगवेगळ्या कामांसाठी निश्चित केलेले वेतन कामाच्या वेळेनुसार द्यावे लागेल.

कलम १८ : कर्मचारी, त्यांच्या कामाचे स्वरूप, पगार, पगाराच्या स्लीप्स व अन्य आवश्यक माहिती असलेली रजिस्टर्स व्यवस्थापनाला ठेवणे आवश्यक आहे.

कलम २० : 'पगार वेळेवर दिला नाही', 'कमी दिला', अशा तक्रारी कामगार गटविकास अधिकारी किंवा साहाय्यक कामगार आयुक्त यांच्याकडे स्वत:, अन्य कामगारांसह, वकील किंवा युनियन प्रतिनिधी यांच्यामार्फत करू शकतील. हा अर्ज तक्रार उद्भवल्यानंतर सहा महिन्यांत करावा लागेल. संबंधित अधिकारी योग्य ती चौकशी करतील, उभय पक्षांची बाजू ऐकतील आणि आपला निर्णय देतील. कर्मचाऱ्याला कमी पगार दिला गेला आहे, अशी त्यांची खातरी पटली तर कर्मचाऱ्याला पगारातील फरक व त्याच्या दसपट रकमेपर्यंत दंड देण्याचा आदेश ते व्यवस्थापनाला देतील. तक्रार खोटी असल्यास कर्मचाऱ्याला ५० रुपयांपर्यंत दंड देण्याचा आदेशही ते देऊ शकतील. अन्य न्यायालय यामध्ये हस्तक्षेप करू शकणार नाही.

कलम २२ : किमान वेतन न देणाऱ्या किंवा कामांच्या तासांच्या मर्यादेचे उल्लंघन करणाऱ्या व्यवस्थापनाला सहा महिन्यांपर्यंत कैद किंवा ५०० रुपयांपर्यंत दंड किंवा दोन्ही शिक्षा होऊ शकतील. अन्य तरतुदींच्या भंगासाठी साधारणपणे ५०० रुपयांपर्यंत दंड अशी शिक्षा आहे.

कलम २६ : अपंग कर्मचारी, एखादा विभाग, कर्मचारीसमूह यांना या कायद्यातून सूट देण्याचा सरकारला अधिकार आहे. (ज्या कंपन्यांमध्ये कर्मचाऱ्यांना किमान वेतनापेक्षा जास्त पगार दिला जातो, त्या कंपन्यांना हा कायदा लागू होत नाही. अशा कंपन्या पगारासाठी आपल्याला योग्य वाटेल त्या प्रकारे आपल्या वेतनश्रेणी निश्चित करू शकतात. कर्मचाऱ्यांना महाभाई भत्ता देणे त्यांच्यावर बंधनकारक नाही.)

महाराष्ट्र मिनिमम वेजेस रुल्स, १९६३

नियम २१ : कर्मचाऱ्यांचा पगार जास्तीत जास्त एक महिन्याच्या अंतराने द्यावा लागेल. निर्देशित व्यवसायांत १०००पेक्षा कमी कर्मचारी असल्यास महिना संपल्यानंतर सात दिवसांत अन्यथा दहा दिवसांत पगार द्यावा लागेल.

एखाद्या कर्मचाऱ्याला बडतर्फ केल्यास दोन दिवसांत त्याचा पगार द्यावा लागेल. (कामाचे दिवस, त्यामध्ये सुट्टीचा समावेश नाही.)

कायद्यात संमत असलेल्या गोष्टींसाठीच फक्त पगारातून काटछाट करता येईल.

नियम २३ : कर्मचाऱ्याला आठवड्यात एक सुट्टी (शक्यतो रविवार) द्यावी लागेल. सुट्टीच्या दिवशी काम करायचे असल्यास आधीच्या किंवा नंतरच्या पाच दिवसांत एक सुट्टी द्यावी लागेल. दहा दिवसांपेक्षा जास्त दिवस सलग काम करता येणार नाही.

नियम २४ : कामाचे दिवसाचे तास नऊ तर स्प्रेडओव्हर साडेदहा तास असेल; तर पाच तासांनी किमान अर्धा तास विश्रांतीची सुट्टी द्यावी लागेल.

सार्वजनिक वाहतूक सेवेतील कर्मचाऱ्याचे कामाचे, दिवसाचे तास आठ, स्प्रेडओव्हर १२ तास, तर आठवड्याचे तास ४८ असतील. जास्त कामासाठी ओव्हरटाइम द्यावा लागेल. तो दुप्पट दराने असेल.

फॅक्टरीज ॲक्टच्या तरतुदी बंधनकारक राहतील.

कलम २७ : व्यवस्थापनाला सर्व कर्मचाऱ्यांचे हजेरी तथा पगार रजिस्टर ठेवावे लागेल. कर्मचाऱ्याचे नाव, किमान वेतनाचा दर, त्याचा पगार, काटछाट, किती पगार दिला, कामाचे तास, रजेचा पगार वगैरेची त्यामध्ये नोंद करावी लागेल. कर्मचाऱ्याला तशा आशयाचे हजेरी कार्ड तथा पगाराची स्लीप व्यवस्थापनाला द्यावी लागेल. नोंद केल्यानंतर त्यापुढे कंपनी अधिकाऱ्याला सही करावी लागेल.

कलम ३२ : पगाराबाबत काही तक्रार असेल तर ती विहित नमुन्यात दोन प्रतींमध्ये आणि आवश्यक कागदपत्रे जोडून संबंधित अधिकाऱ्याकडे करणे आवश्यक आहे. सर्व कागदपत्रे ही प्रकरणाची सुनावणी सुरू होण्यापूर्वी सादर केली जाणे गरजेचे आहे. संबंधित अधिकारी दोन्ही बाजू ऐकून निर्णय देईल. एखादा पक्ष अनुपस्थित असल्यास त्याच्या अनुपस्थितीत निर्णय दिला जाऊ शकतो. हा पक्षकार वाटल्यास एका महिन्यात पुनर्विचारासाठी अर्ज करू शकतो.

विभागांची झोन १, झोन २, झोन ३ आणि झोन ४ अशी विभागणी करण्यात आली आहे. कर्मचाऱ्यांचे कुशल, निमकुशल, अकुशल असे गट आहेत. पगार हा झोन, व्यवसायाचे स्वरूप आणि कर्मचाऱ्याचे कौशल्य यावर ठरवला जातो. पगारातील मूळ वेतन हा भाग सुमारे ४ ते ५ वर्षे कायम असतो, विशेष भत्ता दरवर्षी जानेवारी आणि जुलैला बदलतो; त्याचे प्रमाण महागाई भत्ता निर्देशांकावर अवलंबून असतो. तो किती आहे, हे कामगार आयुक्त कार्यालयामधून समजू शकते.

महाराष्ट्रात किमान वेतनावर आणखी पाच टक्के घरभाडे देणे आवश्यक आहे.

न्यायालयीन निष्कर्ष

१. किमान वेतनापेक्षा कमी पगार दिला तर तो फरक मिळाला पाहिजे. पण त्यासाठी कायद्यात तरतूद असलेली दंडाची शिक्षा धर्मादाय संस्थेला करू नये. *कर्नाटक उच्च न्यायालय, धन्वंतरी इस्पितळ, सीएलआर ऑगस्ट २०१४*

२. किमान वेतनासाठी औद्योगिक विवाद कायद्याच्या कलम ३३ (सी)(२) खाली अर्ज करण्यापूर्वी संबंधित कायद्याखाली आपला किमान वेतनाचा हक्क आधी प्रस्थापित करणे आवश्यक आहे. *आंध्र प्रदेश उच्च न्यायालय, आंध्र सहकारी बँक, सीएलआर सप्टेंबर २०१५*

३. किमान वेतन न दिल्यास वेतनातील फरक व जास्तीत जास्त दहापट दंड अशी कायद्यात तरतूद आहे; पण त्यासंबंधी मार्गदर्शक तत्त्वे नाहीत. त्यामुळे किती दंड आकारायचा हे प्रत्येक प्रकरणावर अवलंबून राहील. उद्दिष्ट मालकाला शिक्षा करण्याचे नाही, तर कर्मचाऱ्याला भरपाई देण्याचे आहे. अडचणी, गैरसमज होते का, हेतू काय होता, रक्कम किती, उशीर किती, या सर्वांचा विचार व्हायला पाहिजे. *दिल्ली उच्च न्यायालय, टॉप्स सिक्युरिटी, सीएलआर मार्च २०१४*

४. कंपनीची परिस्थिती कितीही खराब असली तरी किमान वेतन द्यावे लागेल. *गुजरात उच्च न्यायालय, औद्योगिक सुरक्षा दल सोसायटी, सीएलआर डिसेंबर २०१३*

५. किमान वेतन कायदा ग्रामपंचायतींना लागू आहे. *राजस्थान उच्च न्यायालय, बरवाडा ग्रा.पं. सीएलआर नोव्हेंबर २०१२*

६. किमान वेतन न दिल्याबद्दल दंड ठोठावण्यापूर्वी आयुक्तांनी व्यवस्थापनाची बाजू ऐकायला हवी. *मध्य प्रदेश उच्च न्यायालय, चौरसिया, सीएलआर एप्रिल २०१२*

७. कॉल सेंटर ही व्यापारी संस्था आहे. तिला किमान वेतन कायदा लागू होतो. *दिल्ली उच्च न्यायालय, मँटेक कन्सल्टंट, सीएलआर जून २०१२*

८. किमान वेतन देता येत नसेल तर धंदा बंद करा. *मद्रास उ. न्या., तिरुची संगम, सीएलआर नोव्हेंबर २०१०*

९. किमान वेतन न देण्यामागे वाईट हेतू नव्हता, म्हणून दसपट दंड योग्य नाही. *मद्रास उच्च न्यायालय, वाल्को रोडवेज, एलएलजे २०१४-१-२४६*

१०. अपिलाला उशीर होत असेल तर त्याबरोबर दिरंगाई माफ करण्याचा अर्जही केला पाहिजे. *पाटणा उच्च न्यायालय, हिरालाल, सीएलआर वार्षिक २०१५*

११. आयुक्तांना कलम २०(२) खाली काही प्रकरणात दिरंगाई माफ करण्याचा अधिकार आहे. *आंध्र प्रदेश उच्च न्यायालय, स्पंदन लि., सीएलआर २०१४-१-२५३*

१२. ॲप्रेंटिसेस कायद्यासाठी नियुक्त करण्यात आलेल्या ॲप्रेंटिसेससाठी किमान वेतन निश्चित करण्याचा राज्य सरकारला अधिकार आहे. *मद्रास उच्च न्यायालय, मिल असो; एलएलएन २०१०-३-८३७*

१३. किमान वेतन खरेच कमी दिले आहे का, याची सरकारी अधिकाऱ्याने व्यक्तिशः खातरी करून घ्यायला हवी. *मुंबई उच्च न्यायालय, स्कॅन्टेक, एलएलजे २०१०-१-४७७*

१४. किमान वेतन हे द्यायलाच पाहिजे. पण, 'कंपनी बंद आहे', 'उत्पादन बंद आहे', म्हणून दंड नको. *अलाहाबाद उच्च न्यायालय, एफसीआय, सीएलआर २०१०-२-८६०*

■■■

सेक्शुअल हॅरॅसमेंट ऑफ विमेन ॲक्ट, २०१३
(महिला लैंगिक शोषणविरोधी कायदा, २०१३)

या कायद्याचे संपूर्ण नाव सेक्स्युअल हॅरॅसमेंट ऑफ विमेन ॲट वर्कप्लेस (प्रिव्हेन्शन, प्रोहिबिशन ॲण्ड रिड्रेसल) ॲक्ट, २०१३ असे आहे. तो कंपन्यांमध्ये, संस्थांमध्ये तसेच घरगुती कामे करणाऱ्या महिलांना लागू होतो. कायम, अर्ध वेळ, तात्पुरत्या, प्रशिक्षणार्थी तसेच कंत्राटदारामार्फत नेमलेल्या, अशा सर्व महिला कर्मचाऱ्यांचा त्यामध्ये समावेश आहे. महिलांना संरक्षण देणे, हे त्याचे उद्दिष्ट आहे.

कलम २(एन) : लैंगिक छळ म्हणजे–

अ) शारीरिक स्पर्श, त्यासाठीच्या सूचना, तसे हावभाव

ब) शरीरसुखाची मागणी

क) लैंगिक आशयाची शेरेबाजी

ड) अश्लील चित्रे दाखवणे

इ) लैंगिक संबंधांमध्ये रस दाखवणारे वर्तन

कलम ३ : कोणत्याही महिलेला कामाच्या ठिकाणी लैगिंक त्रास होता कामा नये. पुढील प्रकारचे वर्तनही लैंगिक छळ समजले जाते :

अ) शरीरसुखासाठी नोकरीमध्ये प्राधान्याने वागणूक देण्याचे आश्वासन

ब) नोकरीत त्रास, नुकसान करण्याची प्रत्यक्ष वा अप्रत्यक्ष धमकी

क) नोकरी, हुद्दा, दर्जा यासंबंधी प्रत्यक्ष वा अप्रत्यक्ष धमकी

ड) कामात हस्तक्षेप, कामाच्या ठिकाणी त्रास, अपमानास्पद परिस्थिती व वातावरण निर्माण करणे

इ) कर्मचाऱ्याचे आरोग्य, सुरक्षा याला त्रास होईल अशी वागणूक देणे

भाग २ : अंतर्गत तक्रार समिती

कलम ४ : प्रत्येक संस्था वा कंपनी आपल्या प्रत्येक कार्यालयांत एका 'अंतर्गत समिती'ची स्थापना करेल. या समितीत खालील सदस्यांचा समावेश असेल :

अ) त्याच कार्यालयातील अथवा त्या कार्यालयात नसेल तर अन्य कार्यालयांतून आणि तेथेही नसेल तर

व्यवस्थापनाच्या अन्य कंपनीतून एक वरिष्ठ महिला अधिकारी, जी समितीची अध्यक्षा असेल.

ब) महिलांसाठी अथवा सामाजिक कार्य करणारे किंवा कायद्याचे ज्ञान असलेले किमान दोन कर्मचारी.

क) या विषयाची माहिती असलेली किंवा स्वयंसेवी संस्थेतील किंवा महिलांच्या कल्याणासाठी काम करणाऱ्या संस्थेतील एक व्यक्ती.

कोणत्याही सदस्याविरुद्ध शिस्तभंग किंवा गुन्ह्याप्रकरणी चौकशी चालू असेल किंवा सिद्ध झाला असेल तर समितीचे सदस्य होता येणार नाही. अन्यथा सदस्याची मुदत तीन वर्षे राहील. सेवाभावी संस्थेच्या सदस्याला समितीच्या कामकाजासाठी योग्य ते मानधन द्यावे लागेल. (प्रतिदिन दोनशे रुपये व प्रवासखर्च)

भाग ३ : स्थानिक तक्रार समिती

कलम ५ : सरकार या कायद्याच्या अंमलबजावणीसाठी जिल्हाधिकारी किंवा जिल्हा मॅजिस्ट्रेट किंवा अतिरिक्त जिल्हा मॅजिस्ट्रेट यांची जिल्हानिहाय अधिकारी म्हणून नियुक्ती करेल.

कलम ६ : दहापेक्षा कमी कर्मचारी असलेल्या संस्थांमधील तक्रारी किंवा एखाद्या संस्थेत मालक वा मुख्याधिकारी याच्याविरुद्धच तक्रार असेल तर अशा तक्रारी ऐकण्यासाठी जिल्हानिहाय अधिकारी 'स्थानीय समिती'ची स्थापना करेल. जिल्हानिहाय अधिकारी प्रत्येक वॉर्डमध्ये वा ब्लॉकमध्ये या तक्रारी स्वीकारण्यासाठी एका अधिकाऱ्याची नेमणूक करतील. तो अधिकारी आलेली प्रत्येक तक्रार सात दिवसांत स्थानीय समितीकडे पाठवेल.

स्थानीय समितीमध्ये खालील पदाधिकारी असतील :

अ) समाजकार्य व महिला कल्याण या क्षेत्रात काम करणारी नामवंत महिला ही समितीची अध्यक्षा असेल.

ब) वॉर्डमध्ये किंवा ब्लॉकमध्ये काम करणारी एक महिला.

क) स्वयंसेवी संस्था किंवा महिला विकास संस्था किंवा या विषयाची माहिती असलेल्या दोन व्यक्ती, त्यातील किमान एक महिला असावी. शिवाय, किमान एका व्यक्तीला कायद्याचे ज्ञान असावे. किमान एक प्रतिनिधी मागासवर्गीय वा अल्पसंख्याक महिला असावी.

ड) जिल्ह्यामध्ये समाजकल्याण किंवा महिला व बालविकास अधिकारी असलेली व्यक्ती.

या सर्वांची मुदत नियुक्तीच्या दिवसापासून तीन वर्षे असेल. गुन्हा अथवा शिस्तभंग सिद्ध झाला असेल किंवा त्यासंबंधी चौकशी चालू असेल तर अशा व्यक्तीची समितीवर नियुक्ती करता येणार नाही. (ब) आणि (ड) प्रतिनिधींना सोडून अन्य प्रतिनिधींना बैठकीच्या कामकाजासाठी भत्ता द्यावा लागेल.

भाग ४ : तक्रार

कलम ९ : तक्रारदार महिला तीन महिन्यांत आपली तक्रार अंतर्गत समितीला (आणि ती नसल्यास स्थानीय समितीला) सादर करेल. तिचा मृत्यू झाला. असल्यास तिच्यातर्फे अन्य व्यक्ती ही तक्रार सादर करू शकेल.
कलम १० : तक्रारीची चौकशी करण्यापूर्वी समिती उभय पक्षांमध्ये तडजोड घडवून आणण्याचा प्रयत्न करेल. तडजोड झाल्यास ती नोंदवली जाईल आणि तिच्या प्रती व्यवस्थापन (जिल्हानिहाय अधिकारी) आणि उभय

पक्षांना देण्यात येतील. तडजोड झाल्यास नंतर चौकशी करता येणार नाही. मात्र, ही तडजोड आर्थिक स्वरूपाची असू शकणार नाही.

कलम ११ : घरगुती कर्मचाऱ्याची तक्रार असेल आणि तिच्यामध्ये प्रथमदर्शनी काही तथ्य दिसले तर स्थानीय समिती ते प्रकरण पोलिसांकडे सोपवेल. त्यासाठी सात दिवसांची मुदत आहे. कलम १० खाली झालेल्या तडजोडीतील मुद्द्यांचे पालन होत नाही असे तक्रारदार महिलेने कळवल्यास अंतर्गत समिती चौकशी करून योग्य वाटल्यास पोलिसांकडे तक्रार करेल.

अन्य प्रकरणी संस्थेच्या नियमांनुसार चौकशी होईल. ती ९० दिवसांत संपवावी लागेल.

फौजदारी खटल्यात आरोपी दोषी ठरल्यास त्याने तक्रारदार महिलेला आर्थिक भरपाई द्यावी, असा आदेश न्यायालय देऊ शकते.

भाग ५ : चौकशी

कलम १२ : तक्रारदार महिलेने लेखी विनंती केल्यास चौकशीच्या काळात समिती 'तिला तीन महिने जादा पगारी रजा द्या' किंवा 'दोघांपैकी एकाची दुसऱ्या ठिकाणी बदली करा' असा आदेश व्यवस्थापनाला देऊ शकते. हा आदेश व्यवस्थापनावर बंधनकारक आहे.

चौकशी संपल्यानंतर चौकशीचा अहवाल दहा दिवसांत व्यवस्थापन व संबंधितांना देण्यात येईल. कर्मचाऱ्यावर योग्य ती कारवाई आणि त्याच्या पगारातून महिलेला योग्य ती आर्थिक भरपाई देण्याचा आदेश समिती व्यवस्थापनाला देऊ शकेल. या आदेशाची ६० दिवसांत अंमलबजावणी करावी लागेल.

महिलेने जाणूनबुजून खोटी तक्रार केली आहे, असे निष्पन्न झाल्यास तिच्यावरही कारवाई करण्याची शिफारस समिती व्यवस्थापनाला करू शकेल. खोटी साक्ष देणाऱ्या साक्षीदारावरही कारवाई करता येईल.

महिलेला किती त्रास झाला, तिच्या प्रगतीमध्ये किती अडथळा आला, तिला शारिरीक व मानसिक आजारपणासाठी किती खर्च करावा लागेल, आरोपीची आर्थिक स्थिती, एकरकमी किंवा हप्त्याने देण्याची क्षमता, या सर्व गोष्टींचा विचार करून महिलेला किती भरपाई द्यावी याचा निर्णय समिती घेईल.

कलम १६ : तक्रार, चौकशी, महिला, आरोपी, तडजोडीचे प्रयत्न, समितीच्या शिफारशी, निर्णय यासंबंधी कोणतीही माहिती प्रसिद्ध करता येणार नाही. महिलेला न्याय काय मिळाला, हे मात्र महिलेचे नाव जाहीर न करता सांगता येईल.

समितीच्या शिफारशींविरुद्ध तक्रार असेल तर न्यायालयात दाद मागता येईल.

भाग ६ ते भाग ८ : व्यवस्थापनाची जबाबदारी

कलम १९ : व्यवस्थापनाने पुढील गोष्टी करणे आवश्यक आहे :

अ) महिलांसाठी सुरक्षित वातावरण

ब) लैंगिक छळ केल्याचे दुष्परिणाम तसेच अंतर्गत समितीची स्थापना यांची सूचनाफलकावर सूचना

क) अंतर्गत समिती तसेच कर्मचारी यांच्यासाठी हा विषय आणि हा कायदा यांची माहिती देणारी शिबिरे वेळोवेळी घेणे

ड) समितीच्या सदस्यांना चौकशीसाठी साहाय्य

इ) महिला कर्मचाऱ्याची इच्छा असल्यास तिला पोलिसांकडे तक्रार करण्यासाठी मदत, कायदेशीर कारवाई सुरू होण्यासाठी साहाय्य

ई) लैंगिक छळाचा गैरवर्तन म्हणून सेवाशर्तीत समावेश, त्याविरुद्ध कारवाई

फ) अंतर्गत समितीचे अहवाल वेळेवर येत असल्याची खातरी करणे

कलम २० : या विषयाची माहिती, महिलांचे हक्क याबद्दल सेवाभावी संस्थांमार्फत जागृती करणे, स्थानीय समितीचे अहवाल वेळेवर येत आहेत, याची खातरी करणे ही जिल्हानिहाय अधिकाऱ्याची जबाबदारी आहे.

अंतर्गत समिती व्यवस्थापनाला; तर स्थानीय समिती जिल्हानिहाय अधिकाऱ्याला आपला वार्षिक अहवाल सादर करेल. स्थानीय समिती अहवालाबाबत संक्षिप्त अहवाल जिल्हानिहाय अधिकारी सरकारला पाठवेल.

आवश्यक ती माहिती मागवणे, जनजागृती, कायद्याची अंमलबजावणी, कायद्याचा भंग करणाऱ्यांना दंड करणे, ही सरकारची जबाबदारी आहे.

न्यायालयीन निष्कर्ष

१. महिला कर्मचाऱ्यांशी केलेल्या गैरवर्तनाबद्दल झालेली प्राचार्यांची बडतर्फी मद्रास न्यायालयाने योग्य ठरवली. त्याविरुद्ध सव्वा तीन वर्षांनी त्यांनी केलेले अपील 'दिरंगाईला न्याय्य कारणे नाहीत' म्हणून सर्वोच्च न्यायालयाने फेटाळले. *सर्वोच्च न्यायालय, डॉ. इस्माईल, सीएलआर डिसेंबर २०१५*

२. लैंगिक शोषणाविरोधी कायद्याखाली आवश्यक असलेली 'अंतर्गत तक्रार समिती' संस्थेला स्थापन करावी लागेल, समितीच्या अध्यक्षपदी कार्यालयातील वरिष्ठ पातळीवर काम करणारी महिला हवी. तशी नसेल तर अन्य कार्यालयांतून आणि तिथेही नसेल तर त्याच व्यवस्थापनाच्या अन्य कार्यालयांतून अशी महिला नेमणे बंधनकारक आहे. समितीचे निम्मे सदस्य महिला आणि कालावधी तीन वर्षे आहे. महिलांसाठी काम करणारे किंवा कायद्याचे ज्ञान असलेले दोन कर्मचारी, महिलांसाठी काम करणाऱ्या स्वयंसेवी संस्थेचा प्रतिनिधी या समितीमध्ये हवेत. समिती अशी नसेल तर तिचे सर्व अहवाल रद्द समजले जातील. *गुजरात उच्च न्यायालय, तांत्रिक प्रशिक्षण विद्यालय, सीएलआर ऑक्टोबर २०१५*

३. ज्या अधिकाऱ्याविरुद्ध लैंगिक छळ केल्याची तक्रार आहे, त्याच्यापेक्षा समितीच्या अध्यक्षा वरिष्ठ असली पाहिजे, असा नियम नाही. *अलाहाबाद उच्च न्यायालय, सीएलआर सप्टेंबर २०१५*

४. लैंगिक छळ म्हणजे (अ) शारीरिक स्पर्श (ब) सूचक वर्तन (क) लैंगिक सुखाची मागणी करणे. (ड) तशा अर्थाचे अभिप्रेत वर्तन वा शेरेबाजी (इ) अश्लील फोटो दाखवणे *सर्वोच्च न्यायालयाने केलेली व्याख्या.*

५. विनयभंगाची तक्रार करणाऱ्या महिलेचीच इच्छा नसताना दूरवर बदली करणे अन्यायकारक आहे. त्यामुळे अन्य महिला कर्मचाऱ्यांवर विपरीत परिणाम होईल. *ओरिसा न्यायालय, शांतिलता, सीएलआर सप्टेंबर २०१२*

६. लैंगिक छळासंबंधी मार्गदर्शक सूत्रे :

अ) महिलांना लैंगिक त्रास होणार नाही, यासाठी व्यवस्थापनाने पावले उचलावीत.

ब) सर्व संस्थांनी आपल्या नियमात लैंगिक त्रासाविरुद्ध शिक्षेचा समावेश करावा.

क) संबंधित कर्मचाऱ्यावर शिस्तभंगाची कारवाई

ड) योग्य तिथे फौजदारी, संबंधित महिला व साक्षीदारांना संरक्षण

इ) तक्रार हाताळण्यासाठी नियमावली व कालमर्यादा

फ) तक्रार निवारण समितीची स्थापना

ग) त्रास देणाऱ्या अधिकाऱ्याची चौकशी होईपर्यंत बदली

सर्वोच्च न्यायालय, मेधा कोतवाल, सीएलआर नोव्हेंबर २०१२

■■■

काही महत्त्वाचे न्यायालयीन निष्कर्ष

सेवानियमितता

१. सेवानियमितता या विषयात न्यायालयांनी फार जपून लक्ष दिले पाहिजे. एखाद्या संस्थेत आपण काम करतो आहोत, या एकाच कारणास्तव कंत्राटी कामगार आपल्याला कायम करा, अशी मागणी करू शकत नाहीत. *कोलकाता उच्च न्यायालय, हलदिया डॉक, सीएलआर सप्टेंबर २०११*

२. नगरपालिकेतील नोकऱ्यांना राज्य सरकारचे नियम लागू आहेत. एखाद्या कर्मचाऱ्याने बरीच वर्षे काम केले असेल तर त्याचा त्या जागेसाठी विचार करता येईल, अन्य जागेसाठी नाही. *मुंबई उच्च न्यायालय, चंद्रपूर पालिका, सीएलआर जुलै २०११*

३. नोकरीसाठी जागा निर्माण करण्याचे अधिकार फक्त राज्य सरकारला आहेत, पालिकेला नाहीत, न्यायालयाला नाहीत. बराच काळ रोजंदारीवर कामगार असले की जागा आहेत, हे खासगी क्षेत्राचे तत्त्व सरकारी क्षेत्राला लागू होईलच असे नाही. रिक्त मंजूर जागा आहेत, कर्मचारी पात्र आहे, न्यायालयीन हस्तक्षेपाशिवाय त्याने दहा वर्षांपेक्षा जास्त काळ अखंडित काम केले असेल तरच त्याला नियमित करता येते. *मुंबई उच्च न्यायालय, श्रीरामपूर पालिका, सीएलआर जून २०११*

४. तात्पुरत्या कर्मचाऱ्याचा पदावर हक्क नसतो. उच्च न्यायालयांना कोणालाही नोकरीत नियमित करण्याचा हक्क नाही. *सर्वोच्च न्यायालय, रेखाराणी, सीएलआर मे २०११*

५. नियमानुसार नियुक्त केलेल्या कर्मचाऱ्यांनाच फक्त सेवानियमिततेचा हक्क आहे. नियम डावलून नियुक्त केलेल्या किंवा अपात्र किंवा जागा नसताना घेतलेल्या कर्मचाऱ्यांना हा हक्क पोहोचत नाही. *सर्वोच्च न्यायालय, गदग जि. प., सीएलआर सप्टेंबर २०१०*

६. दीर्घ सेवा हे नोकरीमध्ये नियमित करण्याचे कारण नाही. भ्रष्टाचार व वशिलेबाजी टाळण्यासाठी नोकरभरतीचा कायदेशीर मार्ग अवलंबणे आवश्यक आहे. *गुजरात उच्च न्यायालय, भावनगर पालिका, सीएलआर ऑक्टोबर २०१०*

७. हंगामी कामगारांना नियमित कर्मचाऱ्यांप्रमाणे वेतनश्रेणी देता येत नाही. *सर्वोच्च न्यायालय, उत्तर प्रदेश*

सहकारी बँक, सीएलआर २०१०-३-१९

८. राज्य अनुचित कामगार प्रथा कायद्याखाली कलम ३० आणि ३२नुसार कामगारांना सेवेमध्ये कायम करण्याचा आदेश औद्योगिक न्यायालय देऊ शकते. *मुंबई उच्च न्यायालय, जिंतूर पालिका, सीएलआर जून २०१३*

९. सार्वजनिक कंपन्यांच्या नोकरीमध्ये घटनेच्या कलम १४ आणि १६नुसार सर्वांना समान संधी देण्यात आली आहे. जाहिरात, लेखी परीक्षा, मुलाखत अशी नोकरभरतीची पारदर्शक प्रक्रिया हवी. ती बाजूला ठेवून थेट महाविद्यालयांतून कंपन्यांना भरती करता येणार नाही. *मुंबई उच्च न्यायालय, सेंट्रल बँक, सीएलआर मे २०१३*

१०. बंधनकारक नसताना कँटीन सुरू केले. सर्व सुविधा मोफत दिल्या, कंत्राटदाराशी करार न करता कँटीन चालवले, अन्य कार्यालयांतील कँटीन कर्मचाऱ्यांना कायम केले तर मग या कार्यालयातील कर्मचाऱ्यांनाही कायम करायला हवे. *गुजरात उच्च न्यायालय, ओएनजीसी, सीएलआर जानेवारी २०१३*

११. पालिकेसारख्या स्थानिक संस्था हंगामी कामगार नेमू शकतात, त्यांना कायम करण्याची शिफारस करू शकतात; पण कायम करू शकत नाहीत, तो अधिकार सरकारचा आहे. कंत्राटी कामगार संस्थेचे, तर कामगार राज्य सरकारी कामगार होऊ शकत नाहीत. कर्मचारी नोकरी चालू ठेवण्याची मागणी करू शकतात, सेवानियमिततेची नाही. *मुंबई उच्च न्यायालय, सांगली पालिका, सीएलआर सप्टेंबर २०१२*

१२. कामाची गरज असेल तेव्हा वरिष्ठ जागेवर तात्पुरते काम करणाऱ्या कनिष्ठ कर्मचाऱ्याचा वरिष्ठ जागेवर हक्क निर्माण होत नाही. *अलाहाबाद उच्च न्यायालय, खरनान, सीएलआर जुलै २०१२*

१३. कंपनीच्या सुरुवातीपासून कँटीन आहे का, कँटीन कर्मचारी बराच काळ नोकरीवर आहेत का, सोयी कंपनीने पुरवल्या आहेत का, कर्मचाऱ्यांचे पगार कंपनी भरून देते का, मेनू, खाद्यपदार्थांचा दर कंपनी ठरवते का, कंत्राटदार तसेच कर्मचारी यावर कंपनीचे देखरेख व नियंत्रण आहे का, हे निकष पूर्ण होत असतील तरच कँटीनचे कर्मचारी कंपनीचे कर्मचारी होतील. *मद्रास उच्च न्यायालय, मद्रास फर्टिलायझर्स, सीएलआर ऑगस्ट २०१२*

१४. सरकारने कायमस्वरूपी जागा भरण्याची परवानगी दिली आणि मूळ नियुक्ती ही नियमानुसार असेल तरच कर्मचाऱ्याची सेवानियमितता होऊ शकते. *मुंबई उच्च न्यायालय, वन खाते, सीएलआर एप्रिल २०१२*

१५. दूरवर, खूप आतील भागांत शारीरिक, निमकुशल आणि अकुशल कामासाठी स्थानिक उमेदवारांना प्राधान्य मिळायला हवे, त्यासाठी बाहेरचे उमेदवार आणले तर स्थानिक कामगारांच्या हक्कांचा भंग होईल. समान संधीचे घटनेचे कलम १४ आणि १६ जास्त ताणण्यात अर्थ नाही. *पंजाब उच्च न्यायालय, वनखाते, सीएलआर जून २०१२*

१६. प्रशिक्षणाचा भाग म्हणून दोन वर्षे बाँडवर सरकारी इस्पितळात काम केले म्हणून परिचारिकांचा नोकरीवर हक्क निर्माण होत नाही. *मुंबई उच्च न्यायालय, सीएलआर जुलै २०१४*

१७. कनिष्ठांना कायम केले आणि वरिष्ठ कर्मचाऱ्याला विनाकारण डावलले तर वरिष्ठालाही कायम करावे लागेल. *गुजरात उच्च न्यायालय, जुनागढ सहकारी बँक, सीएलआर जुलै २०१४*

१८. अर्धवेळ कर्मचाऱ्यांना सरकारी सेवेमध्ये कायम करता येणार नाही. ते कोणत्याही रिक्त जागेवर काम करत नाहीत. त्यांना अन्य कर्मचाऱ्यांप्रमाणे पगार किंवा सेवानियमितता मागता येणार नाही. *सर्वोच्च न्यायालय, तामिळनाडू शालेय शिक्षण विभाग, सीएलआर एप्रिल २०१४*

१९. बँकेने प्रायोगिक कामासाठी पारदर्शी पद्धतीने काही कंत्राटी अधिकाऱ्यांची नेमणूक केली. हे प्रायोगिक काम कायमस्वरूपी करायचे असेल तर जाणकार आणि उत्कृष्ट काम करत असलेल्या कंत्राटी अधिकाऱ्यांना बँकेच्या सेवेत कायम करायला हरकत नाही. सार्वजनिक बँकांवर फार नियंत्रणे आणली तर त्या खासगी बँकांशी स्पर्धा करू शकणार नाहीत. *दिल्ली उच्च न्यायालय, स्टेट बँक, सीएलआर जून २०१५*

२०. पंचायतीत कायम तसेच रोजंदारीवरील सफाई कामगार आहेत. त्यांच्या शर्ती समान; पण पगारात खूप फरक आहे. भरतीवर निर्बंध नाहीत. पंचायतीची आर्थिक स्थिती ठीक आहे. कामगारांना बरीच वर्षे हंगामी ठेवणे ही अनुचित प्रथा आहे. त्यांना कायम करावे. *सर्वोच्च न्यायालय, उमराळा पंचायत, सीएलआर मे २०१५*

२१. शिपायासारख्या पदासाठी जास्तीत जास्त शैक्षणिक पात्रता ठेवणे योग्य नाही. कमी शिकलेल्या माणसांना प्रगती करता येणार नाही. *सर्वोच्च न्यायालय, आयुर्विमा महामंडळ, सीएलआर ऑक्टोबर २०१४*

स्वेच्छानिवृत्ती

१. स्वेच्छानिवृत्तीचा अर्ज केलेला कर्मचारी स्वेच्छानिवृत्तीची तारीख येण्यापूर्वी कधीही आपला अर्ज मागे घेऊ शकतो. अर्जामध्ये नमूद केलेल्या तारखेआधी निवृत्ती अमलात येत नाही आणि त्या तारखेआधी निवृत्तीची विनंती स्वीकारल्याचा निर्णय व्यवस्थापन घेऊ शकत नाही. *गुजरात उच्च न्यायालय, बलराम संघ, सीएलआर ऑक्टोबर २०११*

२. कामगाराने नाइलाजास्तव दिलेला राजीनामा व्यवस्थापन स्वीकारू शकत नाही. *गुजरात उच्च न्यायालय, महावीर गोहिल, सीएलआर ऑक्टोबर २०११*

३. कर्मचाऱ्याने आपल्या स्वेच्छानिवृत्ती अर्जात सेवामुक्तीची तारीख दिली की तोपर्यंतच व्यवस्थापन इच्छा असल्यास त्याविरुद्ध शिस्तभंगाची कारवाई करू शकते. *आंध्र प्रदेश उच्च न्यायालय, पठाण शफी, सीएलआर मे २०११*

४. स्वेच्छानिवृत्तीची विनंती व्यवस्थापनाने मान्य केल्यानंतर कर्मचाऱ्याला त्याचा स्वेच्छानिवृत्तीचा अर्ज मागे घेता येणार नाही. *दिल्ली उच्च न्यायालय, अन्न महामंडळ, सीएलआर एप्रिल २०११*

५. स्वेच्छानिवृत्ती हा कर्मचाऱ्याचा हक्क नाही. तसेच एखाद्या कर्मचाऱ्याचा हा अर्ज विनाकारण किंवा वाईट हेतूने फेटाळण्याचे अमर्याद स्वातंत्र्य व्यवस्थापनालाही नाही. ज्याची गुणवत्ता, कौशल्य कमी, रेकॉर्ड खराब आहे त्याला व्यवस्थापन स्वेच्छानिवृत्ती नाकारू शकत नाही. *सर्वोच्च न्यायालय, इंडियन ओव्हरसीज बँक, सीएलआर मार्च २०११*

६. स्वेच्छानिवृत्तीची प्रक्रिया अर्ज केल्यानंतर सुरू होते आणि निवृत्तीच्या दिवशी संपते. म्हणून प्रत्यक्ष निवृत्त होण्याआधी कर्मचारी स्वेच्छानिवृत्तीमधून माघार घेऊ शकतो. *दिल्ली उच्च न्यायालय, रघुवीरसिंग,*

सीएलआर जुलै २०१२

७. स्वेच्छानिवृत्तीनंतर वेतनश्रेणीची पुनर्रचना झाली आणि ती जरी पूर्वलक्ष्यी प्रभावाने झाली तरी स्वेच्छानिवृत्ती घेतलेल्या कर्मचाऱ्यांना त्याचा फायदा मिळणार नाही. *दिल्ली उच्च न्यायालय, आयडीपीएल, सीएलआर जून २०१३*

८. स्वेच्छानिवृत्तीचा एखादा अर्ज नाकारायचा असेल तर व्यवस्थापनाने त्याची कारणे नमूद करणे आवश्यक आहे. *आंध्र प्रदेश उच्च न्यायालय, हिंदुस्थान एरोनॉटिक्स, सीएलआर एप्रिल २०१३*

९. कर्मचाऱ्याने स्वेच्छानिवृत्ती स्वीकारली, सर्व आर्थिक लाभ घेतले आणि नंतर स्वेच्छानिवृत्तीविरुद्ध तक्रार केली तर कामगार न्यायालयाने ती ऐकण्यापूर्वी स्वेच्छानिवृत्तीचे मिळालेले सर्व पैसे परत कंपनीला देणे आवश्यक आहे. *सर्वोच्च न्यायालय, मारुती सुझुकी, सीएलआर ऑक्टोबर २०११*

१०. सेवानिवृत्ती योजनेमध्ये 'फक्त कायम नोकरीचा काळ सेवेमध्ये धरण्यात येईल', असा उल्लेख नसेल तर आधीचा टेंपररी, नैमित्तिक नोकरीचा काळही एकूण कालावधीमध्ये धरावा लागेल. *मद्रास उच्च न्यायालय, जयराज, सीएलआर जानेवारी २०१४*

११. एका स्वेच्छानिवृत्तीचा फायदा घेतलेला कर्मचारी नंतरच्या स्वेच्छानिवृत्ती योजनेचे फायदे मागू शकत नाही. *छत्तीसगढ उच्च न्यायालय, स्टील ॲथॉरिटी, एलएलजे २०१०-४-४३२*

अनुकंपा नेमणूक

१. कर्मचाऱ्याच्या निधनामुळे किंवा वैद्यकीय कारणास्तव घेतलेल्या अकाली निवृत्तीमुळे जर त्याचे कुटुंब मोठ्या आर्थिक अडचणीत आले असेल तरच त्याच्या कुटुंबातील पात्र व्यक्तीला अनुकंपा नेमणूक देणे योग्य ठरेल. *सर्वोच्च न्यायालय, टपाल खाते, सीएलआर मे २०११*

२. अनुकंपा नेमणूक हा हक्क नाही, नोकरीचा स्रोत नाही, लॉटरी किंवा जॅकपॉट नाही. गुणवत्ता आणि सर्वांना समान संधी या घटनेतील नियमांना तो अपवाद आहे. व्यवस्थापनाच्या योजनेनुसारच अनुकंपा नेमणूक मिळेल. मोडकळीला आलेली आर्थिक स्थिती, कुटुंबाला तातडीने आवश्यक असलेली आर्थिक मदत आणि उमेदवाराची पात्रता हे अनुकंपा निकष आहेत. सी आणि डी श्रेणीतील जास्तीत जास्त पाच टक्के जागा त्यासाठी राखीव ठेवता येऊ शकतील. *सर्वोच्च न्यायालय, टपाल खाते, सीएलआर मे २०११*

३. कर्मचाऱ्याच्या मृत्यूनंतर बऱ्याच काळाने जर अनुकंपा नेमणुकीसाठी अर्ज आला तर त्याचा अर्थ कुटुंबाने आर्थिक संकटांतून मार्ग काढला आहे. मग अशी उशिरा अनुकंपा नेमणूक केली तर ती घटनेच्या कलम १४ आणि १६ विरुद्ध ठरेल. *सर्वोच्च न्यायालय, कराईकल पालिका, सीएलआर मे २०११*

४. सरकारी नोकरी हा वारसाहक्क नव्हे, अनुकंपा नेमणूक म्हणजे घबाड नव्हे. अनुकंपा नेमणुकीचा अर्ज कर्मचाऱ्याच्या मृत्यूनंतर शक्य तितक्या लवकर करण्यात आला पाहिजे. *मुंबई उच्च न्यायालय, रेल्वे, सीएलआर नोव्हेंबर २०१०*

५. अनुकंपा नेमणुकीसाठी निश्चित केलेले पात्रतेचे निकष न्यायालयांना बदलता येणार नाहीत, ते फक्त व्यवस्थापन बदलू शकते; जर ते अवघड आणि अन्यायकारक असले तरच! नियम एकांगी आणि

पक्षपाती असले तरच न्यायालय ते बदलू शकेल. *सर्वोच्च न्यायालय, गुजरात पोलीस, सीएलआर ऑक्टोबर २०१२*

६. अनुकंपा नेमणुकीसाठी विवाहित कन्येबाबत भेदभाव करता येणार नाही. *मद्रास उच्च न्यायालय, एसटी, सीएलआर जानेवारी २०१३*

७. अनुकंपा नेमणूक आधी थेट वारसाला आणि तो नसल्यास मग कुटुंबातील अन्य सदस्याला देण्याचा विचार करावा लागेल. *कोलकाता उच्च न्यायालय, ईस्टर्न कोलफिल्ड, सीएलआर नोव्हेंबर २०१२*

८. कर्मचाऱ्याची बडतर्फी रद्द झाली; पण तो कामावर रुजू होण्यापूर्वीच मरण पावला, तर त्याच्या वारसाला अनुकंपा नेमणूक देणे बंधनकारक आहे. *उत्तराखंड उच्च न्यायालय, जल संस्थान, सीएलआर ऑगस्ट २०१२*

९. संस्थेच्या नियमात नसेल तर अनुकंपा नेमणूक देता येणार नाही. अनुकंपा नेमणूक न्यायालयांना खिरापतीसारखी वाटता येणार नाही. बाहेरील गरीब व पात्र उमेदवारांवर अन्याय करून चालणार नाही. *गुजरात उच्च न्यायालय, पीडब्ल्यूडी, सीएलआर एप्रिल २०१४*

१०. वारसाने ज्या श्रेणीमध्ये अनुकंपा नेमणूक मागितली असेल त्या श्रेणीतील एकूण रिक्त जागांपैकी पाच टक्के जागा अनुकंपा तत्त्वावर भरता येतील. *सर्वोच्च न्यायालय, कॅग, सीएलआर जुलै २०१२*

११. अनुकंपा नेमणूक ही संस्थेच्या नियमांनुसार आणि शक्यतो तृतीय व चतुर्थ श्रेणीमध्ये व्हायला हवी. अनुकंपा नेमणुकीच्या अर्जावर त्वरित निर्णय व्हावा. योजनेतील नोकरी मिळण्याचा हक्क योजनेमध्ये पूर्वलक्ष्यी प्रभावाने बदल करून काढून घेता येणार नाही. *सर्वोच्च न्यायालय, कॅनरा बँक, सीएलआर जुलै २०१५*

जादा रकमेची वसुली

१. कर्मचाऱ्याने जर खोटी माहिती सांगितली नसेल किंवा व्यवस्थापनाने एखाद्या नियमाचा अर्थ चुकीचा लावला असेल तर त्यामुळे कर्मचाऱ्याला मिळालेली जादा रक्कम त्याच्या निवृत्तीनंतर त्याच्याकडून वसूल करता येणार नाही. पण, जादा रक्कम मिळते आहे हे कर्मचाऱ्याला माहीत असेल किंवा व्यवस्थापनाने जर लगेच चूक दुरुस्त केली तर ही रक्कम कर्मचाऱ्याकडून वसूल करता येईल. *मुंबई उच्च न्यायालय, डॉ. ननावरे, सीएलआर मे २०११*

२. स्वतःच्या चुकीने जादा दिलेली रक्कम व्यवस्थापन बऱ्याच काळाने आणि निवृत्तीनंतर कर्मचाऱ्याकडून वसूल करू शकत नाही. उतारवयात त्याच्यासमोर आर्थिक अडचणी निर्माण करता येणार नाहीत. *राजस्थान उच्च न्यायालय, अजमेर विद्युत निगम, सीएलआर जानेवारी २०१३*

३. २८ वर्षे दिलेला पगार वसूल करण्याचा आदेश आणि तोही मृत कर्मचाऱ्याच्या कुटुंबीयांकडून म्हणजे एकांगी, पक्षपाती व विचारशून्य कारवाई आहे. *मुंबई उच्च न्यायालय, मुंबई महापालिका, सीएलआर सप्टेंबर २०१२*

४. जादा दिलेले पैसे वसूल करायचे असतील तर चूक स्वतः कर्मचाऱ्याची होती किंवा त्याने फसवले होते,

हे व्यवस्थापनाने सिद्ध करणे आवश्यक आहे. *कोलकाता उच्च न्यायालय, मिहिर मैत्री, सीएलआर एप्रिल २०१२*

५. जास्त दिलेल्या रकमेची वसुली तृतीय आणि चतुर्थ श्रेणी कर्मचारी, निवृत्त कर्मचारी, निवृत्तीला एक वर्ष शिल्लक असलेले कर्मचारी यांच्याकडून करू नये. जर जादा वेतन पाच वर्षांसाठी जादा काळ दिले गेले असेल, वसुलीमुळे कर्मचारी आर्थिक अडचणीत येत असेल तर त्याच्याकडूनही वसुली करू नये. एखाद्याला चुकून वरच्या श्रेणीचे काम आणि पगार दिला असेल तर तोही वसूल करू नये. कर्मचाऱ्याला जर माहीत असेल की आपल्याला जास्त पगार चुकून दिला जात आहे किंवा संबंधित खात्याला पाच वर्षांच्या आत जर आपली चूक ध्यानात आली तर मात्र जादा रक्कम वसूल करण्यात यावी. *सर्वोच्च न्यायालय, पंजाब सरकार, सीएलआर फेब्रुवारी २०१५*

६. चुकून का दिला असेना, पण दिल्या गेलेल्या सरकारी पैशावर कर्मचाऱ्यांचा हक्क व अधिकार नाही. त्यांना फुकट श्रीमंती मिळणार नाही. वसुलीमुळे कर्मचाऱ्यांना खूप आर्थिक अडचणी येणार नसतील तर जरूर त्यांच्याकडून वसुली करावी. *गुजरात उच्च न्यायालय, मॅरिटाइम बोर्ड, सीएलआर ऑगस्ट २०१४*

पेन्शन

१. आधी निवृत्त झालेल्या कर्मचाऱ्याची पेन्शन नंतर निवृत्त झालेल्या कर्मचाऱ्याएवढी असू शकत नाही. पेन्शन फॉर्म्युला एक असतो, पेन्शन नाही. *पंजाब उच्च न्यायालय, पी. सी. जैन, सीएलआर मार्च २०१६*

२. पेन्शनमधील बदल कोणत्या तारखेपासून लागू करायचे, हे आर्थिक स्थिती व अन्य गोष्टींवर अवलंबून घेतलेले धोरणात्मक निर्णय असतात. न्यायालयांनी शक्यतो त्यामध्ये हस्तक्षेप करू नये. *मध्य प्रदेश उच्च न्यायालय, पीसीजैन सीएलआर मार्च २०१६*

३. नियम बदलायचे आणि कर्मचाऱ्याची पेन्शन काढून घ्यायची; शिवाय नियमही पूर्वलक्ष्यी प्रभावाने बदलायचे, असे चालणार नाही. *मुंबई उच्च न्यायालय, खादी ग्रामोद्योग, सीएलआर जानेवारी २०१६*

४. कर्मचारी स्वेच्छानिवृत्ती वा अन्य कोणत्याही कारणाने निवृत्त होवो, पेन्शनचे नियम सर्वांना समान आहेत. केंद्रीय नागरी सेवा पेन्शन नियमानुसार २० वर्षे नोकरी करून निवृत्त झालेल्या कर्मचाऱ्याच्या सेवाकाळात पाच वर्षांनी वाढ करण्यात येते. त्यामुळे कर्मचाऱ्यांचे वेगळे वर्ग निर्माण होतात, २० वर्षांपेक्षा कमी नोकरी केलेल्या कर्मचाऱ्यांवर अन्याय होतो, असे म्हणता येणार नाही. *हिमाचल प्रदेश उच्च न्यायालय, ब्रिजलाल ठाकूर, सीएलआर सप्टेंबर २०१५*

५. वर्क-चार्ज कर्मचाऱ्याची तुलना नियमित कर्मचाऱ्याशी करता येत नाही. वर्क-चार्ज कर्मचारी म्हणून काम केलेला कालावधी पेन्शनसाठी धरता येणार नाही. *अलाहाबाद उच्च न्यायालय, मनोरमा शर्मा, सीएलआर सप्टेंबर २०१५*

६. पेन्शनसाठी नोकरीच्या कालावधीमध्ये निलंबन काळ मोजला पाहिजे. *आंध्र प्रदेश उच्च न्यायालय, स्टेट बँक, सीएलआर जुलै २०१५*

७. सक्तीने निवृत्त केलेल्या कर्मचाऱ्यांचा पेन्शनवर हक्क नाही. तो बँकेचा निर्णय आहे. *कर्नाटक उच्च*

न्यायालय, कॅनरा बँक, सीएलआर जून २०१५

८. बँक व युनियन यांच्यातील करार आणि पेन्शन नियम यांचा एकत्रपणे विचार करायला हवा. त्यानुसार बडतर्फ कर्मचाऱ्यालाही पेन्शन मिळायला हवी. *गुजरात उच्च न्यायालय, बँक ऑफ बडोदा, सीएलआर जून २०१४*

९. पेन्शन ही कर्मचाऱ्याची वैयक्तिक मालमत्ता आहे. नियमात तरतूद असेल तरच पेन्शन रोखता येईल. *मुंबई उच्च न्यायालय, नाशिक जि.प. सीएलआर जानेवारी २०१५*

१०. पेन्शन हा कायदेशीर हक्क आहे. जोपर्यंत कर्मचाऱ्याचे गैरवर्तन सिद्ध होत नाही, तोपर्यंत पेन्शन थांबवता येणार नाही. हंगामी तत्त्वावर किती पेन्शन द्यायची, हे ठरवावे लागेल. *पंजाब उच्च न्यायालय, प्यारेलाल, सीएलआर फेब्रुवारी २०१३*

११. विमा कर्मचारी पेन्शन योजनेच्या कलम ३०नुसार, पेन्शनसाठी सेवाकाळ २० वर्षे आवश्यक आहे. पण सरकार जेव्हा विमा कर्मचाऱ्यांसाठी विशेष स्वेच्छानिवृत्ती योजना जाहीर करते, सोडून जाणाऱ्या कर्मचाऱ्यांसाठी नियमात नसलेले फायदे जाहीर करते, तेव्हा पेन्शनसाठी कलम ३० लागू होणार नाही. २० वर्षांपेक्षा कमी नोकरी झालेल्या स्वेच्छानिवृत्त कर्मचाऱ्यांनाही पेन्शन मिळेल. *सर्वोच्च न्यायालय, सीएलआर फेब्रुवारी २०१४*

१२. बडतर्फ कर्मचारी पेन्शनसाठी सेवा कालावधी वगैरे अन्य अटी पूर्ण करत असेल तर त्याला पेन्शन मिळेल. *सर्वोच्च न्यायालय, बँक ऑफ बडोदा, सीएलआर जानेवारी २०१४*

१३. राष्ट्रीयीकृत बँका आणि ग्रामीण बँका कर्मचाऱ्यांना समान पेन्शन योजना असावी. *राजस्थान उच्च न्यायालय, ग्रामीण बँका कर्मचारी संघटना, सीएलआर ऑक्टोबर २०१२*

१४. ग्रॅच्युइटी आणि पेन्शन यांचा परस्परसंबंध नाही. ग्रॅच्युईटी हा कायदेशीर हक्क आहे, तो हिरावून घेता येणार नाही. *सर्वोच्च न्यायालय, अलाहाबाद बँक, सीएलआर जानेवारी २०१०*

समान काम, समान दाम

१. 'समान काम व समान दाम' यासाठी कामाचे स्वरूप, प्रत्यक्ष काम, कौशल्य, जबाबदाऱ्या विश्वसनीयता, नियुक्तीची पद्धत, पात्रता वगैरे विविध गोष्टींचा बारकाईने विचार होणे आवश्यक आहे. विश्वसनीयता, जबाबदाऱ्या यामध्ये दर्जात्मकही फरक असतो, जो ध्यानात घ्यायला हवा. *गुजरात उच्च न्यायालय, इंडियन ऑईल, सीएलआर एप्रिल २०१५*

२. वेतनश्रेणी पदावर अवलंबून असते, नैमित्तिक कामगार कोणत्याही पदावर नियुक्त केलेले नसतात. त्यांची निवड, शिक्षण, पात्रता, वय, सेवाशर्ती कायम कामगारांप्रमाणे नसतात. कायम कामगारांसाठी असलेले नियम वेगळे असतात. त्यामुळे नैमित्तिक कामगारांना 'समान काम, समान दाम' हे तत्त्व लागू होत नाही. *दिल्ली उच्च न्यायालय, एअरइंडिया, सीएलआर सप्टेंबर २०११*

३. 'समान काम, समान दाम' हा मूलभूत हक्क नव्हे. *सर्वोच्च न्यायालय, कृषी निरीक्षक, सीएलआर जून २०१०*

शॉप्स

१. व्यावसायिक संस्था आणि व्यापारी संस्था यामध्ये फरक आहे. दवाखाना हा व्यावसायिक तत्त्वावर चालतो, व्यापारी तत्त्वावर नाही. त्यामुळे दवाखान्याला मुंबई दुकाने अधिनियम कायदा लागू होत नाही. *मुंबई उच्च न्यायालय, डॉ. कविता तिलवानी, सीएलआर मे २०१५*

२. डॉक्टर, वकील यांची कार्यालये व्यापारी संस्था नसल्याने त्यांना शॉप ॲक्टखाली परवान्याची गरज नाही. *मुंबई उच्च न्यायालय, डॉ. कविता मोटवानी, सीएलआर सप्टेंबर २०१४*

अपंग कर्मचारी

१. अपंग व्यक्ती समान संधी कायद्याच्या कलम ३३नुसार, सरकारी संस्थांत किमान तीन टक्के जागा अपंग व्यक्तींसाठी राखून ठेवायच्या असतात. अपंगत्वाची वर्गवारीही करण्यात आली आहे. एखाद्या वर्गवारीचे उमेदवार मिळाले नाहीत तर दुसऱ्या वर्गवारीचे उमेदवार भरावे लागतील. कलम ३६नुसार, अशा जागा भरल्या नाहीत तर तो बॅकलॉग पुढील वर्षी भरावा लागेल. *कोलकाता उच्च न्यायालय, कौशिक डे, सीएलआर डिसेंबर २०१५*

२. अपंग कर्मचाऱ्याला विनाकारण न्यायालयीन प्रक्रियेत आणि खर्चात अडकवू नका. *पंजाब उच्च न्यायालय, हरयाणा औद्योगिक मंडळ, सीएलआर ऑगस्ट २०१५*

३. अपंग व्यक्तींना थोडीशी जरी सहानुभूती दाखवली तर ते आपल्या पायावर उभे राहू शकतील. म्हणून कायद्यामध्ये नमूद केलेल्या अंध शिक्षकांसाठी महाविद्यालये व विद्यापीठे यामध्ये राखून ठेवलेल्या एक टक्का जागा त्वरित भरण्यात याव्या. *सर्वोच्च न्यायालय, सीएलआर मे २०१४*

४. नोकरीवर असताना कायमस्वरूपी अपंगत्व आलेल्या कर्मचाऱ्याला एसटीने त्याच पगाराचे दुसरे काम देणे कायद्याने आवश्यक आहे. शिवाय, असा कर्मचारी निवृत्त झाल्यास त्याला एसटीने आपल्या नियमानुसार जादा दराने ग्रॅच्युईटी देणे बंधनकारक आहे. *मुंबई उच्च न्यायालय, जगदेव हिरोळे, सीएलआर जुलै २०१२*

५. केंद्र सरकारने केलेली अंधत्वाची व्याख्या महाराष्ट्र सरकार बदलू शकत नाही. *मुंबई उच्च न्यायालय, नाशिक जि.प., सीएलआर मार्च २०१३*

६. कामावर असताना कर्मचाऱ्याला अपंगत्व आले तर कायद्यानुसार त्याची नोकरी सुरक्षित ठेवली पाहिजे. त्याला दुसरी जागा आणि आधीचाच पगार देणे बंधनकारक आहे. *दिल्ली उच्च न्यायालय, रामसिंग, सीएलआर जानेवारी २०१३*

अशा कर्मचाऱ्यांना नोकरीतून काढता येणार नाही. त्याचा दर्जा, हुद्दा, पगार कमी करता येणार नाही. त्याच पगाराची जागा निर्माण होईपर्यंत दुसरी जागा द्यावी लागेल. *मुंबई उच्च न्यायालय, मुंबई महापालिका, सीएलआर जुलै २०१०*

■■■

परिशिष्ट :
काही नमुना केसेस

नोकरकपात

सेंचुरी लिकर इंडस्ट्रीजचे प्रमुख कार्यालय दिल्ली येथे असून पुणे, फोंडा (गोवा), दमण आणि चेन्नई येथे लिकर उत्पादनाचे कारखाने आहेत. कंपनीत एकूण ७०० कर्मचारी आहेत. पुण्यातील कारखान्यात सात अधिकारी, ९५ कायम कामगार, १० टेंपररी कामगार आणि ३७ कंत्राटी कामगार मिळून १४९ कर्मचारी आहेत. कंपनीला काही कारणांसाठी पुण्यातील कारखान्यातील १७ कायम कामगार कमी करायचे आहेत. १००पेक्षा जास्त कामगार असल्यास नोकरकपातीसाठी राज्य सरकारची परवानगी लागते. या प्रकरणी परवानगी न घेण्याचा निर्णय कंपनीने घेतला आहे. तो कायदेशीर आहे का? याबाबत उभय पक्षांतर्फे पुढीलप्रमाणे युक्तिवाद होतील :

कामगारांतर्फे :

- कंपनीत एकूण ७०० कर्मचारी आहेत, त्यामुळे परवानगी बंधनकारक आहे.
- पुण्याच्या कारखान्यातही एकूण १४९ कर्मचारी आहेत, त्यामुळे परवानगी बंधनकारक आहे.
- फॅक्टरीज ॲक्टप्रमाणे कारखान्यातील प्रत्येक कर्मचारी हा कामगार असतो, त्यामध्ये अधिकारी व कामगार असा फरक नाही. शिवाय, कायम, टेंपररी व कंत्राटी असा भेदाभेद नाही.
- कंपनीने कारवाई केलीच तर न्यायालयीन कारवाईतर्फे काही काळाने कंपनीला सर्व कर्मचाऱ्यांना कामावर घ्यायला लागेल आणि पगाराची थकबाकी द्यावी लागेल.

कंपनीतर्फे :

- नोकरकपातीसाठी फक्त युनिटची कर्मचारीसंख्या विचारात घ्यायची असते, संपूर्ण कंपनीची नव्हे.
- कामगाराची व्याख्या इंडस्ट्रियल डिस्प्युट्स ॲक्टप्रमाणे आहे, फॅक्टरीज ॲक्टची नव्हे.
- मुंबई उच्च न्यायालयाच्या निर्णयानुसार कामगारसंख्या मोजताना फक्त कायम कामगार विचारात घ्यावे लागतात, टेंपररी / कंत्राटी नव्हे.
- कायम कामगारांची संख्या ९५ असल्याने नोकरकपातीसाठी राज्य सरकारची परवानगी बंधनकारक नाही.

टाळेबंदी

नगर येथील आशा फोर्जिंग कंपनीमध्ये दोन शिफ्टमध्ये काम होते. गेले १५ दिवस दोन्ही शिफ्टमध्ये नेहमीपेक्षा

उत्पादन कमी होत असल्याची कंपनीची तक्रार आहे. नेहमीपेक्षा उत्पादन कमी होत असल्याची कंपनीची तक्रार आहे. याबद्दल एका प्रॉडक्शन ऑफिसरने एका कामगाराला जाब विचारला, त्याला अन्य कामगारांनी जोरदार हरकत घेतली. कामगारांचा एक गट पर्सोनेल मॅनेजरच्या ऑफिसमध्ये गेला आणि त्याने पर्सोनेल मॅनेजरना दमदाटी केली. 'जाणूनबुजून उत्पादन कमी करणे, बेशिस्त वर्तन आणि अधिकाऱ्यांना दमदाटी' अशी कारणे देऊन कंपनीने सेकंड शिफ्ट संपल्यावर टाळेबंदीची नोटीस लावली आणि ती त्वरित अमलात येत असल्याचे जाहीर केले.

कामगारांची भूमिका :

- टाळेबंदीसाठी १४ दिवसांची नोटीस आवश्यक आहे. कंपनीने ती दिली नाही म्हणून टाळेबंदी बेकायदा आहे.
- टाळेबंदीची कारणे चुकीची आहेत. वीज आणि कच्चा माल यांचा अनियमित पुरवठा असल्याने उत्पादन कमी होत होते, त्यामध्ये कामगारांची चूक नाही.
- कामगाराने कोणतेही गैरवर्तन केलेले नाही.
- टाळेबंदी ही बेकायदा तसेच अन्याय्य आहे. ती त्वरित उठवावी आणि कामगारांना संपूर्ण पगार द्यावा.

कंपनीची भूमिका :

- सततचे कमी उत्पादन, अधिकाऱ्यांना दमदाटी यामुळे बेशिस्तीचे व असुरक्षित वातावरण निर्माण झाले होते. अशा वेळी चौदा दिवसांची नोटीस देणे कंपनीला शक्य नव्हते.
- कंपनीने चौदा दिवसांसाठी 'सस्पेन्शन ऑफ वर्क' आणि त्यानंतर टाळेबंदी जाहीर केली आहे.
- टाळेबंदीसाठी कामगार जबाबदार आहेत.
- टाळेबंदी न्याय्य आणि कायदेशीर आहे. ती उठवण्याचा किंवा कामगारांना पगार देण्याचा प्रश्न येत नाही.
- पूर्ववत उत्पादन आणि शिस्त पाळण्याचे वैयक्तिक हमीपत्र सर्व कामगारांनी कामगार आयुक्तांसमोर दिले तर कंपनी टाळेबंदी उठवण्याचा विचार करेल.

वेतनकरार

ठाणे येथील केदार फॅब्रिक्स या कारखान्यात ४५० कामगार आहेत. त्यातील ३३० युनियन 'अ'चे सदस्य असून उर्वरित १२० कामगार युनियन 'ब'चे सदस्य आहेत. युनियन 'ब'ला कायदेशीर मान्यता आहे. वेतनकराराची वेळ झाली असून युनियन 'अ'ने वेतनकरारासाठी व्यवस्थापनाकडे आग्रह धरला आहे.

या स्थितीत पुढीलप्रमाणे कायद्याचे मुद्दे उपस्थित होऊ शकतील :

युनियन 'अ'तर्फे :

- आमच्या युनियनला बहुमत आहे.
- औद्योगिक शांतता हे इंडस्ट्रिअल डिस्प्युट्स ॲक्टचे उद्दिष्ट आहे, म्हणून आमच्याबरोबरील करार कायद्याला धरून आहे.
- गुप्त मतदानाने आम्ही आमचे बहुमत सिद्ध करू शकतो.
- आम्ही बहुसंख्य कामगारांचे वैयक्तिक हमीपत्र आणून देऊ शकतो.
- कराराची अंमलबजावणी ही आमची जबाबदारी राहील.
- कंपनीने चर्चेला नकार दिल्यास अनुचित कामगार प्रथा म्हणून युनियन कायदेशीर कारवाई करेल.

युनियन 'ब'तर्फे :

- आमची युनियन मान्यताप्राप्त आहे, म्हणून वेतनकरार आमच्याबरोबरच व्हायला पाहिजे.
- कंपनीने आमच्याशी चर्चा केली नाही तर ती अनुचित प्रथा ठरेल.

- मान्यताप्राप्त युनियनबरोबरचा करार अन्य युनियनच्या सदस्यांवरही बंधनकारक असतो.

कंपनीतर्फे

- बहुमत कोणत्या युनियनकडे आहे, हा कंपनीचा प्रश्न नाही.
- गुप्त मतदानाला कायद्याची मान्यता नाही.
- मान्यताप्राप्त युनियनबरोबर करार करणे कायद्याने कंपनीवर बंधनकारक आहे. कंपनी कायद्याविरुद्ध जाऊ शकत नाही.
- नवीन वेतनकरार न झाल्यास आधीच्या करारातील तरतुदी चालू राहतील.

बदली

सिटीझन्स बँकेने केवल मिश्रा या आपल्या कॅशियरची औरंगाबाद येथून बिहारमधील पाटणा येथील शाखेत बदली केली. ती स्वीकारण्यास श्री. मिश्रा यांनी नकार दिला.

कर्मचाऱ्यांचे प्रतिपादन :

- आपल्या नियुक्तीपत्रात बदलीचा उल्लेख वा तरतूद नाही.
- आपली मुले औरंगाबाद येथे शिकत आहेत, आपल्याला एकट्याला पाटणा येथे जावे लागेल. आपल्या कमी पगारात आपल्याला दोन घरे सांभाळणे शक्य नाही.
- औरंगाबादमध्ये कॅशियरची गरज आहे, पाटण्यामध्ये नाही.
- आपण युनियनचे सदस्य असल्याने बँक आपल्यावर आकसाने कारवाई करत आहे.

बँकेची भूमिका :

- नियुक्तीपत्रात बदलीची तरतूद नसली तरी 'बदली केली जाणार नाही' असाही उल्लेख नाही.
- औरंगाबाद शाखेपेक्षा पाटणा शाखेचा व्यवहार खूप मोठा आहे, तेथे अनुभवी व्यक्तींची जास्त गरज आहे.
- कर्मचाऱ्याच्या सेवाशर्तींत कोणताही बदल होत नाही.
- ही बदली प्रशासकीय कारणांसाठी आहे.
- यापूर्वीही युनियनचे सदस्य असलेल्या कर्मचाऱ्यांच्या आंतरराज्य बदल्या करण्यात आल्या आहेत. तेथे कोणताही आकस नाही.

बडतर्फी

दोन महिने कामावर गैरहजर राहिल्याबद्दल अरविंद सावंत या कर्मचाऱ्याला कोल्हापूर येथील नॅशनल पेंट या कंपनीने आरोपपत्र दिले, त्याची खातेनिहाय चौकशी केली. तो दोषी आढळल्यानंतर त्याला नोकरीतून बडतर्फ केले.

कामगाराचे प्रतिपादन :

- मी गैरहजर नव्हतो. सुरुवातीलाच मी सुपरवायझरला फोन करून काही दिवस कामावर येऊ शकणार नाही, असे कळवले होते.
- मी आजारी होतो. कामावर रुजू होताना मी डॉक्टरचे सर्टिफिकेट दिले होते.
- चौकशीमध्ये नैसर्गिक न्यायतत्त्वांचे पालन झाले नाही.
- मला बचावासाठी वकील देण्यात आला नाही.
- माझे सर्व्हिस रेकॉर्ड चांगले होते.

कंपनीची भूमिका :

- फोन केला म्हणजे रजा मंजूर झाली, असे नव्हे.
- आजार कोणता, त्यासाठी कोणत्या चाचण्या घेण्यात आल्या, त्याचे रिपोर्ट कर्मचाऱ्याने सादर केले नाहीत.
- कंपनीचा प्रतिनिधी वकील नव्हता. आरोप साधा होता. गुंतागुंतीचा नव्हता. त्यामुळे कर्मचाऱ्याला बचावासाठी वकील नाकारण्यात आला.
- चौकशीमध्ये नैसर्गिक न्यायतत्त्वांचे पालन करण्यात आले. चौकशीचे काम मराठीमध्ये झाले. युनियम प्रतिनिधीने कामगाराचा बचाव केला. कंपनीच्या साक्षीदारांच्या उलटतपासण्या केल्या. स्वत:चा एक साक्षीदारही सादर केला. सर्व कागदपत्रांच्या प्रती त्याला आधीच देण्यात आल्या होत्या.
- कर्मचाऱ्याचे सर्व्हिस रेकॉर्ड खराब आहे. गेल्या चार वर्षांत गैरहजेरीसाठी त्याला दोनदा ताकीद आणि एक निलंबन अशा शिक्षा देण्यात आल्या आहेत.
- कर्मचारी इलेक्ट्रिशियन या जबाबदार पदावर होता. जबाबदार कर्मचारी इतका काळ गैरहजर राहू शकत नाही.

नोकरीचा त्याग

नागपूर येथील प्रीमियर कंपनीत अरुण साठे हे मशीन ऑपरेटर म्हणून काम करत होते. ते कामावर अडीच वर्षे गैरहजर राहिले. त्यानंतर ते कामावर रुजू होण्यासाठी गेले तेव्हा 'तुम्ही नोकरीचा त्याग केला असल्याने तुमचे नात्र मस्टरवरून काढले आहे' असे कंपनीने त्यांना सांगितले आणि कामावर हजर करून घेण्यास नकार दिला.

कर्मचाऱ्याचा युक्तिवाद :

- आपण आपल्या गैरहजेरीबद्दल कंपनीला कळवले होते.
- या काळात माझे वडील आजारी होते, त्यांचे निधन झाले.
- वाटल्यास कंपनीने मला आरोपपत्र देऊन माझी खातेनिहाय चौकशी करायला हवी होती.
- नैसर्गिक न्यायतत्त्वांचा भंग झाला आहे.

कंपनीतर्फे :

- अडीच वर्षे हा प्रदीर्घ काळ आहे.
- कंपनीने कर्मचाऱ्याला वेळोवेळी पत्रे पाठवली, त्याने उत्तर दिले नाही.
- 'कामावर येण्याची इच्छा नाही' ही कर्मचाऱ्याची भावना यातून स्पष्ट होते.
- अशा गैरवर्तनाकडे दुर्लक्ष करून कंपनी शिस्त बिघडवू शकत नाही.

जन्मतारीख

श्री. सुनील जाधव हे नाशिक येथील सिटी को-ऑप. बँकेत १९७७ साली नोकरीला लागले. त्यांचे शिक्षण नववीपर्यंत झाले होते आणि त्यांची नियुक्ती शिपाई म्हणून करण्यात आली. नोकरीचा अर्ज भरताना त्यांनी आपली जन्मतारीख ६ सप्टेंबर १९५२ अशी दिली होती. त्यानुसार त्यांचा निवृत्तीचा दिवस ६ सप्टेंबर २०१२ होता. पण श्री. जाधव यांनी २०१० मध्ये एक अर्ज करून आपली जन्मतारीख ६ सप्टेंबर १९५२ नसून ६ सप्टेंबर १९५८ आहे. आणि त्यानुसार आपल्याला २०१८मध्ये निवृत्त करण्यात यावे अशी मागणी केली. आपल्या समर्थनार्थ त्यांनी आपल्या गावच्या पंचायतीने दिलेला जन्मदाखला सादर केला. तथापि, कंपनीने तो अमान्य केला आणि त्यांना २०१२मध्येच निवृत्त केले.

कर्मचाऱ्याची भूमिका :

- मी अशिक्षित आहे. नोकरीवेळी मी अंदाजे जन्मतारीख लिहिली.
- मी बऱ्याच वर्षांनी गावाला गेलो होतो, तिथे मला ग्रामपंचायत रेकॉर्डवरून माझी खरी जन्मतारीख समजली.
- मी लगेच पंचायतीचा जन्मदाखला व्यवस्थापनाला सादर केला.
- पंचायतीचा जन्मदाखला हा अधिकृत पुरावा आहे.
- मी कोणतीही दिरंगाई केली नाही.

बँकेचा युक्तिवाद :

- कर्मचाऱ्याने नोकरीचा अर्ज व जन्मतारीख स्वत:च्या अक्षरात लिहिले असून त्यावर त्याने सही केली आहे.
- पंचायतीचा दाखला हा निर्विवाद पुरावा नाही. हॉस्पिटलचा दाखला, शाळा सोडल्याचा दाखला कर्मचाऱ्याने सादर केलेला नाही.
- आपल्या नोकरीच्या काळात कर्मचाऱ्याने विविध कारणांसाठी बँकेकडून पत्रे व दाखले नेले. त्यात नमूद केलेल्या जन्मतारखेला त्याने कधीही हरकत घेतली नाही.
- कर्मचाऱ्याने निवृत्तीच्या तोंडावर जन्मतारखेमध्ये बदल केला. ही दिरंगाई व वेळ मान्य करता येणार नाही, असे सर्वोच्च न्यायालयाने पूर्वीच स्पष्ट केले आहे.

फॅक्टरीज ॲक्ट, १९४८

अपघात

औरंगाबाद येथील निकोल्सन कंपनीत जतीन देसाई हे काम करत होते. रात्रपाळीत मशीनवर काम करत असताना त्यांना हृदयविकाराचा झटका आला आणि इस्पितळात हलवावे लागले. उपचारासाठी त्यांना ९० हजार रुपये खर्च आला. आपण कामावर असताना आपल्याला त्रास झाला, हा कामावरील अपघात आहे, म्हणून सर्व खर्च कंपनीने द्यावा, ही त्यांची मागणी कंपनीने फेटाळली, तेव्हा कायदेशीर वाद निर्माण झाला.

कर्मचाऱ्याचा युक्तिवाद :

- आपण ५७ वर्षांचे असतानाही कंपनीने आपल्याला रात्रपाळीचे काम दिले.
- आपण आजारपणासाठी बऱ्याच वेळेला रजा घेतो, हे कंपनीला माहीत आहे.
- आपल्याला अवजड काम दिले.
- कामासाठी आपल्याला एका खात्यातून दुसऱ्या खात्यात आणि जिना चढून जावे लागते, त्यामुळे आपला हृदयविकार बळावला.
- कंपनीचे म्हणणे आहे की, हा नैसर्गिक आजार होता, पण ते फॅक्टरी इन्स्पेक्टरने ठरवावे.

कंपनीची भूमिका :

- हा नैसर्गिकरीत्या झालेला त्रास आहे.
- आपल्याला हृदयविकाराचा त्रास आहे, हे कर्मचाऱ्याने कधीही सांगितले नाही.
- कर्मचाऱ्याच्या आजारपणाच्या रजा ताप, अपचन, सरदी यासाठी होत्या.
- हृदयविकाराच्या त्रासाचा आणि कामाचा संबंध नाही.

ओव्हरटाईम

पुणे येथील अरिहंत टेक्सटाइल फॅक्टरीत कामगारांना बारा तासांची शिफ्ट होती आणि सहा दिवसांचा आठवडा होता. त्यामुळे प्रत्येक कामगार आठवड्याला ७२ तास काम करायचा. मात्र, कामगारांना ओव्हरटाईमचा मोबदला कंपनी सिंगल रेटने द्यायची आणि तो फक्त बेसिक आणि महागाई भत्त्यावर. कामगार नेते रवी घाटगे यांनी याला हरकत घेतली.

श्री. घाटगे यांचा युक्तिवाद :

- ओव्हरटाईमची तरतूद फॅक्टरी ॲक्टमध्ये आहे.
- त्यानुसार कोणा कर्मचाऱ्याने किती तास ओव्हरटाईम करायचा यावर मर्यादा आहे. ती मर्यादा कंपनीने ओलांडली आहे.
- कायद्यानुसार ओव्हरटाईम दुप्पट दराने द्यावा लागतो.
- मोबदला संपूर्ण मासिक पगारावर द्यावा लागतो; फक्त बेसिक आणि महागाई भत्त्यावर नव्हे. कायद्यात तशी तरतूद आहे; आणि तसे न्यायालयीन निर्णयही आहेत.

कंपनीची भूमिका :

- कंपनीचे सर्व उत्पादन निर्यात होते आणि त्यामुळे ती अत्यावश्यक सेवा आहे.
- सीझनमध्ये निर्यातीच्या वेळा पाळण्यासाठी काही कामगारांनी जास्त काम करणे गरजेचे असते.
- अन्य सर्व कंपन्यांप्रमाणेच आम्ही ओव्हरटाईमचा मोबदला फक्त बेसिक आणि महागाई भत्त्यावरच देतो.

पेमेंट ऑफ ग्रॅच्युईटी ॲक्ट, १९७२

व्याज

सातारा येथील महाराष्ट्र विद्यालयातून श्री. विजय साखवळकर हे शिक्षक ३५ वर्षांच्या सेवेनंतर २०१२मध्ये निवृत्त झाले. विद्यालयाने त्यांना त्यांची ग्रॅच्युईटी २०१७मध्ये दिली. या दिरंगाईबद्दल श्री. साखवळकर यांनी ग्रॅच्युईटीवर पाच वर्षांसाठी बारा टक्के दराने व्याज मागितले. ते देण्यास विद्यालयाने नकार दिला. त्यामुळे उभयतांमध्ये कायदेशीर तंटा निर्माण झाला.

विद्यालयाची भूमिका :

- विद्यालयाने मुद्दाम दिरंगाई केलेली नाही.
- विद्यालयाची आर्थिक स्थिती खराब आहे.
- काही प्रशासकीय अडचणी होत्या.
- कर्मचाऱ्याला निवृत्तीवेळी याची कल्पना दिली होती.

कर्मचाऱ्याला युक्तिवाद :

- मी कोणत्याही ब्रेकशिवाय सलग ३५ वर्षे नोकरी केली आहे.
- ग्रॅच्युईटी कायदा व त्यातील सर्व तरतुदी शिक्षकांना लागू आहेत.
- ग्रॅच्युईटी ही 'मालमत्ता' आहे आणि मालमत्ता हा मूलभूत हक्क आहे.
- ग्रॅच्युईटी निवृत्तीनंतर तीस दिवसांत मिळायला पाहिजे.

- खराब आर्थिक स्थिती, प्रशासकीय अडचणी हे दिरंगाईचे समर्थन होऊ शकत नाही.
- ग्रॅच्युईटी देणे हे कायदेशीर बंधन आहे, त्यामधून व्यवस्थापनाला पळवाटा काढता येणार नाहीत.
- ग्रॅच्युईटी, अन्य कोणतीही देणी उशिरा दिल्यास, त्यावर व्याज देणे बंधनकारक आहे.
- ग्रॅच्युईटी कायद्यात व्याज देण्याची तरतूद आहे.

चोरी

सांगली येथील शिरीष इंडस्ट्रीजमध्ये विजय गोरे हा कामगार नऊ वर्षे काम करत होता. कामावर नसताना एका रात्री गावामध्ये चोरी करताना पोलिसांनी त्याला अटक केली. त्याबद्दल कंपनीने त्याला नोकरीतून काढून टाकले आणि त्याची ग्रॅच्युईटी देण्यासही नकार दिला.

कंपनीची भूमिका :

- गुन्हेगारी कृत्यात अडकलेल्या कर्मचाऱ्याला नोकरीतून काढण्याची तरतूद कंपनीच्या नियमात आहे.
- अनैतिक कृत्याबद्दल बडतर्फ झालेल्या कर्मचाऱ्याची ग्रॅच्युईटी जप्त करण्याचा अधिकार ग्रॅच्युईटी कायद्याने दिलेला आहे.
- चोरी केल्याबद्दल बडतर्फ झालेल्या कर्मचाऱ्याला ग्रॅच्युईटी नाकारण्याची तरतूद ग्रॅच्युईटी कायद्यात आहे.

कर्मचाऱ्याचा युक्तिवाद :

- कामावर असताना आणि कंपनीच्या आवारात चोरी केली तरच ग्रॅच्युईटी नाकारण्याचा कंपनीला हक्क आहे.
- आपण कंपनीच्या आवारात चोरी केलेली नाही.
- ग्रॅच्युईटी नाकारण्यापूर्वी ग्रॅच्युईटीची रक्कम, ती नाकारण्याची कारणे याबद्दल कंपनीने आपल्याला पत्र दिले नाही; आपली बाजू मांडायची संधी दिली नाही; त्यामुळे नैसर्गिक न्यायतत्त्वांचा भंग झाला.

पीएफ कायदा, १९५२

इन्सेंटिव्ह

स्पायझर या कंपनीत कर्मचाऱ्यांना उत्पादनवाढीसाठी इन्सेंटिव्ह देण्याची योजना होती. कामाच्या वेळेतच जे कामगार ठरल्यापेक्षा जास्त उत्पादन देतील, त्यांना इन्सेंटिव्ह देण्यात येत असे. प्रत्येक कामगाराची उत्पादकता वेगवेगळी असल्याने प्रत्येकाला इन्सेंटिव्हपोटी वेगवेगळी रक्कम मिळत असे. इन्सेंटिव्ह हा मूळ वेतनाचा भाग आहे, त्यामुळे त्यावर पीएफ भरण्यात यावा, अशी मागणी पीएफ कार्यालयाने केली, त्याला कंपनीने हरकत घेतली.

पीएफ कार्यालयाची भूमिका :

- पीएफ हा कल्याणकारी कायदा आहे.
- वेतनाच्या व्याख्येतून बोनस, कमिशन, घरभाडेभत्ता, ओव्हरटाईम वगळण्यात आले आहेत, इन्सेंटिव्ह नव्हे.
- इन्सेंटिव्हसाठी कर्मचारी नेहमीच्या वेळेतच काम करतात, ओव्हरटाईमवर नव्हे.
- व्यवस्थापन आणि कर्मचारी यांच्या सहमतीने इन्सेंटिव्ह देण्यात येतो.

कंपनीची भूमिका :

- वेतनाच्या व्याख्येतून तो सर्व प्रकारचा बोनस वगळण्यात आला आहे; फक्त नफ्याशी निगडित बोनस नव्हे.

- इन्सेंटिव्ह हा एक प्रकारचा उत्पादनभत्ता, बोनस आहे.
- तो सर्वांना समप्रमाणात मिळत नाही. शिवाय, ऐच्छिक आहे.
- इन्सेंटिव्ह उत्पादनाशी संबंधित आहे.
- कायदा कल्याणकारी आहे, म्हणून जे वगळण्यात आले आहे, त्याचा समावेश वेतनाच्या व्याख्येमध्ये करता येणार नाही.

सोसायटी

कलाकुंज सोसायटीमध्ये व्यापारी गाळे, कार्यालये आणि निवासी फ्लॅट आहेत. सोसायटीने आपल्या कामासाठी बारा कर्मचारी ठेवले आहेत. पुण्यातील पीएफ कार्यालयाने सोसायटीला कर्मचाऱ्यांचा पीएफ भरण्यास सांगितले. त्याला सोसायटीने हरकत घेतली.

पीएफचा युक्तिवाद :

- पीएफ कायदा सोसायट्यांना लागू आहे.
- सोसायटी आपल्या सभासदांना सेवा पुरवते, त्यासाठी पैसे घेते.
- सोसायटीमध्ये विजेचा वापर होतो.
- कर्मचारीसंख्या दहापेक्षा जास्त आहे. त्यांना भरपूर पगार दिला जातो.

सोसायटीची भूमिका :

- सोसायटीची नोंदणी महाराष्ट्र सोसायटी कायद्याखाली झाली आहे.
- सोसायटी कर्मचाऱ्यांची संख्या ५०पेक्षा कमी आहे.
- अशा सोसायट्या पीएफ कायद्यातून वगळण्यात आल्या आहेत.
- सोसायटी कोणतीही विशिष्ट सेवा आपल्या सदस्यांना पुरवत नाही.
- सोसायटीच्या पॅसेजमध्ये दिवे आहेत. सोसायटी वीज वापरून काहीही बनवत नाही. त्यामुळे विजेचा वापर होतो, असे म्हणता येणार नाही.

कंत्राटी कामगारांचा पीएफ

तरिता विद्यालयाने विद्यार्थ्यांची ने-आण करण्यासाठी कंत्राटी पद्धतीवर आठ बसेस ठेवल्या होत्या. या बसेसवरील २५ ड्रायव्हर, क्लीनर यांचा पीएफ भरा, असा आदेश वाशी येथील पीएफ कार्यालयाने दिला. त्याला विद्यालयाने हरकत घेतली.

विद्यालयाचा युक्तिवाद :

- कंत्राटदार हा स्वतंत्र असून हे सर्व त्याचे कर्मचारी आहेत, आमचे नाहीत.
- त्यांचा पीएफ भरणे ही कंत्राटदाराची जबाबदारी आहे.
- कर्मचाऱ्यांवर विद्यालयाचे नियंत्रण किंवा देखरेख नाही.
- विद्यालय त्यांना कामाबाबत कोणतीही सूचना देत नाही.
- विद्यालय त्यांचा पगार देत नाही.
- पीएफ कार्यालयाने कर्मचाऱ्यांचे रेकॉर्ड तपासलेले नाही.

- फावल्या वेळेत हे कर्मचारी दुसऱ्या संस्थेचे काम करू शकतात.

पीएफची भूमिका :

- विद्यालय व कंत्राटदार यांच्या करारानुसार कंत्राटदाराला एकगठ्ठा रक्कम देण्यात येते, ट्रिपच्या संख्येवर नव्हे.
- विद्यालय आणि कर्मचाऱ्यांचे काम यामध्ये नैमित्तिक संबंध आहे.
- कर्मचारी विद्यालयाच्या आवारात काम करतात.
- पीएफ कर्मचाऱ्यांसाठी कायद्याने बंधनकारक आहे.

एम्प्लॉईज कॉम्पेनसेशन ॲक्ट, १९२३

नुकसानभरपाई

सय्यद टूरिस्टचा ड्रायव्हर अख्तर आपल्या ऑफिसच्या एका मोटारीने एका ग्राहकाला घेऊन जात असताना त्याला अपघात झाला आणि त्याचा उजवा हात तीन ठिकाणी फ्रॅक्चर झाला. अख्तरने नोकरीचा राजीनामा दिला आणि २.६० लाख रुपये नुकसानभरपाई मागितली. व्यवस्थापनाने त्याला नकार दिला.

व्यवस्थापनाचा युक्तिवाद :

- कर्मचारी लघुशंकेसाठी रस्त्यावर उतरला असताना त्याला झालेला अपघात हा कामाशी संबंधित नाही.
- आपली क्षमता ३० टक्के कमी झाल्याचा कर्मचाऱ्याचा दावा आहे; पण त्याला वैद्यकीय आधार नाही.
- जखमांचे स्वरूप, वैद्यकीय रिपोर्ट, उपचार यासंबंधी आवश्यक कागदपत्रे कर्मचाऱ्याने सादर केली नाहीत.

कर्मचाऱ्याची भूमिका :

- कामावर असताना रस्त्यावर लघुशंकेला उतरलो, तेव्हा ट्रकने धडक दिली, हा कामावरीलच अपघात आहे.
- इस्पितळात असताना डॉक्टरांशी झालेल्या चर्चेवरूनच ३० टक्के क्षमता कमी झाल्याचा दावा केला आहे.
- सर्व कागदपत्रे आपल्याकडे तसेच इस्पितळात उपलब्ध आहेत.
- आपण मागितलेली रक्कम आपला पगार, सेवाकाळ आणि कायद्यातील तत्त्वानुसार आहे.

भरपाई

मुंबईतील सीबा टाइल्स कंपनीत कामावर असताना झालेल्या अपघातात राम कर्वे हा कर्मचारी मरण पावला. कंपनीने त्वरित साहाय्य म्हणून त्याच्या पत्नीला एक लाख रुपये दिले. कायद्यानुसार त्याची भरपाईची रक्कम ३.३७ लाख रुपये होते. कंपनीने त्यातून आधी दिलेले एक लाख रुपये वजा केले. त्याला कुटुंबीयांनी हरकत घेतली.

कुटुंबीयांचे प्रतिपादन :

- एक लाख रुपये हे सानुग्रह अनुदान होते, भरपाई नाही.
- भरपाईची रक्कम ही आयुक्तांकडे जमा करायची असते, सरळ कुटुंबीयांना द्यायला परवानगी नाही.

कंपनीचा युक्तिवाद :

- कंपनीने मोठ्या मनाने त्वरित एक लाख रुपये दिले.
- ही रक्कम भरपाईपोटी दिली जात असल्याचा उल्लेख कर्मचाऱ्याच्या पत्नीने सही केलेल्या पावतीवर आहे.
- कायदेशीर प्रक्रियेला बराच वेळ लागला असता म्हणून कंपनीने प्रारंभीच पैसे दिले.
- कुटुंबीय आता आपली भूमिका बदलू शकत नाही.

ईएसआय ॲक्ट, १९४८

भरपाई

यवतमाळ येथील अरविंद फोर्जिंगमध्ये श्री. सुरेश सावंत हे काम करत होते. मोटारसायकलवरून कामावर जात असताना त्यांना भीषण अपघात झाला आणि ते मरण पावले. 'हा कामावरील अपघात आहे' असे सांगून कुटुंबीयांनी भरपाई मागितली, ज्याला नकार मिळाला.

कुटुंबीयांची भूमिका :

- कर्मचाऱ्याला कामावर जात असताना अपघात झाला.
- त्यांच्या मोटारसायकलसाठी कंपनीने त्यांना कर्ज दिले होते.
- मोटरसायकल कंपनीकडे गहाण होती.

विरोधी भूमिका (कंपनी तसेच कामगार विमा) :

- हा रस्त्यावरील अन्य अपघातांसारखाच अपघात आहे.
- ते स्वत:च्या मर्जीनुसार प्रवास करत होते.
- ते कंपनीच्या वाहनातून, ठरावीक रक्कम दरमहा भरून, अशा प्रकारे प्रवास करत नव्हते.
- त्यांना वाहतुकीसाठी अन्य पर्याय उपलब्ध होते.
- अपघात कंपनीच्या आवारात झालेला नाही.
- ते कंपनीच्या कामासाठी प्रवास करत नव्हते.

कॉंट्रॅक्ट लेबर ॲक्ट, १९७२

पर्किन्सन फॅन्स कंपनीच्या कोल्हापूर येथील कारखान्यात ११०० कामगार आहेत. कामकाज तिन्ही शिफ्टमध्ये चालते. कामगारांसाठी कंपनीमध्ये कँटीन असून त्यामध्ये ५७ कामगार आहेत. 'आपण कंपनीचेच कायम कामगार आहोत' असा दावा त्यांच्यातर्फे कामगार नेते श्री. सुरेश जाधव यांनी केला आहे.

कर्मचाऱ्यांचे प्रतिपादन :

- कँटीन, कायद्याने कंपनीवर बंधनकारक आहे.
- आम्ही गेली २३ वर्षे कँटीनमध्ये 'विनाब्रेक' काम करत आहोत.
- या काळात तीन कँटीन कंत्राटदार झाले; पण आमची नोकरी चालूच आहे.
- कँटीनसाठी जागा, वीज, पाणी, भांडी, टेबल्स कंपनी मोफत देते. कंत्राटदाराला सबसिडी देते. मेनू ठरवते.
- आपण कामावर येण्या-जाण्यासाठी कंपनीच्या बसने मोफत प्रवास करतो.

कंपनीचा युक्तिवाद :

- कोणाला कामावर ठेवायचे, हे कंत्राटदार ठरवतो, कंपनी नव्हे.
- कँटीन कमिटी मेनू ठरवते, देखरेख ठेवते. कमिटीमध्ये कामगारांचा जास्त भरणा आहे.
- कामगारांवर कंपनीची देखरेख व नियंत्रण नाही.
- कामगारांना कामाबाबत सूचना कंत्राटदार देतो.
- कामगारांची नेमणूक, शिस्तभंग, हे सर्व कंत्राटदाराचे निर्णय आहेत.
- कामगारांचा पगार कंत्राटदार ठरवतो, पेमेंटही तोच करतो.

सेवानियमितता

पुण्यातील स्वीस बेअरिंग कंपनीत ११५० कायम कामगार तर १८० कंत्राटी कामगार आहेत. त्यातील ८५ कामगार प्रॉडक्शन डिपार्टमेंटमध्ये काम करतात. कामगार नेते सुरेश जाधव यांनी या कामगारांना कंपनीने कायम करावे, अशी मागणी केली. ती कंपनीने नाकारली.

कामगारांची भूमिका :

- कायद्याने प्रॉडक्शन डिपार्टमेंटमध्ये कंत्राटी कामगार ठेवता येत नाहीत.
- कामगारांच्या कामावर कंपनीचे अधिकारी देखरेख व नियंत्रण ठेवतात.
- शिफ्ट नोटीस, प्रॉडक्शन रजिस्टरमध्ये कंत्राटी कामगार तसेच त्यांनी केलेले काम यांचा उल्लेख असतो.
- कंपनीचे कँटीन कंत्राटी कामगारांनाही उपलब्ध आहे.
- कंत्राटदार नावापुरता आहे, त्याचा व कंपनीचा करार बोगस आहे.

कंपनीचा युक्तिवाद :

- कंत्राटदार बऱ्याच कंपन्यांना कंत्राटी कामगार पुरवतो.
- त्याच्याबरोबरील करार कायदेशीर आहे.
- कामगार नियमित तत्त्वावर नव्हे, तर क्वचित वेळ पडल्यास प्रॉडक्शन खात्यामध्ये काम करतात.
- कंत्राटदाराचे सुपरवायझर त्यांच्या कामावर देखरेख ठेवतात.
- जरी कंत्राटी व्यवस्था रद्द झाली तरी कामगारांना कायम करण्याचे बंधन कंपनीवर नाही.
- कायम कामगारांप्रमाणे कंत्राटी कामगारांना युनिफॉर्म, बूट, स्वेटर, सवलतीचे कँटीन अशा सवलती देत नाही.

स्वेच्छानिवृत्ती

मुंबईतील मून फार्मा या कंपनीने आपल्या कर्मचाऱ्यांसाठी स्वेच्छानिवृत्ती योजना जाहीर केली. योजनेअंतर्गत कर्मचाऱ्यांनी १ जानेवारी २०१७ ते १५ जानेवारी २०१७पर्यंत अर्ज करायचा होता. कंपनी आपणा निर्णय ३१ जानेवारीपर्यंत कळवेल आणि ज्यांचे अर्ज स्वीकारले जातील, त्यांना ३० एप्रिलपर्यंत सेवामुक्त केले जाईल. स्वेच्छानिवृत्तीचा मुकाबला एका वर्षाच्या नोकरीसाठी दीड महिन्यांचा पगार राहील.

श्री. मोहन पारखी यांनी ४ जानेवारी रोजी स्वेच्छानिवृत्तीसाठी अर्ज केला. तो कंपनीने १७ जानेवारी रोजी स्वीकारला. तो २८ फेब्रुवारी रोजी अमलात येईल, असे कळवण्यात आले. श्री. पारखी यांनी १० फेब्रुवारी रोजी स्वेच्छानिवृत्ती मागे घेण्यासाठी विनंतीअर्ज केला. तो कंपनीने फेटाळून लावला.

श्री. पारखी यांची भूमिका :

- आपल्याला अर्ज भरण्यासाठी व्यवस्थापनाने जबरदस्ती केली.
- योजनेखालील भरपाईची रक्कम आपल्याला फुगवून सांगण्यात आली.
- आपल्याला अद्याप कोणतीही रक्कम मिळालेली नाही.
- आपला निवृत्तीचा दिवस येण्यापूर्वीच आणि कंपनीच्या सेवेत असताना आपण अर्ज मागे घेतला आहे.
- आपण कुशल तंत्रज्ञ आहोत, कंपनीला आपली गरज आहे.

कंपनीचा युक्तिवाद :

- कर्मचाऱ्याने स्वेच्छेने अर्ज केला. त्याला कोणीही जबरदस्ती केली नाही.
- कोणाला किती भरपाई मिळेल याची लेखी माहिती प्रत्येक कर्मचाऱ्याला देण्यात आली होती.
- कर्मचाऱ्याचा अर्ज स्वीकारल्यानंतर बऱ्याच दिवसांनी त्याने विनंती केली आहे.
- कोणाचा अर्ज स्वीकारायचा, कोणाचा नाही, हा कंपनीचा निर्णय आहे.

अनुकंपा नेमणूक

मोहन पंडित हे एसटीमध्ये कंडक्टर म्हणून नोकरी करत होते. कामावर असताना त्यांचा मृत्यू झाला. त्यांचा मुलगा अश्विन याने त्यांच्या जागेवर अनुकंपा नेमणूक तत्त्वावर नोकरी मागितली. ती एसटीने नाकारली.

कुटुंबीयांची भूमिका :

- अनुकंपा नेमणूक ही एसटीच्या नियमातील तरतूद आहे.
- अनुकंपा नेमणूक हे एसटीचे धोरण आहे.
- अशा प्रकारे एसटीने पूर्वी नोकऱ्या अन्य प्रकरणी दिल्या आहेत.
- मुलाला नोकरी नाही, आर्थिक स्थिती खराब आहे.

एसटीचा युक्तिवाद :

- अनुकंपा नेमणूक हा हक्क नव्हे, ती लॉटरी नव्हे.
- कर्मचाऱ्याच्या निधनानंतर कुटुंबीयांवर आर्थिक संकट कोसळते, ते टाळण्यासाठी कुटुंबीयाने त्वरित अर्ज करणे आवश्यक आहे.
- या प्रकरणी कर्मचाऱ्याची पत्नी व मोठा मुलगा नोकरी करत आहेत. त्यांची आर्थिक स्थिती खराब नाही.
- मुलाने त्वरित अर्ज केला नाही, तीन वर्षांनंतर केला.
- एसटीची आर्थिक स्थिती खराब आहे.

जादा रकमेची वसुली

रवी परदेशी हे स्टँडर्ड बँकेतून लिपिक म्हणून ३७ वर्षांच्या नोकरीनंतर निवृत्त झाले. निवृत्तीनंतर सहा महिन्यांनी त्यांना बँकेने कळवले की, त्यांना पगारापोटी चुकून १.८३ लाख रुपये जादा देण्यात आले आहेत आणि ते त्यांच्या पेन्शन व अन्य मार्गांनी वसूल करण्यात येतील. श्री. परदेशी यांनी त्याला हरकत घेतली.

बँकेची भूमिका :

- वेतनकरारानंतर वेतनश्रेणीची पुनर्रचना करताना श्री.परदेशी यांना चुकून तीन वेतनवाढी जास्त देण्यात आल्या.
- या पगारावर कर्मचाऱ्याचा हक्क नव्हता.
- बँकेचे विनाकारण आर्थिक नुकसान झाले आहे.
- आपल्याला जादा पगार मिळत आहे, हे कर्मचाऱ्याच्या ध्यानात यायला हवे होते, ते त्याने बँकेला कळवायला हवे होते.
- रक्कम बँकेची आहे, ती वसूल करण्याचा बँकेला हक्क आहे.

कर्मचाऱ्याची भूमिका :

- वेतनाची पुनर्रचना बँकेने केली. आपला त्यामध्ये हात नव्हता.
- आपण बँकेला कोणतीही खोटी माहिती दिली नव्हती.
- आपण आता निवृत्त झालो आहोत.
- आपली आर्थिक स्थिती सामान्य आहे. आपली पत्नी आजारी असते. या वसुलीमुळे आपल्याला मोठा फटका बसेल. बँकेची आर्थिक स्थिती त्यामानाने भक्कम आहे.
- वरील कारणांसाठी वसुली करण्यात येऊ नये.

श्री. संजय सुखटणकर हे पुणे विद्यापीठाच्या शास्त्र, कायदा आणि बिझनेस मॅनेजमेंट या विषयांचे पदवीधर आहेत. आपल्या विद्यार्थिदशेत त्यांनी *दैनिक तरुण भारत,* पुणे येथे उपसंपादक म्हणून काम केले. त्यानंतर ३३ वर्षे त्यांनी मुंबई आणि पुणे येथे प्रीमियर ऑटोमोबाईल्स, क्रॉम्पटन ग्रीव्हज, जॉन्सन ॲण्ड जॉन्सन, फायझर, हिंदुस्तान सीबा-गायगी, स्टँडर्ड चार्टर्ड बँक आणि ज्युबिलंट या नामवंत कंपन्यांमध्ये व्यवस्थापकीय पदावर काम केले. बी. के. बिर्ला उद्योगसमूहाच्या सेंच्युरी एन्का या कंपनीतून २०११मध्ये ते उपाध्यक्ष (एचआर) म्हणून निवृत्त झाले.

श्री. सुखटणकर यांनी प्रामुख्याने मॅनेजमेंट-युनियन संबंध या क्षेत्रात काम केले. क्रॉम्प्टनमध्ये दोन युनियन्समधील स्पर्धा, हिंसाचार व युनियन बदल, फायझरमध्ये तीन युनियनचे अस्तित्व व चर्चा, स्वेच्छानिवृत्तीतून सीबा व ज्युबिलंट कारखाने बंद आणि त्यांचे पुनर्वसन, स्टँडर्ड चार्टर्ड बँकेमध्ये स्वेच्छानिवृत्ती योजना, तर सेंचुरी एन्कामध्ये औद्योगिक संबंध सुरळीत करणे असे विषय त्यांनी हाताळले.

'कामगार कायदा' या विषयावर श्री. सुखटणकर यांचे साप्ताहिक लेख दैनिक *सकाळ*मध्ये दहा वर्षे प्रकाशित झाले. महाराष्ट्रातील इतरही प्रतिथयश दैनिकांमध्ये त्यांचे कामगार कायदेविषयक लेखन प्रकाशित होत असते.

श्री. सुखटणकर यांचे हे तिसरे पुस्तक; यापूर्वी *इंडस्ट्रिअल रिलेशन्स* आणि *लेबर लॉज* ही त्यांची इंग्लिशमधील दोन पुस्तके मॅनेजमेंटच्या विद्यार्थ्यांसाठी मार्गदर्शक या स्वरूपात प्रकाशित झाली आहेत.

www.ingramcontent.com/pod-product-compliance
Lightning Source LLC
LaVergne TN
LVHW082037051026
849532LV00011B/3386